INSIGHT PUBLICA®

INSIGHT PUBLICA®

Nadakkavu, Kozhikode, Kerala
Tel:0495–4020666
www. insightpublica.com | www.bookat.in
e-mail: insightpublica@gmail.com

Moonu Thadiyanmar
(Malayalam)
Yury Olesha
First Insight Edition: December 2018
This Edition: March 2020

ISBN 978-93-87398-50-4
Published by
Insightinpublica Publishers Pvt. Ltd.
Printed at Repro India Limited, India

യൂറി ഒലേഷ

മൂന്നു തടിയൻമാർ

INSIGHT PUBLICA®

ഉള്ളടക്കം

ഒന്നാം ഭാഗം

തിബൂൽ

അദ്ധ്യായം ഒന്ന്

ഡോക്ടർ ഗസ്പാർ അർനെറിക്ക് തിരക്കു പിടിച്ച ഒരു ദിവസം

മന്ത്രവാദികളുടെ കാലം കഴിഞ്ഞു പോയി. പണ്ടുതന്നെ അങ്ങനെയാരും ഉണ്ടായിരുന്നിരിക്കാൻ ഇടയില്ല. വളരെ ചെറിയ കുട്ടികളെ പറ്റിക്കാൻ വേണ്ടി ചമച്ച വെറും സങ്കല്പപാത്രങ്ങളായിരുന്നിരിക്കണം അവർ. പക്ഷേ ചുറുചുറുക്കുള്ള ചെപ്പടിവിദ്യക്കാർ യഥാർത്ഥത്തിൽ ഉണ്ടായിരുന്നു. അവർ ചെപ്പടിവിദ്യകൾ കൊണ്ട് ആളുകളെ കബളിപ്പിക്കാൻ കഴിവുള്ളവരായിരുന്നു. ജനങ്ങൾ അവരുടെ വിദ്യകൾ കണ്ട് ഇന്ദ്രജാലക്കാരും മന്ത്രവാദികളും ഉണ്ടെന്ന് വിശ്വസിച്ചു.

പണ്ടൊരിക്കൽ ഗസ്പാർ അർനെറി എന്നു പേരുള്ള ഒരു ഡോക്ടർ ഉണ്ടായിരുന്നു. ശുദ്ധഗതിക്കാരായ ആളുകളും ചന്തസ്ഥലങ്ങളിൽ ചുറ്റിത്തിരിയുന്ന മടിയന്മാരും അല്പജ്ഞാനികളായ വിദ്യാർത്ഥികളും അദ്ദേഹം ഒരു മാന്ത്രികനായിരുന്നു എന്ന് വിശ്വസിച്ചിരിക്കണം. കാരണം അദ്ദേഹം വളരെ അസാധാരണവും അത്ഭുതകരവുമായ പല കാര്യങ്ങളും മന്ത്രശക്തിയാലെന്ന പോലെ കാണിച്ചിരുന്നു.

എന്നാൽ എന്തും വിശ്വസിക്കുന്ന ശുദ്ധഗതിക്കാരായ ബഹുജനങ്ങളെ കബളിപ്പിക്കുന്ന കാപടൃക്കാരെയും മന്ത്രവാദികളെയും പോലെ യായിരുന്നില്ല അദ്ദേഹം.

ഡോക്ടർ ഗസ്പാർ അർനെറി ഒരുശാസ്ത്രജ്ഞനായിരുന്നു. അദ്ദേഹം അസംഖ്യം ശാസ്ത്രങ്ങൾ പഠിച്ചിട്ടുണ്ടായിരുന്നു. അദ്ദേ ഹത്തെപ്പോലെ ബുദ്ധിമാനും വിദ്യാസമ്പന്നനുമായ ഒരാൾ ഭൂമുഖത്ത് വേറെ ഇല്ലായിരുന്നു.

ചക്കതിരിക്കുന്നവർ, പട്ടാളക്കാർ, മാന്യമഹിളകൾ മുതലായവർ മാത്രമല്ല കൊട്ടാരത്തിലെ മന്ത്രിമാർ പോലും അദ്ദേഹത്തിന്റെ ബുദ്ധിവൈഭവത്തെപ്പറ്റി കേട്ടിരുന്നു. പള്ളിക്കൂടപ്പിള്ളേർ അദ്ദേഹ ത്തെപ്പറ്റി ഒരു പാട്ടുണ്ടാക്കിയതിങ്ങനെയാണ്:

ഡോക്ടർ ഗസ്പാർ അർനെറി
എന്തെന്തൊരു വൈഭവശാലി!
കൗശലമുള്ളൊരു നരിയെപ്പോലും
കെണിയിൽ വീഴ്ത്തും കെങ്കേമൻ
കുറ്റൻ പാറ തകർത്തീടും
ചൊവ്വയിലേക്കു പറന്നീടും
കണ്ണെത്താത്തൊരു നക്ഷത്രത്തിൽ
ചെന്നെത്താമാ ഡോക്ടർക്ക്!

ജൂൺ മാസത്തിലെ ഒരു സുന്ദരമായ ദിവസം ഡോക്ടർ ഗസ്പാർ അർനെറി വണ്ടുകളെയും പൂല്ലുകളും ശേഖരിക്കുവാൻ വേണ്ടി ഒരു നീണ്ട പദയാത്ര നടത്താൻ നിശ്ചയിച്ചു.

ഡോക്ടർ ഗസ്പാറിന് ഇപ്പോൾ ചെറുപ്പമായിരുന്നില്ല. അതുകൊണ്ട് അദ്ദേഹത്തിന് കാറ്റിനേയും മഴയേയും ഭയമായിരുന്നു. അദ്ദേഹം വീടിനു പുറത്ത് പോവുമ്പോഴെല്ലാം കഴുത്തിൽ ഒരു കമ്പിളിക്കഷ്ണം ചുറ്റുകയും കണ്ണിൽ പൊടിവീഴാതിരിക്കാൻ ഒരു കണ്ണട ധരിക്കുകയും ചെയ്യാറുണ്ട്. കൂടാതെ തട്ടിവീഴാതിരിക്കാൻ ഒരു വടിയും കയ്യിൽ കാണും. യാത്ര പുറപ്പെടുന്നതിന് മുമ്പ് ഇതൊക്കെ ശരിപ്പെടുത്താൻ അദ്ദേഹം ധാരാളം സമയം ചെലവഴിച്ചിരുന്നു.

സുന്ദരമായ ഒരു ദിവസമായിരുന്നു അത്. സൂര്യൻ സദാ പ്രകാ ശിച്ചുകൊണ്ടിരുന്നു. കടുംപച്ചനിറമാർന്ന പുല്ല് നോക്കിനിന്നാൽ വായിൽ വെള്ളമൂറും. വായുവിൽ പൂമ്പൊടി ഒഴുകി നടന്നു. പക്ഷികൾ കളകളനാദം പൊഴിച്ചു. ഒരിളം കാറ്റ് വീശിക്കൊണ്ടിരുന്നു.

“ഹാ എത്ര സുന്ദരം” , ഡോക്ടർ പറഞ്ഞു. “എങ്കിലും തൊപ്പി

എടുത്തേക്കാം. വേനൽക്കാലത്ത് ഏത് നിമിഷവും കാലാവസ്ഥ മാറിയേക്കാം. മഴ പെയ്യാനും ഇടയുണ്ട്."

വീട്ടിലെ കാര്യങ്ങൾ ഒക്കെ ചിട്ടയായിരിക്കുന്നുണ്ടോയെന്ന് പരിശോധിച്ചു നോക്കിയിട്ട് അദ്ദേഹം തന്റെ കണ്ണട തുടച്ചു വൃത്തിയാക്കി പച്ച തുകൽ സഞ്ചിയും എടുത്ത് പുറപ്പെട്ടു.

പട്ടണത്തിന് പുറത്ത്, മൂന്ന് തടിയന്മാരുടെ കൊട്ടാരത്തിനോടടുത്തുള്ള പ്രദേശമാണ് വിവിധതരം വണ്ടുകളേയും വിവിധതരം പുല്ലുകളും ശേഖരിക്കുവാനുള്ള ഏറ്റവും നല്ല സ്ഥലം. ഡോക്ടർ സാധാരണയായി പോകാറുള്ളതും ഇവിടെയാണ്. മൂന്ന് തടിയന്മാരുടെ കൊട്ടാരം ഒരു വലിയ ഉദ്യാനത്തിന്റെ നടുവിലാണ് സ്ഥിതി ചെയ്തിരുന്നത്. ഈ ഉദ്യാനത്തിന് ചുറ്റും ആഴമുള്ള കിടങ്ങുകളും അവയ്ക്കു മീതെ കറുത്ത ഇരുമ്പ് പാലങ്ങളും ഉണ്ടായിരുന്നു. മഞ്ഞത്തുവലുകൾ വച്ചു പിടിപ്പിച്ച കറുത്ത തൊപ്പി ധരിച്ച കൊട്ടാരം കാവൽക്കാർ പാലങ്ങളിൽ കാവൽ നിന്നിരുന്നു. ഉദ്യാനത്തിനെ ചുറ്റി കണ്ണെത്താത്ത ദൂരം വരെ മൈതാനം വ്യാപിച്ചു കിടന്നു. ഈ മൈതാനം പൂക്കളേയും മരത്തോപ്പുകളെയും പൊയ്കകളേയും കൊണ്ട് നിറഞ്ഞിരുന്നു. ചുറ്റി നടക്കുവാൻ ഇത്രയും പറ്റിയ സ്ഥലം വേറെയില്ല. ഏറ്റവും വിചിത്രമായ പുല്ലുകൾ ഇവിടെ വളരുന്നു. ഏറ്റവും ഭംഗിയുള്ള വണ്ടുകൾ ഇവിടെ മുരണ്ടു നടക്കുന്നു. എപ്പോഴും ഇവിടെ പക്ഷികൾ വളരെ മധുരമായി പാടിക്കൊണ്ടിരിക്കും.

"അവിടം വരെ നടക്കാൻ പ്രയാസമാണ്." ഡോക്ടർ വിചാരിച്ചു. "പട്ടണത്തിന്റെ അറ്റം വരെ നടന്നുപോയിട്ട് അവിടെ നിന്ന് കൊട്ടാരത്തിന്റെ ഉദ്യാനത്തിലേക്ക് ഒരു വണ്ടി പിടിച്ച് പോകാം."

പട്ടണത്തിന്റെ കവാടത്തിനടുത്തുള്ള തുറന്ന പ്രദേശത്ത് ഒരു വലിയ ആൾക്കൂട്ടം ഉണ്ടായിരുന്നു.

"ഇന്നെന്താ ഞായറാഴ്ചയാണോ?" ഡോക്ടർ അത്ഭുതപ്പെട്ടു. "അല്ല, തീർച്ചയായും അല്ല. ഇന്ന് ചൊവ്വാഴ്ചയാണ്."

അദ്ദേഹം കുറേക്കൂടി അടുത്തേക്ക് ചെന്നു. അവിടെ മുഴുവൻ ആളുകളെക്കൊണ്ട് നിറഞ്ഞിരുന്നു. പച്ച കഫുകളോടും കൂടിയ ചാരനിറത്തിലുള്ള ജാക്കറ്റ് ധരിച്ച തൊഴിലാളികളും കാറ്റും വെയിലുമേറ്റ് കരുവാളിച്ച മുഖമുള്ള നാവികരും നിറമുള്ള കോട്ടിട്ട ധനികരായ കച്ചവടക്കാരും അക്കൂട്ടത്തിലുണ്ടായിരുന്നു. ഈ കച്ചവടക്കാരുടെ ഭാര്യമാർ റോസ് നിറത്തിലുള്ള വലിയ പാവാടകളാണ് ധരിച്ചിരുന്നത്. കുടങ്ങളും, തട്ടങ്ങളും, ഐസ്ക്രീം നിറച്ച പാത്രങ്ങളും ഇരുമ്പടുപ്പുകളുമായി വിവിധതരം വില്പനകളിൽ ഏർപ്പെട്ടിരുന്നവരും അക്കൂട്ടത്തിൽ ഉണ്ടായിരുന്നു. പച്ച, മഞ്ഞ തുടങ്ങിയ കടുംനിറങ്ങളിലുള്ള

ഉടുപ്പുകൾ ധരിച്ച മെലിഞ്ഞ തെരുവുനടന്മാർ പലതരം തുണിക്കഷ്ണങ്ങൾ ചേർത്ത് തുന്നിയ പുതപ്പുപോലെ അവിടെ കാണപ്പെട്ടു. വൃത്തികെട്ട പട്ടികളുടെ വാൽ പിടിച്ചുവലിച്ചു കൊണ്ട് വളരെ ചെറിയ ബാലന്മാരും ആ കൂട്ടത്തിൽ നിന്നിരുന്നു.

ഒരു വീടിനോളം ഉയരമുള്ള പട്ടണത്തിന്റെ ഇരുമ്പുകവാടം അവർ ശക്തിയായി ഉന്തിക്കൊണ്ടിരുന്നു. കവാടം അടഞ്ഞുകിടന്നു.

" ഈ കവാടം എന്താണ് അടച്ചിട്ടിരിക്കുന്നത്"? ഡോക്ടർ അത്ഭുതപ്പെട്ടു.

ജനക്കൂട്ടം ഉറക്കെ വിളിച്ചു പറഞ്ഞുകൊണ്ടിരുന്നു. എന്നാൽ ആ ബഹളത്തിനിടയിൽ കാര്യം എന്താണെന്ന് മനസ്സിലാക്കുവാൻ അസാദ്ധ്യമായിരുന്നു. ചാരനിറത്തിലുള്ള ഒരു വലിയ പൂച്ചയെ കൈയിൽ പിടിച്ചു കൊണ്ട് നിന്ന ഒരു യുവതിയോട് ഡോക്ടർ ചോദിച്ചു.

"ഇവിടെ എന്താണ് സംഭവിക്കുന്നതെന്ന് ദയവു ചെയ്ത് എന്നോട് പറയൂ. ഇവിടെ എന്തിനാണിത്രയധികം ആളുകൾ കൂടിയിരിക്കുന്നത്? എല്ലാവർക്കും ഇത്ര ദേഷ്യം എന്താണ്? കവാടം എന്തിനാണ് അടച്ചിട്ടിരിക്കുന്നത്?"

"കാവൽക്കാർ ആരേയും പട്ടണത്തിന് പുറത്തുപോകാൻ അനുവദിക്കുകയില്ല."

"കാരണം?"

"നേരത്തെ പട്ടണത്തിന് പുറത്ത് കടന്ന് ഇപ്പോൾ മൂന്ന് തടിയന്മാരുടെ കൊട്ടാരത്തിലേക്ക് പൊയ്ക്കൊണ്ടിരിക്കുന്ന ആളുകളെ ആരും സഹായിക്കാതിരിക്കാൻ."

"എനിക്ക് നിങ്ങൾ ഉദ്ദേശിക്കുന്നതെന്താണെന്ന് മനസ്സിലാകുന്നില്ല എന്ന് പറയേണ്ടി വരുന്നതിൽ ഖേദിക്കുന്നു."

"ദൈവമേ! തോക്കുണ്ടാക്കുന്ന പ്രോസ്പേറൊയും അഭ്യാസിയായ തിബൂലും മൂന്ന് തടിയന്മാരുടെ കൊട്ടാരം ആക്രമിക്കുന്നതിനു വേണ്ടി ജനങ്ങളെ നയിച്ചുകൊണ്ടു പോയ വിവരം നിങ്ങൾക്കറിയില്ലേ?"

"തോക്കുണ്ടാക്കുന്ന പ്രൊസ്പേറൊയോ?"

"അതേ, കവാടത്തിന്റെ മറുവശത്ത് കാവൽക്കാർ നിൽക്കുന്നുണ്ട്. ആർക്കും പട്ടണം വിട്ടു പോകുവാൻ സാധ്യമല്ല. പ്രൊസ്പേറൊയുടെ കൂടെ പോയ എല്ലാവരേയും കൊട്ടാരം കാവൽക്കാർ കൊല്ലും."

പെട്ടെന്ന് പല തവണ വെടി പൊട്ടുന്നതിന്റെ ശബ്ദം അവ്യക്തമായി അവർ കേട്ടു.

യുവതി അവളുടെ തടിച്ച കൊഴുത്ത പൂച്ചയെ താഴെയിട്ടു. അത് കുഴച്ച മാവിന്റെ ഒരു ഉണ്ട പോലെ തറയിൽ പതിച്ചു. ജനക്കൂട്ടം അട്ടഹസിച്ചു.

"ഞാൻ പ്രധാനപ്പെട്ട ഒരു സംഭവം അറിയാതെ പോയി." ഡോക്ടർ വിചാരിച്ചു. " ഈ കഴിഞ്ഞ ഒരു മാസം മുഴുവൻ വീട്ടിൽ രാപകൽ മുറിയടച്ചിട്ട് ജോലി ചെയ്യുകയായിരുന്നു. അതാണ് അറിയാതെ പോയത്. ചുറ്റും നടക്കുന്നതെന്താണെന്ന് ഞാനറിഞ്ഞതേയില്ല."

ദൂരെ നിന്നും പീരങ്കി വെടിയുടെ ശബ്ദം പല പ്രാവശ്യം മുഴങ്ങി ക്കേട്ടു. ശബ്ദം ഒരു പന്തുപോലെ പൊങ്ങിയും താണും കാറ്റിൽക്കൂടി ഉരുണ്ടുരുണ്ടു വന്നു. ഭയന്ന് പുറകോട്ടു മറിഞ്ഞത് ഡോക്ടർ ഗസ്പാർ മാത്രമായിരുന്നില്ല. ജനങ്ങളെല്ലാവരും ചിതറി മാറി. കുട്ടികൾ ഉറക്കെ നിലവിളിച്ചു. ഉച്ചത്തിൽ ചിറകിട്ടടിച്ചുകൊണ്ട് പ്രാവുകൾ പറന്നുപോയി. തവിട്ടുനിറത്തിലുള്ള പട്ടികൾ മോങ്ങാൻ തുടങ്ങി.

പീരങ്കിയുടെ ശബ്ദം വീണ്ടും വീണ്ടും മുഴങ്ങി. "പ്രൊസ്പേറൊ! എന്നും "മൂന്ന് തടിയന്മാർ തുലയട്ടെ!" എന്നും വിളിച്ചു പറഞ്ഞുകൊണ്ട് ജനക്കൂട്ടം കവാടത്തെ ലക്ഷ്യമാക്കി മുന്നോട്ട് തള്ളിക്കയറി.

ഡോക്ടർ ഗസ്പാർ എന്തുചെയ്യണമെന്നറിയാതെ കുഴങ്ങി. അദ്ദേഹം പ്രസിദ്ധനായിരുന്നു. അതുകൊണ്ട് പലരും അദ്ദേഹത്തെ തിരിച്ചറി ഞ്ഞു. അദ്ദേഹത്തിന് അവരെ രക്ഷിക്കാൻ കഴിയും എന്നു വിചാരി ച്ചിട്ടെന്ന പോലെ ചിലർ അദ്ദേഹത്തിന്റെയടുത്തേക്ക് ഓടിയെത്തി. എന്നാൽ അദ്ദേഹമാകട്ടെ കണ്ണുനീരിന്റെ വക്കത്തെത്തിയിരുന്നു.

"അവിടെ എന്താണ് സംഭവിക്കുന്നത്? അതറിയാൻ എന്താണൊരു മാർഗ്ഗം! ഒരുപക്ഷേ ജനങ്ങൾ വിജയിക്കുകയായി രിക്കും. അതോ അവരെല്ലാം കൊല്ലപ്പെട്ടു കഴിഞ്ഞോ?"

മൈതാനത്തിന്റെ ഒരു മൂലയ്ക്ക് മൂന്ന് ഇടുങ്ങിയ തെരുവുകൾ ഒന്നു ചേരുന്ന ഒരിടമുണ്ട്. പൊക്കമുള്ള ഒരു ഗോപുരത്തോടുകൂടിയ ഒരു പഴയ കെട്ടിടം അവിടെയുണ്ട്. പത്തുപന്ത്രണ്ടാളുകൾ അങ്ങോട്ടോടി. ഡോക്ടറും ആ ഗോപുരത്തിന്റെ മുകളിൽക്കയറാൻ തീരുമാനിച്ചു. ആ കെട്ടിടത്തിന്റെ താഴത്തെ നിലയിൽ ഒരു അലക്കുകമ്പനിയാണുണ്ടാ യിരുന്നത്. അകം ഒരു നിലവറ പോലെ ഇരുളടഞ്ഞിരുന്നു. വളഞ്ഞു കിടക്കുന്ന ഒരു കോണിയിൽക്കൂടി വേണം മുകളിലേക്ക് കയറാൻ. ചെറിയ ജനാലകളിൽക്കൂടി അരിച്ചു വന്ന വെളിച്ചത്തിൽ ഒന്നും കാണാൻ കഴിയുമായിരുന്നില്ല. കോണിപ്പടികൾ ആടുന്നതും വശത്ത് കൈവരി ഇല്ലാത്തതുമായത് കൊണ്ട് എല്ലാവരും സാവധാനത്തിലും വളരെ ബുദ്ധിമുട്ടിയുമാണ് കയറിയത്. ഡോക്ടർ ഗസ്പാറിന് മുകളി ലെത്താൻ എത്ര പ്രയാസപ്പെടേണ്ടി വന്നുവെന്ന് ഒന്ന് ആലോചിച്ചു

നോക്കു! കഷ്ടിച്ച് ഒരു ഇരുപത് പടികൾ കയറിയപ്പോഴേക്കും അദ്ദേഹം ഇരുട്ടിൽ ഇങ്ങനെ വിളിച്ചു പറയുന്നത് കേട്ടു.

"സഹായിക്കണേ! എന്റെ ഹൃദയം പൊട്ടിപ്പോകുന്നു! എന്റെ ചെരുപ്പിന്റെ പിൻഭാഗം വിട്ടുപോയി!"

മൈതാനത്തുവെച്ച് പീരങ്കിയുടെ ശബ്ദം പത്താമത്തെ പ്രാവശ്യം മുഴങ്ങിക്കേട്ടപ്പോൾത്തന്നെ അദ്ദേഹത്തിന്റെ മഴക്കോട്ട് നഷ്ടപ്പെട്ടിരുന്നു. ഗോപുരത്തിന്റെ മുകളിൽ ഒരു ഉയർന്ന തറയുണ്ടായിരുന്നു. അതിന്റെ ചുറ്റും കല്ലുകൊണ്ട് മതിൽ കെട്ടിയിരുന്നു. അവിടെനിന്നു നോക്കിയാൽ ഏതാണ്ട് മുപ്പത് മൈൽ ദൂരം വരെയെങ്കിലും കാണാം. ആ ദൃശ്യം മനോഹരമായിരുന്നെങ്കിലും അതു നോക്കി രസിക്കുവാൻ അപ്പോൾ ആർക്കും സമയമില്ലായിരുന്നു. എല്ലാവരും യുദ്ധരംഗത്തേക്ക് നോക്കുകയായിരുന്നു.

"എന്റെ കയ്യിൽ ഒരു ദൂരദർശിനിയുണ്ട്. എട്ടു ചില്ലുകളുള്ള ഒരു ദൂരദർശിനി ഞാനെപ്പോഴും കൊണ്ടുനടക്കും," ഡോക്ടർ ഗസ്പാർ പറഞ്ഞു. "നിങ്ങൾ ഇതിൽക്കൂടി നോക്കുവിൻ," എന്ന് പറഞ്ഞുകൊണ്ട് അദ്ദേഹം അത് പുറത്തെടുത്തു.

ദൂരദർശിനി അവരിലോരോരുത്തർക്കും മാറിമാറിക്കൊടുത്തു.

വയലുകളിൽ അനേകം പേരെ ഡോക്ടർ ഗസ്പാർ കണ്ടു. അവർ പട്ടണത്തിലേക്ക് ഓടിപ്പോരുകയായിരുന്നു. ദൂരെനിന്നും നോക്കുമ്പോൾ അവർ നിറമുള്ള കൊടിക്കൂറകളാണെന്നു തോന്നി. കൊട്ടാരകാവൽക്കാർ കുതിരപ്പുറത്ത് കയറി അവരെ പിന്തുടർന്നു.

ഒരു മായാദീപത്തിലെ ചിത്രങ്ങളെപ്പോലെയാണ് ഈ ദൃശ്യം എന്ന് ഡോക്ടർക്ക് തോന്നി. സൂര്യൻ ശോഭയോടെ പ്രകാശിച്ചു. പുൽക്കൊടികൾ തിളങ്ങി. പഞ്ഞിക്കായ് പൊട്ടിച്ചിതറുന്നതുപോലെ പീരങ്കിയുണ്ടകൾ പൊട്ടിച്ചിതറി. വെടിമരുന്നിന് തീ പിടിച്ചിട്ടുണ്ടായ തീജ്വാലകൾ ഒരു കണ്ണാടിയിൽപ്പതിച്ച് സൂര്യരശ്മികളെപ്പോലെ തോന്നിച്ചു. കുതിരകൾ തുള്ളുകയും തല പിന്നോക്കം പിടിക്കുകയും പെട്ടെന്ന് കഴുത്ത് പുറകോട്ട് തിരിക്കുകയും ചെയ്തു കൊണ്ടിരുന്നു. വെളുത്ത ധൂമപടലം മൂന്ന് തടിയന്മാരുടെ കൊട്ടാരത്തേയും ഉദ്യാനത്തേയും ആവരണം ചെയ്തു.

"അവർ ഓടിപ്പോരികയാണ്!"

അവർ ഓടിപ്പോരികയാണ്!" ജനങ്ങൾ പരാജിതരായിരിക്കുന്നു.!"

ഓടിപ്പോരുന്നവർ അടുത്തടുത്തുവന്നു. പലരും വഴിയിൽ വീണുപോയി. ഗോപുരത്തിന്റെ മുകളിൽ നിന്നും നോക്കുമ്പോൾ നിറമുള്ള തുണിക്കഷ്ണങ്ങൾ പുല്ലിൽ വീണു കിടക്കുകയാണെന്നു തോന്നും.

മൈതാനത്തിനു മുകളി ൽക്കൂടി ഒരു പീരങ്കിയുണ്ട പാഞ്ഞുപോയി.

ആരുടെയോ കയ്യിൽ നിന്നും ദൂരദർശിനി താഴെ വീണു.

പീരങ്കിയുണ്ട പൊട്ടി. ഗോപു രത്തിന്റെ മുകളിലുള്ള ഉയർന്ന തറയിൽ നിന്നിരുന്നവരെല്ലാം കോണിയിൽ കൂടി ധൃതിയിൽ താഴത്തേക്ക് പാഞ്ഞു.

കൊല്ലന്റെ തുകലുടുപ്പ് ഒരാണിയിൽ ഉടക്കി. അയാൾ തിരിഞ്ഞു നോക്കിയപ്പോൾ കണ്ട കാഴ്ച ഭയങ്കരമായിരു ന്നു. അയാൾ ഉറക്കെ വിളിച്ചു പറഞ്ഞു:

"ജീവനും കൊണ്ട് ഓടി ക്കോളിൻ! തോക്കുണ്ടാക്കുന്ന പ്രൊസ്പേറോയെ അവർ പിടിച്ചു കഴിഞ്ഞു! അവർ ഏതു നിമിഷവും കവാടത്തിനുള്ളിൽ പ്രവേശിക്കും.!"

മൈതാനത്തു നിന്ന ജനക്കൂ ട്ടം പരിഭ്രാന്തരായി ഓടി.

കവാടത്തിനടുത്തുനിന്നും ആളുകൾ ഒഴിഞ്ഞുമാറി മൈതാ നത്തിൽ നിന്ന് പുറത്തേക്കുള്ള തെരുവുകളിൽ കൂടി ഓടി. വെടിപൊട്ടുന്ന ശബ്ദം ചെവി പൊട്ടുന്നവിധം ഉച്ചത്തിൽക്കേട്ടു.

ഡോക്ടർ ഗസ്പാറും മറ്റ് രണ്ടു പേരും മൂന്നാമത്തെ നിലയിൽ അല്പനേരം നിന്നു. കട്ടിയുള്ള ചുമരിലെ ചെറിയ ജനലിൽക്കൂടി അവർ പുറത്തേക്ക് നോക്കി.

ഒരാൾക്ക് ശരിക്ക് നോക്കാൻ മാത്രമുള്ള വലിപ്പമേ ജനലിനു ണ്ടായിരുന്നുള്ളൂ. മറ്റ് രണ്ടുപേർ അയാളുടെ പിന്നിൽനിന്നും ഒളിഞ്ഞു നോക്കി. പിന്നിൽ നിന്നും ഒളിഞ്ഞു നോക്കിയവരിൽ ഒരാൾ ഡോക്ടർ ഗസ്പാർ ആയിരുന്നു. അവിടെ നടക്കുന്ന ഭയാനകമായ കാഴ്ച കാണാൻ ആ ഒറ്റനോട്ടം മതിയായിരുന്നു.

കവാടത്തിലെ വലിയ ഇരുമ്പുകതകുകൾ മലർക്കെ തുറന്നു. ഏതാണ്ട് മുന്നൂറോളം ആളുകൾ അതിൽ കൂടി കുതിച്ചു കയറി. പച്ച കഫുകളോടു കൂടിയ ചാരനിറത്തിലുള്ള ജാക്കറ്റുകൾ ധരിച്ച തൊഴി ലാളികളായിരുന്നു അവർ. ചോരയൊലിപ്പിച്ചു കൊണ്ട് അവർ വീണു.

വാൾ വീശിക്കൊണ്ടും വെടിവെച്ചുകൊണ്ടും കാവൽക്കാർ അവരുടെ മുകളിൽക്കൂടി കുതിരയോടിച്ചു. അവരുടെ മിനുങ്ങുന്ന കറുത്ത തൊപ്പിയിലെ മഞ്ഞ തൂവലുകൾ കാറ്റിൽ ഉലഞ്ഞു. കുതിരകൾ നുരയും പതയും നിറഞ്ഞ ചുവന്ന വായ് തുറക്കുകയും കണ്ണുകൾ ഉരു ട്ടുകയും ചെയ്തുകൊണ്ടിരുന്നു.

"നോക്കിൻ ! അതാ പ്രൊസ്പേറോ!" ഡോക്ടർ വിളിച്ചു പറഞ്ഞു.

അവർ അയാളെ ഒരു കയറിൽ കെട്ടി വലിച്ചു കൊണ്ട് വരിക യായിരുന്നു. അയാൾ പലപ്രാവശ്യം തട്ടി വീഴുകയും വീണ്ടും എഴു ന്നേൽക്കുകയും ചെയ്തു. അയാളുടെ തലമുടി മുഴുവൻ രക്തത്തിൽ കുതി ർന്നിരുന്നു. ഒരു വലിയ കുടുക്ക് അയാളുടെ കഴുത്തിൽ വീണിരുന്നു.

"പ്രൊസ്പേറോയെ അവർ പിടിച്ചു!" ഡോക്ടർ വീണ്ടും വിളിച്ചു പറഞ്ഞു.

ആ സമയത്ത് ഒരു പീരങ്കിയുണ്ട അലക്കു കമ്പനിയുടെ മേൽ പതിച്ചു. അതിന്റെ ഗോപുരം ഒരു വശത്തേക്ക് ചെരിഞ്ഞു. ഒന്നിളകി ഒരു നിമിഷം നിശ്ചലമായി നിന്നിട്ട് തകർന്നു വീണു.

ഡോക്ടർ ഉരുണ്ട് താഴത്തെ നിലയിൽ പതിച്ചു. അതിനിടയിൽ അദ്ദേഹത്തിന്റെ മറ്റേ ചെരുപ്പിന്റേയും പിൻഭാഗം ഇളകിപ്പോയി. അദ്ദേഹത്തിന്റെ വടിയും സഞ്ചിയും കണ്ണടയും നഷ്ടപ്പെട്ടു.

അദ്ധ്യായം രണ്ട്

പത്ത് കഴുമരങ്ങൾ

ഡോക്ടർ ഗസ്പാർ ഭാഗ്യവാനാണ്: കാരണം ഈ വീഴ്ച കൊണ്ട് അദ്ദേഹത്തിന്റെ തല പൊട്ടുകയോ എല്ലൊടിയുകയോ ഒന്നും ചെയ്തില്ല.

എന്നാലും ഇത്തരമൊരു വീഴ്ച ഡോക്ടർ ഗസ്പാറുടെ പ്രായമുള്ള ഒരാൾക്ക് - അതായത് വയസ്സായ ഒരാൾക്ക് - ഒട്ടും തന്നെ സുഖകരമായിരിക്കയില്ല എന്ന് പറയേണ്ടതില്ലല്ലോ. പേടിച്ച് അദ്ദേഹം മോഹാലസ്യപ്പെട്ടു.

അദ്ദേഹത്തിന് ബോധം വീണപ്പോൾ സായാഹ്നമായിക്കഴിഞ്ഞിരുന്നു. അദ്ദേഹം ചുറ്റും നോക്കി.

"ദൈവമേ! എന്റെ കണ്ണട പൊട്ടിപ്പോയി. കണ്ണട വയ്ക്കാതെ നോക്കിയാൽ ഞാൻ കാണുന്നത് നല്ല കാഴ്ച ശക്തിയുള്ള ഒരാൾ കണ്ണട വെച്ചാൽ കാണുന്നതുപോലെ അവ്യക്തമായിട്ടാണ്. അതാണ് ഏറ്റവും സങ്കടം."

ചെരുപ്പുകളുടെ പിൻഭാഗം പറിഞ്ഞുപോയതിനെപ്പറ്റിയായിരുന്നു

അദ്ദേഹം പിന്നീട് മുറുമുറുത്തത്:

"ഞാൻ സ്വതേ തന്നെ ഒരു മുണ്ടനാണ്. ചെരുപ്പുകൾക്ക് പിൻഭാഗമില്ലാത്തതു കൊണ്ട് എനിക്ക് ഒരിഞ്ച് നീളമെങ്കിലും ഇനിയും കുറയും. രണ്ട് ചെരുപ്പുകളുടേയും പിൻഭാഗം പോയ സ്ഥിതിക്ക് രണ്ടിഞ്ച് നീളം കുറയാനും മതി. ഇല്ലില്ല, ഒരിഞ്ചേ കുറയുകയുള്ളൂ എന്ന് തോന്നുന്നു."

അദ്ദേഹം പൊട്ടിയ ഇഷ്ടികകളുടെ ഒരു കൂനയുടെ മുകളിലാണ് കിടന്നിരുന്നത്. ഗോപുരം മുഴുവൻ തകർന്നുവീണിരുന്നു. ഒരു ചുമരിന്റെ കുറച്ചു ഭാഗം മാത്രം ഒരസ്ഥിക്കഷ്ണം പോലെ മേൽപോട്ടുയർന്നുനിന്നു. ദൂരെയെവിടെയോ നിന്നുയരുന്ന നൃത്തഗാനമായിരുന്നു. ഡോക്ടർ തല പൊക്കി നോക്കി. തലയ്ക്കു മുകളിൽ ഒടിഞ്ഞ കറുത്ത കഴുക്കോലുകൾ തൂങ്ങിക്കിടക്കുന്നു. നീലാകാശത്തിൽ നക്ഷത്രങ്ങൾ മിന്നിത്തിളങ്ങി.

"എവിടുന്നാണീ സംഗീതം കേൾക്കുന്നത്?"

മഴക്കോട്ടില്ലാത്തതുകൊണ്ട് ഡോക്ടർക്ക് തണുപ്പ് തോന്നി. മൈതാനത്ത് യാതൊരനക്കവും ഇല്ല. പൊട്ടിക്കിടക്കുന്ന കല്ലുകൾക്കിടയിൽ നിന്നും അദ്ദേഹം എഴുന്നേറ്റത് ഞരങ്ങിക്കൊണ്ടാണ്. വഴിയിൽ അദ്ദേഹം ആരുടേയോ വലിയ ബൂട്ടിൽ തട്ടി താഴെ വീണു. കൊല്ലൻ ആകാശത്തിൽ ദൃഷ്ടിയുറപ്പിച്ച് കൊണ്ട് ഒരു കഴുക്കോലിനു വിലങ്ങനെ കിടക്കുകയാണ്. ഡോക്ടർ അയാളെ കുലുക്കി വിളിച്ചു. അയാൾ അനങ്ങിയില്ല. അയാൾ മരിച്ചു കഴിഞ്ഞിരുന്നു.

ഡോക്ടർ തൊപ്പി ഊരാൻ വേണ്ടി കൈ പൊക്കി തലയിൽ തൊട്ടു.

"തൊപ്പിയും നഷ്ടപ്പെട്ടിരിക്കുന്നു, ' ഡോക്ടർ പറഞ്ഞു. "ഇനി എങ്ങോട്ടാണ് പോവുക?'

അദ്ദേഹം മൈതാനത്തിന് പുറത്തു കടന്നു. റോഡിൽ ആളുകൾ വീണു കിടപ്പുണ്ടായിരുന്നു. ഡോക്ടർ ഓരോരുത്തരുടേയും മുഖത്ത് കുനിഞ്ഞു നോക്കി. അവരുടെ കണ്ണുകളിൽ നക്ഷത്രങ്ങൾ പ്രതിഫലിച്ചു. അദ്ദേഹം അവരുടെ നെറ്റിയിൽ തൊട്ടുനോക്കി. അവർ മരിച്ചിരുന്നു.

"അതങ്ങിനെയായി," ഡോക്ടർ മന്ത്രിച്ചു. "ജനങ്ങളെ പരാജയപ്പെടുത്തി എന്നാണിതിനർത്ഥം. ഇനി ഞങ്ങളുടെ ഗതി എന്തായിരിക്കും?"

അരമണിക്കൂർ കഴിഞ്ഞ് അദ്ദേഹം ജനനിബിഡമായ ഒരു തെരുവിലെത്തി. തെരുവിൽ നല്ല വെളിച്ചമുണ്ടായിരുന്നു. ഡോക്ടർ അത്യന്തം പരവശനായിരുന്നു. അദ്ദേഹത്തിന് കലശലായ ദാഹവും

വിശപ്പും തോന്നി. ഇവിടെ പട്ടണം മറ്റേതൊരു ദിവസത്തേയും പോലെത്തന്നെയിരുന്നു.

ഒരു കവലയിലെത്തിയപ്പോൾ, നടന്ന ക്ഷീണം തീർക്കാൻ അദ്ദേഹം അവിടെ കുറച്ചു സമയം നിന്നു. “ഇത് വളരെ വിചിത്ര മായിരിക്കുന്നു,” അദ്ദേഹം വിചാരിച്ചു. “ജനാലകളിൽക്കൂടി വിവി ധനിറത്തിലുള്ള ദീപങ്ങളുടെ പ്രകാശം പരക്കുന്നു. വാഹനങ്ങൾ അങ്ങോട്ടുമിങ്ങോട്ടും പൊയ്ക്കൊണ്ടിരിക്കുന്നു. ചില്ലുവാതിലുകൾ തുറക്കുകയും അടയ്ക്കുകയും ചെയ്യപ്പെടുന്നു. ആ വീട്ടിൽ ആളുകൾ നൃത്തം ചെയ്യുകയാണ്. അവിടെ ഒരു വിരുന്ന് നടക്കുകയാണെന്ന് തോന്നുന്നു. ഇരുണ്ട് ജലപ്പരപ്പിനു മുകളിൽ വർണ്ണക്കടലാസുകൊണ്ടു ള്ള അലങ്കാരവിളക്കുകൾ ആടിക്കൊണ്ടിരിക്കുന്നു. ഇന്നത്തെ ദിവസം ഇവിടെ ഇനിയും ആഗതമായിട്ടില്ലെന്ന് തോന്നുന്നു. ഇന്ന് രാവിലെ സംഭവിച്ചതൊന്നും ഇവർ അറിഞ്ഞിട്ടില്ലെന്ന് വരുമോ? വെടിവെ യ്ക്കുന്ന ശബ്ദവും പരുക്കേറ്റവരുടെ നിലവിളികളും ഇവർ കേട്ടില്ലേ? ജനങ്ങളുടെ നേതാവായ പ്രൊസ്പേറൊ ബന്ധനസ്ഥനായി എന്ന് ഇവരറിഞ്ഞിട്ടില്ലേ? അതോ അതൊക്കെ വെറും ഒരു ദുഃസ്വപ്നം മാത്ര മായിരുന്നോ?”

തിരിവിൽ ഒരു വഴിവിളക്കുണ്ടായിരുന്നു. വഴിയുടെ ഒരു വശത്ത് അനേകം വണ്ടികൾ ഒരു വരിയായി കിടപ്പുണ്ട്. റോസാപ്പൂക്കൾ വിറ്റുകൊണ്ടിരുന്ന പൂക്കാരികളോട് വണ്ടിക്കാർ സംസാരിച്ചുകൊ ണ്ടിരുന്നു.

“കഴുത്തിൽ ഒരു കയറിട്ട് അയാളെ പട്ടണത്തിൽക്കൂടി വലിച്ചു കൊണ്ടുപോയി. പാവം!”

"അവർ അയാളെ ഒരു ഇരുമ്പ് കൂട്ടിലടച്ചു. ആ കൂട് മൂന്ന് തടിയന്മാരുടെ കൊട്ടാരത്തിൽ സൂക്ഷിച്ചിരിക്കുകയാണ്." റിബൺ വെച്ചു പിടിപ്പിച്ച ഇളം നീല തൊപ്പി ധരിച്ച ഒരു തടിയനായ വണ്ടിക്കാരൻ പറഞ്ഞു.

ആ സമയത്ത് ഒരു മാന്യമഹിളയും ഒരു പെൺകുട്ടിയും പൂവാങ്ങുവാൻ അവിടെയെത്തി.

"ആരെയാണവർ കൂട്ടിലടച്ചത്? " മാന്യമഹിള ചോദിച്ചു.

"തോക്കുണ്ടാക്കുന്ന പ്രൊസ്പേറൊയെ കാവൽക്കാർ പിടിച്ചു കൂട്ടിലടച്ചു."

"വളരെ നന്നായി", ആ സ്ത്രീ പറഞ്ഞു.

അവരുടെ മകൾ മൂക്കു ചീറ്റിത്തുടങ്ങി.

"മടയീ, നീ എന്തിനാണ് കരയുന്നത്?" മാന്യസ്ത്രീ ചോദിച്ചു. "തോക്കുണ്ടാക്കുന്ന അയാളുടെ കാര്യത്തിൽ നിനക്ക് വിഷമം തോന്നുന്നോ? അതിന്റെ ഒരാവശ്യവുമില്ല. അയാൾ ഒരു ചീത്ത മനുഷ്യനാണ്. നോക്ക്, നീ ഈ മനോഹരമായ റോസാപുഷ്പങ്ങൾ നോക്ക്."

വെള്ളവും ഇലകളും നിറച്ച ഭരണികളിൽ വലിയ റോസാപ്പൂക്കൾ അരയന്നപ്പിടകളെപ്പോലെ സാവധാനം ഒഴുകിക്കൊണ്ടിരുന്നു.

"ഇത് മൂന്നും നീയെടുത്തോ. എന്നിട്ട് കരച്ചിൽ നിർത്ത്. അവരൊക്കെ കലാപകാരികളാണ്. അത്തരക്കാരെ കൂട്ടിലടച്ചില്ലെങ്കിൽ അവർ നമ്മുടെ വീടുകളും നല്ല വസ്ത്രങ്ങളും നമ്മുടെ റോസാപ്പൂക്കളും ഒക്കെ തട്ടിയെടുക്കും."

ഒരു ബാലൻ ആ വഴി ഓടി വന്നു. അവൻ ആദ്യം ആ സ്ത്രീയുടെ തുന്നൽവേല കൊണ്ടു ഭംഗി പിടിപ്പിച്ച തൊപ്പിയിൽ ഒന്നു തട്ടി. പിന്നീട്

പെൺകുട്ടിയുടെ മുടിയുടെ അറ്റത്തു പിടിച്ച് വലിച്ചു.

"അല്ലയോ പ്രഭ്വീ" അവൻ വിളിച്ചു പറഞ്ഞു. "തോക്കുണ്ടാക്കുന്ന പ്രൊസ്പേറോ കൂട്ടിലടയ്ക്കപ്പെട്ടു. പക്ഷേ അഭ്യാസിയായ തിബൂൽ സ്വതന്ത്രനാണ്!"

"അസത്തു ചെറുക്കൻ!"

ആ മഹിള കാൽ നിലത്ത് ആഞ്ഞു ചവിട്ടി. അവരുടെ സഞ്ചി താഴെ വീണു. പൂക്കാരികൾ ചിരിച്ചു. ഈ അവസരം പാഴാക്കാതെ തടിച്ച വണ്ടിക്കാരൻ അവരെ സമീപിച്ച് തന്റെ വണ്ടി ആവശ്യമുണ്ടോയെന്ന് തിരക്കി.

മാന്യമഹിളയും മകളും വണ്ടിയിൽക്കയറി പോയി.

"ഏയ്! ഒരു നിമിഷം നിൽക്ക്!" ഒരു പൂക്കാരി ബാലനോട് വിളിച്ച് പറഞ്ഞു. "ഇവിടെ വന്ന് നിനക്ക് അറിയാവുന്ന കാര്യങ്ങൾ ഞങ്ങളോട് പറയ്."

വണ്ടിക്കാർ അവരുടെ ഇരിപ്പിടങ്ങൾ വിട്ട് പൂക്കാരികളുടെ അടുത്ത് വന്നു നിന്നു. അവരുടെ നീണ്ട കോട്ടുകളുടെ പിന്നിൽ അഞ്ച് പട്ടകൾ വച്ചു പിടിപ്പിച്ചിരുന്നു.

"എത്ര നല്ല ചാട്ട! എന്തൊരു ഭംഗിയാണതിന് !"ഒരു വണ്ടിക്കാരന്റെ ചാട്ട കണ്ടിട്ട് ബാലൻ വിചാരിച്ചു. അവന് അത്തരമൊന്ന് കിട്ടിയാൽ കൊള്ളാമെന്ന് ആഗ്രഹമുണ്ട്, പക്ഷേ അത് ഒരിക്കലും തനിക്ക് കിട്ടുകയില്ലെന്ന് അവനറിയാം.

"നിയെന്താണ് പറഞ്ഞത്?" കനത്ത ശബ്ദത്തിൽ വണ്ടിക്കാരൻ ചോദിച്ചു. "അഭ്യാസിയായ തിബൂൽ സ്വതന്ത്രനാണെന്നാണോ നീ പറഞ്ഞത്?" "അങ്ങനെയാണ് ഞാൻ കേട്ടത്. ഞാൻ ഡോക്കിൽ നിൽക്കുകയായിരുന്നു....."

"കാവൽക്കാർ അയാളെ കൊന്നില്ലേ?" മറ്റൊരു വണ്ടിക്കാരൻ ചോദിച്ചു. അയാളുടെ ശബ്ദം കനത്തതായിരുന്നു.

"ഇല്ല അവർ കൊന്നിട്ടില്ല. സുന്ദരിയായ പെൺകുട്ടീ എനിക്കൊരു പൂ തരാമോ ?"

"ക്ഷമിക്ക് കുട്ടീ! എന്താണ് സംഭവിച്ചതെന്ന് പറയ്."

"അതോ, എല്ലാവരും ആദ്യം വിചാരിച്ചത് അയാൾ കൊല്ലപ്പെട്ടുവെന്നാണ്. അത് കൊണ്ട് ശവശരീരങ്ങളുടെ കൂട്ടത്തിൽ അയാളെ തിരഞ്ഞു. പക്ഷേ അക്കൂട്ടത്തിൽ അയാൾ ഉണ്ടായിരുന്നില്ല. "

"ഒരു പക്ഷേ അയാളെ പുഴയിലേക്ക് വലിച്ചെറിഞ്ഞതായിരിക്കാം. " വണ്ടിക്കാരൻ അഭിപ്രായപ്പെട്ടു.

സംസാരം ഇത്രത്തോളമായപ്പോൾ ഒരു ധർമ്മക്കാരൻ അതിൽ പങ്കുകൊണ്ടു.

"ആരെയാണ് പുഴയിലെറിഞ്ഞത്?" അയാൾ ചോദിച്ചു. "പുഴയിലേക്കെറിയാൻ നിന്ന കൊട്ടുക്കുന്ന ഒരു പൂച്ചക്കുഞ്ഞല്ല അഭ്യാസിയായ തിബൂൽ. അയാൾ ജീവിച്ചിരിക്കുന്നു. അയാൾ രക്ഷപ്പെട്ടു!"

"നിങ്ങൾ കള്ളം പറയുകയാണോ?" വണ്ടിക്കാരൻ ചോദിച്ചു.

"തിബൂൽ ജീവിച്ചിരിക്കുന്നു!" പൂക്കാരികൾ ആഹ്ലാദത്തോടെ വിളിച്ചു പറഞ്ഞു.

ബാലൻ ഭരണിയിൽ നിന്നും ഒരു റോസാപ്പൂ എടുത്തു കൊണ്ട് ഓടി. ആ നനഞ്ഞ പൂവിൽ നിന്നും ഏതാനും വെള്ളത്തുള്ളികൾ ഡോക്ടറുടെ മേൽ പതിച്ചു. അവ കണ്ണുനീർ പോലെ കയ്പേറിയതായിരുന്നു. റിക്ഷക്കാരൻ ഇനി എന്താണ് പറയുന്നത് എന്നറിയുവാൻ വേണ്ടി അദ്ദേഹം കുറേക്കൂടി അടുത്തേക്ക് ചെന്നു.

എന്നാൽ ആ സമയത്തുണ്ടായ ഒരു സംഭവം സംസാരത്തിന് വിരാമമിട്ടു. തെരുവീഥിയിൽ കൂടി ഒരു അസാധാരണഘോഷയാത്ര അവരുടെ നേരെ വരികയായിരുന്നു. കത്തുന്ന പന്തങ്ങളും വഹിച്ചു കൊണ്ട് രണ്ടുപേർ മുമ്പിൽ കുതിരപ്പുറത്ത് സഞ്ചരിച്ചു. തീ കൊണ്ടുള്ള നീണ്ട താടിമീശ പോലെ പന്തങ്ങൾ കാറ്റിൽ ചലിച്ചുകൊണ്ടിരുന്നു. അതിന് പിറകിലായി ഒരു കറുത്ത വാഹനം സാവധാനം ഉരുണ്ടു വരുന്നുണ്ടായിരുന്നു. ആ വണ്ടിയുടെ വാതിലിൻമേൽ ആരുടേയോ കുലചിഹ്നം അടയാളപ്പെടുത്തിയിട്ടുണ്ട്.

കറുത്ത വാഹനത്തിന്റെ പിന്നിലായി നടന്നുവന്നത് ആശാരിമാരായിരുന്നു. മൊത്തം നൂറുപേരുണ്ട്.

അവർ കുപ്പായക്കൈകൾ തിരുകിക്കയറ്റി, ജോലിക്കു തയ്യാറായിട്ടാണ് നടന്നത്. അവർ ഏപ്രണുകൾ ധരിച്ചിരുന്നു. അറക്കവാൾ, ചിന്തേര്, പണിയായുധങ്ങൾ വെയ്ക്കുന്ന പെട്ടി, ഇതെല്ലാം അവരുടെ കയ്യിലുണ്ടായിരുന്നു. ഘോഷയാത്രയുടെ ഇരുവശങ്ങളിലും കാവൽഭടന്മാർ കുതിരപ്പുറത്ത് സഞ്ചരിച്ചു. കുതിരകൾ കുതിച്ചു പായുവാൻ വെമ്പൽകാണിച്ചിരുന്നത് കൊണ്ട് അവർക്ക് അവയുടെ കടിഞ്ഞാൺ മുറുക്കിപ്പിടിക്കേണ്ടി വന്നു.

"എന്താണിത്? എന്തിനാണിതൊക്കെ? " തെരുവിലുള്ള ജനങ്ങൾ ഉൽക്കണ്ഠയോടെ പരസ്പരം ചോദിച്ചു.

കുലചിഹ്നത്തിന്റെ അടയാളത്തോട്ടു കൂടിയ കറുത്ത വാഹനത്തിൽ മൂന്ന് തടിയന്മാരുടെ സമിതിയിലെ ഒരു ഉദ്യോഗസ്ഥൻ സഞ്ചരിക്കുന്നുണ്ടായിരുന്നു. പൂക്കാരികൾ ഭയന്നു പോയി. കൈകൾ കൊണ്ട്

കവിളുകളിൽ അമർത്തിപ്പിടിച്ച് അവർ ഉദ്യോഗസ്ഥന്റെ തലയിലേക്ക് നോക്കി. വാഹനത്തിന്റെ ജനാലയിൽ നല്ല പ്രകാശമുണ്ടായിരുന്നു. കറുത്ത വിഗ്ഗ് ധരിച്ച അയാളുടെ തല മുകളിലോട്ടും താഴോട്ടും ആയിക്കൊണ്ടിരുന്നു. വാഹനത്തിന്റെ ഉള്ളിൽ ഒരു വലിയ പക്ഷി ഇരിക്കുകയാണെന്നാണ് തോന്നിയത്.

"മാറിപ്പോകിൻ ! വഴി മുടക്കരുത് !" കാവൽക്കാർ അട്ടഹസിച്ചു.

"ആശാരിമാർ എങ്ങോട്ടാണ് പോവുന്നത് ?" ഒരു പൂക്കാരി കാവൽക്കാരുടെ നായകനോട് ചോദിച്ചു.

"ആശാരിമാർ കഴുമരങ്ങൾ പണിയുവാൻ പോവുകയാണ്. ഇപ്പോൾ നിനക്ക് മനസ്സിലായോ? ആശാരിമാർ പത്തു കഴുമരങ്ങൾ പണിയും!" അയാൾ അവളുടെ മുഖത്തേക്ക് നോക്കിക്കൊണ്ട് ഉച്ചത്തിൽ പറഞ്ഞു. അയാളുടെ പറച്ചിലിന്റെ ശക്തികൊണ്ട് അവളുടെ തലമുടി നാലുവശത്തേക്കും പറന്നു.

"അയ്യോ!"

പൂക്കാരിയുടെ കയ്യിൽ നിന്നും ഭരണി താഴെ വീണു. വെള്ളവും അതിൽ പൊങ്ങിക്കിടന്നിരുന്ന റോസാപ്പൂക്കളും നടപ്പാതയിലേക്ക്

ഒലിച്ചു വീണു.

"അവർ കഴുമരങ്ങൾ പണിയുവാൻ പോവുകയാണ്.!" ഭയാക്രാന്തനായി ഡോക്ടർ ആവർത്തിച്ചു.

"അതേ, കഴുമരങ്ങൾ തന്നെ!" കാവൽക്കാർ തിരിഞ്ഞു നോക്കി പല്ലിളിച്ചു കൊണ്ട് വിളിച്ചു പറഞ്ഞു. അയാളുടെ മേൽമീശ ഒരു ജോടി ചെരുപ്പുകൾ പോലെയിരുന്നു. "കലാപകാരികൾക്കെല്ലാം കഴുമരങ്ങൾ! അവരെയെല്ലാം കെട്ടിത്തൂക്കും!" മൂന്ന് തടിയന്മാർക്കെതിരായി കലാപമുണ്ടാക്കാൻ ധൈര്യപ്പെടുന്ന എല്ലാവരേയും!"

ഡോക്ടർക്ക് തല കറങ്ങുന്നതുപോലെ തോന്നി. താൻ ബോധം കെട്ടു വീണേക്കുമെന്ന് അദ്ദേഹം ഭയന്നു.

"ഇന്നത്തെ ദിവസം താങ്ങാവുന്നതിൽ കൂടുതൽ താൻ താങ്ങിക്കഴിഞ്ഞു." ഡോക്ടർ വിചാരിച്ചു. "മാത്രവുമല്ല എനിക്ക് വല്ലാത്ത വിശപ്പും ക്ഷീണവും ഉണ്ട്. തിരിച്ച് വേഗം വീട്ടിൽ പോകുന്നതാണ് നല്ലത്."

അതേ, ഡോക്ടർ വിശ്രമിക്കേണ്ട സമയം അതിക്രമിച്ചിരിക്കുന്നു. ഇടിഞ്ഞുവീണ ഗോപുരത്തോടൊപ്പം താൻ തറയിൽ വീണ കാര്യത്തിനു പോലും അദ്ദേഹം പ്രത്യേകം പ്രാധാന്യമൊന്നും കല്പിച്ചില്ല. കാരണം അന്ന് കാണുകയും കേൾക്കുകയും ചെയ്ത മറ്റു കാര്യങ്ങൾ അദ്ദേഹത്തെ അത്രയേറെ പിടിച്ചു കുലുക്കിയിരുന്നു. തൊപ്പിയും വടിയും ചെരുപ്പുകളുടെ പിൻഭാഗവും നഷ്ടപ്പെട്ടതിനെപ്പറ്റി പോലും അദ്ദേഹമപ്പോൾ പരിതപിച്ചില്ല. എന്നാൽ അദ്ദേഹത്തിന്റെ കണ്ണട നഷ്ടപ്പെട്ടതായിരുന്നു ഏറ്റവും കഷ്ടം. അതുകൊണ്ട് അദ്ദേഹം ഒരു വണ്ടി പിടിച്ച് വീട്ടിലേക്ക് പുറപ്പെട്ടു.

അദ്ധ്യായം മൂന്ന്

നക്ഷത്രക്കവല

വിസ്തൃതമായ തെരുവുകൾ കല്ലുപാകിയതും വിരുന്നുമുറികളേക്കാൾ കൂടുതൽ പ്രകാശപൂർണ്ണവുമായിരുന്നു. ഡോക്ടർ സവാരി ചെയ്തപ്പോൾ വഴിവിളക്കുകളുടെ ഒരു ശൃംഖല അദ്ദേഹത്തിന്റെ വണ്ടിയെ അതിവേഗം കടന്നുപോയി. സ്ഫടികഗോളങ്ങളിൽ തിളങ്ങി തിളച്ചുകൊണ്ടിരിക്കുന്ന പാൽ നിറച്ചതുപോലെയാണ് വിളക്കുകൾ ഇരുന്നത്. ചെറിയ പ്രാണികൾ മേഘശകലങ്ങൾ പോലെ സ്ഫടികഗോളങ്ങൾക്ക് ചുറ്റും മൂളിക്കൊണ്ട് നടക്കുകയും ചിറകിട്ടടിച്ച് മരിക്കുകയും ചെയ്തുകൊണ്ടിരിക്കുന്നു. നദീ തീരത്ത് കൂടി പൊക്കത്തിലുള്ള കൽമതിലുകളെ കടന്ന് വണ്ടി പൊയിക്കൊണ്ടിരുന്നു. ഈ മതിലുകൾക്ക് മുകളിൽ ഓട്ടുകൊണ്ടുണ്ടാക്കിയ സിംഹങ്ങൾ പരിചയും പിടിച്ച് കൊണ്ട് നീണ്ട നാക്കുകൾ പുറത്തേക്ക് നീട്ടി നിൽപ്പുണ്ട്. താഴെ ടാറു പോലെ കറുത്തു തിളങ്ങുന്ന വെള്ളം അലസമായി ഒഴുകി. പട്ടണം തലകീഴായി വെള്ളത്തിൽ പ്രതിഫലിച്ചു. അത് ഒഴുകിപ്പോകുവാൻ ശ്രമിച്ചു. പക്ഷേ വിട്ടുതി കിട്ടാതെ ലോലമായ സ്വർണ്ണബിന്ദുക്കളായി

വെള്ളത്തിൽ ലയിച്ചു. വളച്ചുവാതിലുകളെപ്പോലെ വളഞ്ഞ പാലങ്ങളിൽ കൂടി അദ്ദേഹത്തിന്റെ വണ്ടി കടന്നുപോയി. അടിയിൽ നിന്നോ മറുകര നിന്നോ നോക്കിയാൽ അവ മുന്നോട്ടു ചാടുന്നതിന് മുമ്പ് ഇരുമ്പുമുതുക് വളച്ചു പിടിച്ചു കൊണ്ട് നിൽക്കുന്ന പൂച്ചകളാണെന്ന് തോന്നും. ഓരോ പാലത്തിന്റേയും അടുത്ത് പട്ടാളക്കാർ ഗാട്ടു നിൽക്കുന്നുണ്ടായിരുന്നു. അവർ വട്ടത്തിലിരുന്ന് പുകവലിക്കുകയും ചീട്ടുകളിക്കുകയും നക്ഷത്രങ്ങളെ നോക്കി കോട്ടുവായിടുകയും ചെയ്തു കൊണ്ടിരുന്നു.

ഡോക്ടർ ഗസ്പാർ വണ്ടിയിൽ പൊയ്ക്കൊണ്ടിരുന്നപ്പോൾ ചുറ്റുപാടും നോക്കുകയും ശ്രദ്ധിക്കുകയും ചെയ്തു.

തെരുവുകളിൽ നിന്നും വീടുകളിൽ നിന്നും മദ്യശാലകളിൽ നിന്നും ഉദ്യാനത്തിന്റെ വേലിക്ക് പിന്നിൽ നിന്നും ഒരേ ഗാനത്തിന്റെ ഈരടികൾ ഉയരുന്നത് അദ്ദേഹം കേട്ടു.

പ്രൊസ്പേറൊയെന്നൊരു ഭീകരനവനെ

വാനരനെപ്പോൽ കൂട്ടിലടച്ചു

ചാടിപ്പോകാതിട്ടു പിടലി

ക്കിരുമ്പ് കൊണ്ടൊരു കനത്ത പട്ട.

കുടിച്ചു ലക്കുവിട്ട ഒരു ഡംഭനും ആ പാട്ടു പാടിക്കൊണ്ടിരുന്നു. അയാളുടെ അമ്മായി ആയിടെ മരിച്ചു പോയിരുന്നു. അവർക്ക് ധാരാളം പണവും അതിലും കൂടുതൽ വസൂരിക്കലകളും ഉണ്ടായിരുന്നു. പക്ഷേ ബന്ധുക്കളായി മറ്റാരും ഉണ്ടായിരുന്നില്ല. അങ്ങനെ ഈ ഡംഭൻ അവരുടെ സ്വത്തിന്റെ മുഴുവൻ അവകാശിയായി. അതുകൊണ്ടാണ് സ്വത്തുകാരുടെ ഭരണത്തിനെതിരായി കലാപം നടത്തുന്ന ജനങ്ങളോട് അയാൾക്കിത്ര ദേഷ്യം തോന്നിയത്.

മൃഗപ്രദർശനശാലയിൽ ഒരു വലിയ പ്രഹസനം നടക്കുകയായിരുന്നു. തടികൊണ്ടുള്ള ഒരു സ്റ്റേജിന്റെ മുകളിൽ നിന്നിരുന്ന രോമാവൃതരായ മൂന്ന് തടിച്ച കുരങ്ങന്മാർ മൂന്ന് തടിയാന്മാരാണെന്നാണ് സങ്കല്പം. ഒരു പട്ടി ഒരു വാദ്യോപകരണം വായിച്ചു കൊണ്ടിരുന്നു. പുറത്ത് സ്വർണ്ണം കൊണ്ടുള്ള ഒരു സൂര്യനേയും വയറ്റിൽ ഒരു സ്വർണ്ണനക്ഷത്രത്തേയും തുന്നിപ്പിടിപ്പിച്ച കടുംചുവപ്പ് കുപ്പായം ധരിച്ച ഒരു വിദൂഷകൻ സംഗീതത്തിന്റെ താളമൊപ്പിച്ച് ഒരു കവിത ചൊല്ലി:

പൊണ്ണത്തടിയന്മാരിവർ മൂവർ

തിന്നുകുടിച്ചു മദിക്കും രാപകൽ

നേരം പോകാനാവയർ തങ്ങടെ

തൊന്തികൾ വീർപ്പതു കണ്ടു രസിപ്പൂ.

സൂക്ഷിച്ചോളിൻ തടിയന്മാരേ

ഞങ്ങൾ വരുന്നു, പാവപ്പെട്ടോർ,

നിങ്ങളെ ചെയ്തികളെല്ലാറ്റിന്നും

കണക്ക് തീർക്കും സമയമടുത്തു.

"സമയമടുത്തു," താടിയുള്ള തത്തകൾ നാലുഭാഗത്തും ഇരുന്ന് ചിലച്ചു.

ചെവി പൊട്ടുംവിധമുള്ള ശബ്ദം. കൂടുകളിൽ അടയ്ക്കപ്പെട്ടിരുന്ന ജന്തുക്കൾ കരയ്ക്കുകയും മുറുമുറുക്കയും ചിലയ്ക്കുകയും ചൂളംവിളിക്കുകയും ചെയ്തു.

കുരങ്ങന്മാർ സ്റ്റേജിൽക്കൂടി അങ്ങോട്ടുമിങ്ങോട്ടും ഓടി നടന്നു. അവയുടെ കയ്യേതാണ് കാലേതാണ് എന്ന് തിരിച്ചറിയാൻ പ്രയാസമായിരുന്നു. അവസാനം അവ കൂക്കി വിളിച്ചു കൊണ്ടിരുന്ന കാഴ്ചക്കാരുടെ തലയിലും തോളുകളിലും ചവിട്ടിക്കൊണ്ട് സ്റ്റേജിൽ നിന്ന് താഴെച്ചാടി. കാണികളിൽ ഏറ്റവും കൂടുതൽ തടിച്ചവരാണ് ഏറ്റവും ഉച്ചത്തിൽ വിളിച്ചു കൂകിയത്. കോപം കൊണ്ട് ചുവന്ന മുഖവുമായി അവർ വിദൂഷകന്റെ നേരെ തങ്ങളുടെ തൊപ്പികളും

ച്ചൂരലുകളും എടുത്തെറിഞ്ഞു. ഒരു തടിച്ചി അവരുടെ കുട വിദൂഷക ന്റെ നേർക്ക് ഓങ്ങി. എന്നാൽ മറ്റൊരു സ്ത്രീയുടെ തൊപ്പിയാണ് കുടയിൽ ഉടക്കിയത്.

"ഹോയ് ! ഹോയ്!" ആ സ്ത്രീ ആക്രോശിച്ചു. കാരണം തൊപ്പിയുടെ കൂടെ അവരുടെ കൃത്രിമമുടിയും ഊരിപ്പോയിരുന്നു. കുരങ്ങുകളിലൊരുവൻ ആ സ്ത്രീയെ കടന്നു പോകുന്നതിനിടയിൽ അവരുടെ കഷണ്ടിത്തലക്ക് ഒരു കൊട്ടു കൊടുത്തു. ആ നിമിഷം തന്നെ അവർ ബോധം കെട്ടു വീണു.

"ഹ - ഹ - ഹ !"

"ഹ - ഹ - ഹ !" മറ്റുള്ളവർ എല്ലാവരും ചിരിച്ചു. ഇക്കൂട്ടർ വളരെ മെലിഞ്ഞവരും മോശമായി വസ്ത്രധാരണം ചെയ്തവരുമായിരുന്നു.

"ബലേ ! ഭേഷ് !"

"പിടിക്കവരെ !"

"മൂന്ന് തടിയന്മാർ തുലയട്ടെ!"

"പ്രൊസ്പേറൊ നീണാൾ വാഴട്ടെ! തിബൂൽ നീണാൾ വാഴട്ടെ! ജനങ്ങൾ നീണാൾ വാഴട്ടെ!"

ഈ സമയത്ത് ആരോ ഒരാൾ അതിലൊക്കെ ഉറക്കെ വിളിച്ചു പറഞ്ഞു.

"തീ ! പട്ടണത്തിൽ തീ പിടിച്ചിരിക്കുന്നു.!"

ഉന്തുകയും തള്ളുകയും ബഞ്ചുകൾ മറിച്ചിടുകയും ചെയ്തുകൊണ്ട് എല്ലാവരും പുറത്തേക്കിറങ്ങാനുള്ള വാതിൽക്കലേക്കോടി. മൃഗസൂ ക്ഷിപ്പുകാർ കുരങ്ങന്മാരെ പിടിക്കാൻ ശ്രമിച്ചു.

ഡോക്ടറുടെ വണ്ടിക്കാരൻ തല തിരിച്ച് ചാട്ട ചൂണ്ടിക്കൊണ്ട് പറഞ്ഞു.

"കാവൽക്കാർ തൊഴിലാളികളുടെ വീടുകൾക്ക് തീ വെയ്ക്കുകയാണ്. അഭ്യാസിയായ തിബൂലിനെ പിടിക്കാനുള്ള ശ്രമമാണ്."

തീജ്വാലകളുടെ ചുവപ്പ് പ്രകാശം പട്ടണത്തിലാകെ വ്യാപിച്ചു. ഇരുളടഞ്ഞ വീടുകളിലും അവയുടെ പ്രകാശം പരന്നു.

ഡോക്ടറുടെ വണ്ടി നക്ഷത്രക്കവല എന്നറിയപ്പെടുന്ന പ്രധാന കവലയിൽ എത്തിയപ്പോൾ അവിടെ നിന്ന് മുമ്പോട്ടു പോകാൻ യാതൊരു മാർഗ്ഗവുമില്ലായിരുന്നു. കാരണം മറ്റനേകം വണ്ടികളും കുതിരപ്പുറത്ത് കയറിയ ആളുകളും അവയ്ക്ക് ചുറ്റും നാനാഭാഗത്തു നിന്നും തടിച്ചു കൂടിയ ജനങ്ങളും അവിടെ തിങ്ങിനിന്നിരുന്നു.

"എന്താണിവിടെ നടക്കുന്നത്?" ഡോക്ടർ ചോദിച്ചു.

പക്ഷേ ആരും ഉത്തരം പറഞ്ഞില്ല. എല്ലാവരും കവലയിൽ നടക്കുന്നതെന്താണെന്ന് കാണാൻ കഴുത്ത് നീട്ടി നോക്കിക്കൊണ്ടിരിക്കുകയായിരുന്നു. ഡോക്ടറുടെ വണ്ടിക്കാരൻ ഇരിക്കാനുള്ള പെട്ടിയുടെ മുകളിൽക്കയറി ആ ഭാഗത്തേക്ക് നോക്കിക്കൊണ്ടുനിന്നു.

നക്ഷത്രക്കവലക്ക് ആ പേർ സിദ്ധിച്ചതിങ്ങനെയാണ്. കവല പൊക്കമുള്ള കെട്ടിടങ്ങളാൽ ചുറ്റപ്പെട്ടതും സ്ഫടികം കൊണ്ടുള്ള ഒരു മച്ച് കൊണ്ട് മേൽഭാഗം മൂടിയതുമാണ്. അത് ഒരു വലിയ സർക്കസ്സ് കൂടാരം പോലെയിരുന്നു. സ്ഫടികമച്ചിന്റെ നടുവിൽ, നോക്കിയാൽ ഭയം തോന്നുന്നത്ര ഉയരത്തിൽ ലോകത്തിലെ ഏറ്റവും വലിയ വിളക്ക് സ്ഥാപിച്ചിരുന്നു. കനത്ത കമ്പികളിൽ തൂക്കിയ ബൃഹത്തായ ഒരു സ്ഫടികഗോളമാണ് അത്. അതിനെ ചുറ്റി ഒരു ഇരുമ്പ് തകിടുണ്ട്. അതുകൊണ്ട് അതിന് ശനിഗ്രഹത്തിന്റെ ഛായയുണ്ടായിരുന്നു. ഈ അത്ഭുതദീപത്തിൽ നിന്ന് പ്രസരിക്കുന്ന പ്രകാശം ലോകത്തിലെ മറ്റേതൊരു വിളക്കിന്റേയും പ്രകാശത്തിൽ നിന്ന് വിഭിന്നവും അത്യധികം മനോഹരവും ആയിരുന്നു. അതുകൊണ്ട് നാട്ടുകാർ ഈ വിളക്കിന് “നക്ഷത്രം” എന്ന് പേർ നൽകി. അതിൽ നിന്നും ആ വിളക്കിരുന്ന കവലയ്ക്ക് നക്ഷത്രക്കവല എന്ന് പേർ സിദ്ധിച്ചു.

ആ കവലയിലോ ചുറ്റുമുള്ള ഭവനങ്ങളിലോ അടുത്തുള്ള

തെരുവുകളിലോ മറ്റ് വിളക്കുകൾ ഒന്നും ആവശ്യമില്ലായിരുന്നു. കെട്ടിടങ്ങളുടെ ഓരോ മുക്കിലും മൂലയിലും നക്ഷത്രത്തിന്റെ വെളിച്ചം എത്തി, അവിടെ താമസിക്കുന്നവർക്ക് ഒരിക്കലെങ്കിലും ഒരു വിളക്കോ മെഴുകുതിരിയോ കത്തിക്കേണ്ടി വന്നിട്ടില്ല.

മറ്റു വണ്ടികളുടേയും വണ്ടിക്കാരുടെ തൊപ്പികളുടേയും മുകളിൽക്കൂടി ഡോക്ടറുടെ വണ്ടിക്കാരൻ എത്തിനോക്കി.

"നിങ്ങൾ എന്താണ് കാണുന്നത്? അവിടെ എന്താണ് നടക്കുന്നത്?" ഡോക്ടർ വണ്ടിക്കാരന്റെ പിന്നിൽ നിന്നും പുറത്തേക്ക് എത്തി നോക്കിക്കൊണ്ട് ഉൽക്കണ്ഠയോടെ ചോദിച്ചു. എന്നാൽ ഡോക്ടർ ഗസ്പാർ പൊക്കം കുറഞ്ഞ ഒരാളായിരുന്നു. മാത്രവുമല്ല, അദ്ദേഹത്തിന് ഹ്രസ്വദൃഷ്ടിയുണ്ടായിരുന്നു. കണ്ണടയാണെങ്കിൽ നഷ്ടപ്പെടുകയും ചെയ്തു അതുകൊണ്ട് അദ്ദേഹത്തിന് ഒന്നും കാണാൻ കഴിഞ്ഞില്ല.

വണ്ടിക്കാരൻ കണ്ടതെല്ലാം അദ്ദേഹത്തോട് പറഞ്ഞു. അയാൾ കണ്ടത് ഇതൊക്കെയാണ്.

കവലയിൽ ആകെ ബഹളമായിരുന്നു. വൃത്താകൃതിയിലുള്ള ആ സ്ഥലത്തിന് നെടുകയും കുറുകെയും ആളുകൾ ഓടി നടന്നു. അവിടം മുഴുവൻ ഒരു തൊട്ടിയാട്ടക്കൂടാരം പോലെ കറങ്ങിക്കൊണ്ടിരിക്കുകയാണെന്ന് തോന്നി. മുകളിൽ നടക്കുന്ന കാഴ്ച ശരിക്ക് കാണുവാൻ വേണ്ടി ആളുകൾ അങ്ങോട്ടുമിങ്ങോട്ടും ധൃതിയിൽ നടന്നുകൊണ്ടിരുന്നു.

വലിയ വിളക്ക് സൂര്യനെപ്പോലെ പ്രകാശിച്ചു കൊണ്ടിരുന്നു. വെളിച്ചത്തിന്റെ തീക്ഷ്ണത കൊണ്ട് അവരുടെ കണ്ണുകൾ അടഞ്ഞു പോയി. ആളുകൾ തല പിന്നോട്ട് ചരിച്ച് കൈ കണ്ണുകൾക്ക് മീതെ മറച്ചു പിടിച്ചു.

"അതാ അയാൾ ! അതാ അയാൾ!" അവർ വിളിച്ചു പറഞ്ഞു.

"അവിടെ! അതാ അവിടെ!"

"എവിടെ? എവിടെ?"

"അങ്ങ് മുകളിൽ !"

"തിബൂൽ! തിബൂൽ!"

നൂറുകണക്കിന് കൈകൾ ഇടത് വശത്തേക്ക് ചൂണ്ടിക്കാണിച്ചു. തികച്ചും സാധാരണമട്ടിലുള്ള ഒരു കെട്ടിടത്തിലേക്കാണ് അവർ ചൂണ്ടിക്കാണിച്ചത്. ആ കെട്ടിടത്തിലെ ആറ് നിലകളിലുമുള്ള എല്ലാ ജനാലകളും മലർക്കെ തുറന്നിട്ടിരുന്നു. ഓരോ ജനാലയിൽ കൂടിയും ആളുകൾ തല പുറത്തേക്ക് നീട്ടി നോക്കുന്നുണ്ടായിരുന്നു.

അവ വർണ്ണശബളമായിരുന്നു: ചിലത് തൊങ്ങലുവെച്ച തൊപ്പികൾ കൊണ്ട് അലങ്കരിച്ചിരുന്നു. ചിലത് റോസ് നിറത്തിലുള്ള തൊപ്പികളോടും അവയ്ക്കുള്ളിൽ നിന്ന് ഊർന്ന് വീണു കിടക്കുന്ന ചുവന്ന അളകങ്ങളോടും കൂടിയതായിരുന്നു. മറ്റ് ചിലതാവട്ടെ ടൂവാല കെട്ടിയതായിരുന്നു. ഏറ്റവും മുകളിൽ നിർദ്ധനരായ കവികളും കലാകാരന്മാരും നടീനടന്മാരും താമസിച്ചിരുന്ന മുറികളിൽ നിന്നും ആഹ്ലാദം സ്ഫുരിക്കുന്ന താടി വളർത്താത്ത മുഖങ്ങൾ പുറത്തേക്കെത്തി നോക്കി. പുകയിലയുടെ പുക മേഘപടലം പോലെ അവയെ ആവരണം ചെയ്തിരുന്നു. മേഘം പോലെ തോളിലേക്ക് വീണ് കിടക്കുന്ന സ്വർണ്ണനിറമുള്ള തലമുടിയോടു കൂടിയ സുന്ദരികളായ യുവതികളും അവിടെ ഉണ്ടായിരുന്നു. തുറന്നിട്ട ജനാലകളോടും അവയിൽ പ്രത്യക്ഷപ്പെട്ട വർണ്ണശബളമായ തലകളോടും കൂടിയ ആ കെട്ടിടം നിറപ്പകിട്ടാർന്ന പക്ഷികളെ ഇട്ടിരിക്കുന്ന ഒരു കൂറ്റൻകൂട് പോലെ ഇരുന്നു. തലകളുടെ ഉടമസ്ഥർ മേൽക്കൂരയിൽ നടക്കുന്ന അതിപ്രധാനമായ എന്തോ ഒരു സംഭവം കാണുവാൻ ശ്രമിക്കുകയായിരുന്നു. ഒരാൾ കണ്ണാടി ഇല്ലാതെ സ്വന്തം ചെവി കാണാൻ ശ്രമിക്കും പോലെ വ്യർത്ഥമായിരുന്നു അത്. സ്വന്തം വീടിന്റെ മേൽക്കൂര കാണാൻ ആഗ്രഹിച്ച ഇക്കൂട്ടർ താഴെ നിൽക്കുന്ന ആൾക്കൂട്ടത്തെ അവരുടെ കണ്ണാടിയായി ഉപയോഗിച്ചു. താഴെ നിന്നവർക്ക് എല്ലാം വ്യക്തമായി കാണാമായിരുന്നു. അവർ വിളിച്ചു കൂവുകയും കൈ വീശുകയും ചെയ്തുകൊണ്ടിരുന്നു. ചിലർ സന്തോഷം കൊണ്ട് മതിമറന്നു. മറ്റു ചിലർ രോഷം കൊണ്ട് കത്തിജ്വലിച്ചു.

മേൽക്കൂരയിൽ കൂടി ഒരു ചെറിയ രൂപം നീങ്ങിക്കൊണ്ടിരുന്നു. അത് മേൽക്കൂരയുടെ കുത്തനെയുള്ള ചരിവിൽക്കൂടി വളരെ സാവധാനത്തിൽ, വളരെ സൂക്ഷ്മതയോടെ, ഇറങ്ങിക്കൊണ്ടിരുന്നു. അതിന്റെ ചവുട്ടടിയിൽ ഇരുമ്പിന്റെ മേൽക്കൂര കിലുങ്ങി.

ഞാണിന്മേൽകളിക്കാരൻ കടലാസു കുട കൊണ്ട് ബാലൻസ് പിടിക്കുന്നതു പോലെ ആ ചെറിയ രൂപം കോട്ടു വീശി ബാലൻസു പിടിച്ചു. അത് അഭ്യാസിയായ തീബൂൽ ആയിരുന്നു.

ജനങ്ങൾ ആർത്തു വിളിച്ചു.

"തിബൂൽ, മുമ്പോട്ട്! തിബൂൽ, മുന്നോട്ട്!"

"വിട്ടു കൊടുക്കരുത്! മാമാങ്കദിവസം ഞാണിന്മേൽക്കയറി നടന്നതുപോലെ ഇപ്പോഴും നടന്നു നോക്കൂ!"

അയാൾ വീഴുകയില്ല. ഇന്നാട്ടിലെ ഏറ്റവും മികച്ച അഭ്യാസിയാണയാൾ!"

“തിബൂൽ ഞാണിന്മേൽ അങ്ങോട്ടുമിങ്ങോട്ടും നടക്കുന്നത് ഇന്നാദ്യമായിട്ടല്ല!”

“തിബൂൽ, മുമ്പോട്ട്!”

“ഓട്ടു രക്ഷപ്പെടൂ! പ്രൊസ്പേറൊയെ രക്ഷിക്കൂ!”

മറ്റു ചിലർ രോഷാകുലരായി. അവർ മുഷ്ടി ചുരുട്ടി കാണിച്ചുകൊണ്ട് മുറവിളികൂട്ടി.

“നിനക്ക് രക്ഷയില്ല, വിഡ്ഢിയായ കോമാളി !”

“വഞ്ചകൻ !”

“കലാപകാരി ! നിന്നെ ഒരു മുയലിനെപ്പോലെ വെടിവെച്ച് വീഴ്ത്തും.”

“കരുതിക്കോ ! ആ പുരപ്പുറത്തുനിന്നും നിന്നെ വലിച്ചിറക്കി കഴുമരത്തിലേക്ക് കൊണ്ടു പോകും! നാളെ പത്തു കഴുമരങ്ങൾ തയ്യാറാകും!”

തിബൂൽ അപകടകരമായ ഗമനം തുടർന്നുകൊണ്ടിരുന്നു.

“അയാൾ എവിടെനിന്നാണ് വന്നത് ?” ആളുകൾ അത്ഭുതപ്പെട്ടു. “എങ്ങിനെയാണ് കവലയിലെത്തിയത് ? പുരപ്പുറത്ത് എങ്ങനെ എത്തി ?”

“കാവൽക്കാരുടെ അടുക്കൽ നിന്നും അയാൾ രക്ഷപ്പെട്ടു,” മറ്റു ചിലർ പറഞ്ഞു. “രക്ഷപ്പെട്ട് എവിടെയോ മറഞ്ഞു. പിന്നീടയാൾ പട്ടണത്തിന്റെ പലഭാഗത്തും കാണപ്പെട്ടു. അയാൾ കെട്ടിടങ്ങളുടെ മേൽക്കൂരകൾ വഴിയാണ് സഞ്ചരിച്ചത്. അയാൾക്ക് ഒരു പൂച്ചയുടെ വേഗതയുണ്ട്. അയാളുടെ അഭ്യാസചാതുരി മുഴുവൻ പ്രയോജനപ്പെട്ടു. അതാണ് അയാൾ ഇത്ര പ്രസിദ്ധനായിരിക്കുന്നത്.”

കാവൽക്കാർ കവലയിലെത്തി. കൂടുതൽ വ്യക്തമായി കാണുവാൻ വേണ്ടി ആളുകൾ വശങ്ങളിലുള്ള തെരുവുകളിലേക്ക് ഓടി. തിബൂൽ ഇരുമ്പഴികളിൽ ചവിട്ടിക്കൊണ്ട് കെട്ടിടത്തിന്റെ വക്കിൽ നിന്നു. അയാൾ ഒരു കൈ നീട്ടിപ്പിടിച്ചു. ആ കയ്യിൽ ചുറ്റിയ അയാളുടെ പച്ച കോട്ട് ഒരു പതാകപോലെ കാറ്റിൽ ഇളകിക്കൊണ്ടിരുന്നു.

മഞ്ഞയും കറുപ്പും ചേർന്ന വിദൂഷകവേഷമണിഞ്ഞ് ഈ കോട്ടുമായി അയാൾ മേളകളിലും ചന്തസ്ഥലങ്ങളിലും അനേകം തവണ പ്രത്യക്ഷപ്പെട്ടിട്ടുണ്ട്. ഇപ്പോൾ വളരെ ഉയരത്തിൽ സ്ഫടികമച്ചിന് താഴെ വരയൻ കുപ്പായമണിഞ്ഞ അയാളുടെ മെലിഞ്ഞ ചെറിയ രൂപം ഒരു വീടിന്റെ ഭിത്തിയിൽ കൂടി ഇഴഞ്ഞു കയറിക്കൊണ്ടിരിക്കുന്ന കടന്നലിനെപ്പോലെ ഇരുന്നു. അയാളുടെ പച്ച കോട്ട് കാറ്റിൽ ചലിക്കുമ്പോൾ കടന്നൽ പച്ച ചിറകുകൾ വിടർത്തുകയാണെന്ന് തോന്നി.

"വീണ് നിന്റെ എല്ലൊടിയണമെന്നാണ് എന്റെ ആഗ്രഹം! അവർ നിന്നെ വെടിവെച്ചു വീഴ്ത്തും, നോക്കിക്കോ!" വസൂരിക്കുത്തുള്ള അമ്മായിയുടെ സ്വത്തു മുഴുവൻ ലഭിച്ച കുടിയനായ ഡംഭൻ വിളിച്ചു പറഞ്ഞു.

കാവൽക്കാർ സ്ഥാനങ്ങളിൽ നിലയുറപ്പിച്ചു. അവരുടെ ഓഫീസർ നെറ്റിചുളിച്ചു കൊണ്ട് അങ്ങോട്ടും ഇങ്ങോട്ടും ഓടി നടന്നു. ഒരു വലിയ തോക്ക് അയാളുടെ കൈവശമുണ്ടായിരുന്നു. അയാളുടെ കുതിമുള്ളുകൾക്ക് അസാമാന്യമായ നീളം ഉണ്ടായിരുന്നു.

പെട്ടെന്ന് സർവ്വത്ര നിശ്ശബ്ദത വ്യാപിച്ചു. ഡോക്ടർ കൈ കൊണ്ട് ഹൃദയം അമർത്തിപ്പിടിച്ചു. കാരണം ഇത് തിളച്ചുകൊണ്ടിരിക്കുന്ന വെള്ളത്തിൽ ഇട്ട കോഴിമുട്ട പോലെ തുള്ളിക്കൊണ്ടിരുന്നു.

തിബൂൽ മേൽക്കൂരയുടെ അറ്റത്ത് ഒരു നിമിഷം നിന്നു. അയാൾക്ക് കവലയുടെ മറുവശത്തെത്തണം. എന്നാൽ തൊഴിലാളികളുടെ താമസസ്ഥലത്ത് അഭയം പ്രാപിക്കാം.

ഓഫീസർ കവലയുടെ നടുക്ക് നീലയും മഞ്ഞയും പൂക്കൾ വിരിഞ്ഞു നിൽക്കുന്ന ഒരു പൂക്കളത്തിൽ നിന്നു. അതിനടുത്ത് ഒരു പൊയ്കയും വൃത്താകൃതിയിലുള്ള ഒരു കൽത്തൊട്ടിയിൽ നിന്ന് ചിതറിവീഴുന്ന ജലധാരയും ഉണ്ടായിരുന്നു.

"വരട്ടെ !" ഓഫീസർ പട്ടാളക്കാരോട് പറഞ്ഞു. "ഞാൻ തന്നെ അവനെ വെടിവെച്ചു വീഴ്ത്താം. റെജിമെന്റിലെ ഏറ്റവും നല്ല വെടിക്കാരൻ ഞാനാണ്. വെടി വെയ്ക്കേണ്ടത് എങ്ങനെയാണെന്ന് ഞാനിപ്പോൾ കാണിച്ചു തരാം. നോക്കീൻ!"

കവലയ്ക്കു ചുറ്റും ഒൻപത് വീടുകളുണ്ട്. അവയിൽ ഓരോന്നിൽ നിന്നും ഓരോ ഉരുക്കുകമ്പി സ്ഫടികമച്ചിന്റെ മദ്ധ്യത്തിലേക്ക് പോകുന്നുണ്ട്. ഈ കമ്പികൾ നക്ഷത്രത്തെ താങ്ങി നിർത്തുന്നു. നക്ഷത്രത്തിന്റെ അത്ഭുതജ്വാലയിൽ നിന്ന് കറുത്ത് നീണ്ട ഒൻപത്

കിരണങ്ങൾ കവലയിലേക്ക് നീണ്ടു കിടക്കുകയാണെന്ന് തോന്നി.

ആ സമയത്ത് തിബൂലിന്റെ ആലോചന എന്തായിരുന്നു എന്ന് ആർക്കറിയാം ? അയാൾ ഇങ്ങനെ സ്വയം പറഞ്ഞു കാണും: "ഈ കമ്പിയിൽക്കൂടി ഞാൻ മറുവശത്ത് എത്തും, മേളദിവസം കയറിൽക്കൂടി നടന്നതുപോലെ. ഞാൻ വീഴുകയില്ല. ഈ കമ്പി വിളക്കിനെ ഘടിപ്പിച്ചിരിക്കുന്നു. മറ്റൊന്ന് വിളക്കിൽ നിന്ന് മറുവശത്തുള്ള കെട്ടിടത്തിലേക്ക് ബന്ധിച്ചിരിക്കുന്നു. ഈ രണ്ട് കമ്പികളിലും കൂടി നടന്നാൽ സുരക്ഷിതമായി മറുവശത്തെത്താം."

ഓഫീസർ തോക്കുയർത്തി ഉന്നം പിടിച്ചു. തിബൂൽ മേൽക്കൂരയുടെ അറ്റത്തു കൂടി നടന്ന് കമ്പി തുടങ്ങുന്നിടത്തെത്തി.; അയാൾ കമ്പിയിൽ കയറി അതിൽക്കൂടി വിളക്കിന് നേരെ നടന്നു തുടങ്ങി.

ജനങ്ങൾ വീർപ്പടക്കി നിന്നു.

അയാൾ ആദ്യം വളരെ സാവധാനം നടക്കും. പിന്നീട് ഏതാണ്ട് ഓടുന്നത്ര വേഗത്തിൽ ഏതാനും അടികൾ ധൃതിയിൽ മുമ്പോട്ടു വെയ്ക്കും. വളരെ സൂക്ഷിച്ചും ഇരുവശങ്ങളിലേക്കും നീട്ടിയ കൈകൾ കൊണ്ട് ബാലൻസു പിടിച്ചും ആയിരുന്നു അയാൾ ഇപ്രകാരം ചെയ്തത്. അയാൾ ഏത് നിമിഷവും താഴെ വീഴുമെന്ന് കാണികൾക്ക് തോന്നി. ചുമരിൽ അയാളുടെ നിഴൽ വീണു. അയാൾ വിളക്കിനോടടുക്കും തോറും നിഴലിന്റെ വലിപ്പം കൂടുകയും നിറം മങ്ങുകയും അത് ചുവരിൽ കൂടി താഴോട്ട് ഊർന്നിറങ്ങുകയും ചെയ്തു കൊണ്ടിരുന്നു.

അവിടെ നിന്ന് താഴോട്ടുള്ള വീഴ്ച ഭയങ്കരമായിരിക്കും.

അയാൾ കമ്പിയുടെ നടുക്കെത്തിയപ്പോൾ ഓഫീസറുടെ ശബ്ദം മുഴങ്ങി: "ഞാൻ വെടിവെയ്ക്കാൻ പോവുകയാണ്! അവൻ നേരെ ഈ പൊയ്കയിലേക്ക് വീഴും ! ഒന്ന് ! രണ്ട് ! മൂന്ന്!"

വലിയ ഒരു ശബ്ദം കേട്ടു.

തിബൂൽ കമ്പിയിൽ കൂടിയുള്ള അയാളുടെ യാത്ര തുടർന്നുകൊണ്ടിരുന്നു. എന്നാൽ ഏതോ വിചിത്രമായ കാരണത്താൽ ഓഫീസർ പൊയ്കയിലേക്ക് മറിഞ്ഞു.

അയാൾക്ക് വെടിയേറ്റിരുന്നു.

കാവൽ ഭടന്മാരിൽ ഒരാൾ പുകവമിക്കുന്ന ഒരു കൈത്തോക്ക് പിടിച്ചിരുന്നു. അയാളാണ് ഓഫീസറെ വെടിവെച്ചു കൊന്നത്.

"എടാ നായേ!" ആ കാവൽക്കാരൻ പറഞ്ഞു. "നീ ഒരു ജനസ്നേഹിയെ കൊല്ലാനാശിച്ചു. എന്നാൽ ഞാൻ തക്ക സമയത്ത് നിന്നെ തടഞ്ഞു. ജനങ്ങൾ നീണാൾ വാഴട്ടെ!"

“ജനങ്ങൾ നീണാൾ വാഴട്ടെ!” മറ്റു കാവൽക്കാരും വിളിച്ചു പറഞ്ഞു.

“മൂന്നു തടിയന്മാർ നീണാൾ വാഴട്ടെ!” എന്ന് വിളിച്ചു പറഞ്ഞു കൊണ്ട് ജനങ്ങളും ശത്രുക്കളും എല്ലാ വശത്തു നിന്നും തിബൂലിന്റെ നേരെ വെടിവെച്ചു തുടങ്ങി.

വെറും രണ്ടു ചുവടുകൾ കൂടി വെച്ചാൽ അയാൾ വിളക്കിന്റെയടുത്തെത്തും. കണ്ണഞ്ചിക്കുന്ന പ്രകാശത്തെ തടയുവാൻ അയാൾ കോട്ട് വീശിക്കൊണ്ടിരുന്നു. വെടിയുണ്ടകൾ അയാളുടെ അടുത്തുക്കൂടി ചീറിപ്പാഞ്ഞുപോയി. താഴെ നിന്ന ജനക്കൂട്ടം ഹർഷാരവം മുഴക്കി.

ഠോ! ‘ഠോ !

“ഉന്നം തെറ്റി!”

“സബാഷ് ! അവർക്ക് ഉന്നം പിഴച്ചു!”

വിളക്കിന്റെ ഇരുമ്പുവളയത്തിലേക്ക് തിബൂൽ കയറി.

“നോക്കിക്കോ!” അയാളുടെ ശത്രുക്കൾ ഭീഷണിപ്പെടുത്തി. അവൻ മറുവശത്തേക്ക് കടക്കും. മറ്റേക്കമ്പിയിൽ കൂടി നടക്കുമ്പോൾ ഞങ്ങൾ അവനെ ശരിയാക്കും.”

പെട്ടെന്ന് തികച്ചും അപ്രതീക്ഷിതമായ ഒന്ന് സംഭവിച്ചു. വിളക്കിന്റെ ശക്തിയായ പ്രകാശത്തിൽ കറുപ്പാണെന്ന് തോന്നിച്ച വരയൻ കുപ്പായമണിഞ്ഞ ആ രൂപം ഇരുമ്പു വളയത്തിന്മേൽ കുനിഞ്ഞിരുന്ന് ഒരു കമ്പി പിടിച്ചു വലിച്ചു. ലോഹത്തകിടുകൾ കൂട്ടിമുട്ടുന്ന ശബ്ദം, ഒരു മുഴക്കം. അതാ വിളക്ക് അണഞ്ഞു കഴിഞ്ഞു. എല്ലാവരും അത്ഭുതസ്തബ്ധരായി. കവല ഒരു ഇരുമ്പ് പെട്ടിയുടെ അകം പോലെ നിശ്ചലവും അന്ധകാരമയവും ആയി.

അടുത്ത നിമിഷം തന്നെ വളരെ ഉയരത്തിൽ മണിമുഴക്കം പോലുള്ള ഒരു ശബ്ദം കേട്ടു. ഇരുൾ മൂടിയ മച്ചിൽ ഒരു ചെറിയ പ്രകാശവലയം പ്രത്യക്ഷപ്പെട്ടു. ആകാശത്തിന്റെ ഒരു കീറും അതിൽ രണ്ട് നക്ഷത്രങ്ങൾ മിന്നിത്തിളങ്ങുന്നതും എല്ലാവരും കണ്ടു. ഒരു കറുത്ത രൂപം ആ വാതിലിൽ കൂടി കയറി. സ്ഫടികമച്ചിന്റെ മുകളിൽ കൂടി ഓടിപ്പോകുന്ന കാലടികളുടെ ശബ്ദം കേട്ടു.

അഭ്യാസിയായ തിബൂൽ രക്ഷപ്പെട്ടു.

വെടിവെക്കുന്ന ശബ്ദം കൊണ്ടും പെട്ടെന്നുണ്ടായ ഇരുട്ടു കൊണ്ടും കുതിരകൾ വെകിളി പിടിച്ചു. ഡോക്ടറുടെ വണ്ടി മറിയാൻ ഭാവിച്ചു. വണ്ടിക്കാരൻ കുതിരകളുടെ കടിഞ്ഞാൺ വലിച്ച് മറ്റൊരു റോഡിലേക്ക് തിരിഞ്ഞു.

അങ്ങനെ വളരെ അസാധാരണമായ ഒരു പകലും ഒരു

സായംസന്ധ്യയും പിന്നിട്ട ഡോക്ടർ അവസാനം വീട്ടിലെത്തി. ഡോക്ടറുടെ വീട്ടുകാര്യങ്ങൾ നോക്കുന്ന ഗനിമേദ് അമ്മായി ഉമ്മറത്ത് തന്നെ നില്പുണ്ടായിരുന്നു. ഡോക്ടർ വരാൻ ഇത്ര വൈകിയത് കൊണ്ട് സ്വാഭാവികമായും അവർ വളരെ ഉത്കണ്ഠാകുലയായിരുന്നു. അവർ കൈകൾ കൂട്ടിത്തിരുമ്മുകയും നാക്കു കൊണ്ട് ശബ്ദമുണ്ടാക്കുകയും തലകുലുക്കുകയും ചെയ്തു.

"നിങ്ങളുടെ കണ്ണട എവിടെ ? പൊട്ടിച്ചോ ? ഹാ, ഡോക്ടർ ! ഹോ, ഡോക്ടർ ! കോട്ടെവിടെ? അത് കളഞ്ഞുപോയോ? ഛേ, ഛേ!"

"ഗനിമേദ് അമ്മായീ, എന്റെ ചെരുപ്പുകളുടെ പിൻഭാഗവും നഷ്ടപ്പെട്ടിരിക്കുന്നു."

"മഹാമോശം !"

"അതിലുമൊക്കെ മോശപ്പെട്ട സംഗതികളാണ് ഇന്ന് നടന്നത്. തോക്കുണ്ടാക്കുന്ന പ്രൊസ്പേറൊയെ കാവൽക്കാർ പിടിച്ചു. അയാളെ ഒരു ഇരുമ്പുകൂട്ടിൽ അടച്ചിരിക്കുകയാണ്."

അന്ന് പകൽ നടന്ന സംഭവങ്ങളെക്കുറിച്ച് ഗനിമേദ് അമ്മായിക്ക് യാതൊരു പിടിയും ഉണ്ടായിരുന്നില്ല. അവർ പീരങ്കിയുടെ ശബ്ദം കേൾക്കുകയും കെട്ടിടങ്ങളുടെ മുകളിൽ ചുവന്ന പ്രകാശം പരന്നത് കാണുകയും ചെയ്തു. കച്ചേരിക്കവലയിൽ കലാപകാരികളെ വധിക്കാൻ വേണ്ടി നൂറ് ആശാരിമാർ കഴുമരങ്ങൾ പണിയുന്നുണ്ടെന്ന് ഒരയൽക്കാരി പറഞ്ഞ് അവരറിഞ്ഞു.

"ഞാൻ വല്ലാതെ ഭയന്നു പോയി. കതകുകളച്ച് കുറ്റിയിട്ട് അകത്തു തന്നെയിരിക്കാൻ തീരുമാനിച്ചു. ഞാൻ പകൽ മുഴുവൻ നിങ്ങളേയും കാത്തിരുന്നു. എനിക്ക് മനക്ലേശം തോന്നി. നിങ്ങളുടെ ഉച്ചഭക്ഷണം ഇരുന്നു തണുത്തു. അത്താഴവും തണുത്തു. " അവർ പറഞ്ഞു.

രാത്രി അവസാനിക്കാമായിരുന്നു. ഡോക്ടർ ഗസ്പാർ ഉറങ്ങാനുള്ള ഒരുക്കങ്ങൾ ചെയ്തു.

അദ്ദേഹം പഠിച്ചിട്ടുള്ള നൂറ് ശാസ്ത്രങ്ങളിൽ ഒന്ന് ചരിത്രമായിരുന്നു. തുകൽ ബയന്റിട്ട ഒരു തടിച്ച നോട്ട്ബുക്ക് അദ്ദേഹത്തിനുണ്ടായിരുന്നു. പ്രധാന സംഭവങ്ങളെക്കുറിച്ചുള്ള തന്റെ ചിന്തകൾ അദ്ദേഹം അതിൽ പകർത്തിയിരുന്നു.

"എല്ലാം ചിട്ടയായി സൂക്ഷിക്കണം," ഡോക്ടർ ഒരു വിരലുയർത്തി പറഞ്ഞു. അതുകൊണ്ട് വളരെ ക്ഷീണിച്ചിരുന്നെങ്കിലും അദ്ദേഹം മേശക്കരികിലേക്ക് ഒരു കസേര വലിച്ചിട്ട്, തുകൽ ബയന്റിട്ട പുസ്തകം തുറന്ന് എഴുതിത്തുടങ്ങി:

"തൊഴിലാളികളും ഖനിത്തൊഴിലാളികളും നാവികരും

പട്ടണത്തിലെ പാവപ്പെട്ട എല്ലാ അദ്ധ്വാനിക്കുന്ന ജനങ്ങളും മൂന്ന് തടിയന്മാർക്കെതിരായി ഉണർന്നെഴുന്നേറ്റു. കാവൽപട്ടാളക്കാർ അവരെ പരാജയപ്പെടുത്തി. തോക്കുണ്ടാക്കുന്ന പ്രൊസ്പേറോയെ അവർ പിടിച്ചു. എന്നാൽ അഭ്യാസിയായ തിബൂൽ രക്ഷപ്പെട്ടു. നക്ഷത്രക്കവലയിൽ ഒരു പട്ടാളക്കാരൻ തന്റെ ഓഫീസറെ വെടിവെച്ചു കൊന്നു. അതിനർത്ഥം താമസിയാതെ പട്ടാളക്കാർ ജനങ്ങൾക്കെതിരായ മൂന്ന് തടിയന്മാരെ രക്ഷിക്കാൻ വിസമ്മതിക്കുമെന്നാണ്. എന്നാൽ തിബൂലിന്റെ കാര്യത്തിൽ ഞാൻ ഉത്കണ്ഠാകുലനാണ്."

ഈ സമയത്ത് ഡോക്ടറുടെ പിന്നിൽ എന്തോ ഉരയുന്ന ശബ്ദം കേട്ടു. അദ്ദേഹം തിരിഞ്ഞ് ചിമ്മിനിയുടെ നേരെ നോക്കി. പച്ച കോട്ട് ധരിച്ച ഒരു ഉയരം കൂടിയ മനുഷ്യൻ ചിമ്മിനിയിലൂടെ ഊർന്നിറങ്ങി മുറിയിൽ പ്രവേശിച്ചു. അത് അഭ്യാസിയായ തിബൂൽ ആയിരുന്നു.

രണ്ടാം ഭാഗം

അനന്തരാവകാശിയായ ഉത്തിയുടെ പാവ

അദ്ധ്യായം - നാല്

ബലൂൺ വില്പനക്കാരന്റെ അത്ഭുതപരാക്രമങ്ങൾ

പിറ്റേന്ന് കച്ചേരിക്കവലയിൽ ജോലി തകൃതിയായി നടന്നു. ആശാരിമാർ പത്ത് കഴുമരങ്ങൾ പണിയുകയായിരുന്നു. സായുധരായ ഒരു ഡസൻ കാവൽഭടന്മാർ അവരുടെ മേൽനോട്ടം വഹിച്ചു. ആശാരിമാർക്ക് ജോലിയിൽ താല്പര്യമില്ലാത്തതുപോലെ തോന്നി.

"തൊഴിലാളികളെ തൂക്കിലേറ്റാൻ വേണ്ടി കഴുമരങ്ങൾ പണിയുവാൻ ഞങ്ങൾക്കിഷ്ടമില്ല." അവർ പറഞ്ഞു.

"അവർ ഞങ്ങളുടെ സഹോദരന്മാരാണ്."

"അദ്ധ്വാനിക്കുന്ന എല്ലാ ജനങ്ങളുടേയും മോചനത്തിനുവേണ്ടി അവർ മരണം വരിക്കാൻ തയ്യാറായി!"

"സംസാരം നിർത്ത്!" വളരെ ഉറക്കെ കാവൽക്കാരുടെ തലവൻ വിളിച്ചു പറഞ്ഞു. അയാളുടെ ശബ്ദത്തിന്റെ ഉഗ്രത കൊണ്ട് ചുവരിൽ ചാരിവച്ചിരുന്ന തടിക്കഷ്ണങ്ങൾ മറിഞ്ഞു വീണു. "സംസാരം നിർത്ത്!

അല്ലെങ്കിൽ ഞാൻ ചാട്ടവാറുകൊണ്ട് അടിപ്പിക്കും!"

അതിരാവിലെ മുതൽ കച്ചേരിക്കവലയിലേക്ക് ആളുകൾ പ്രവഹിച്ചു കൊണ്ടിരുന്നു.

പൊടിപടലം ഉയർത്തിക്കൊണ്ട് ഒരു ശക്തിയായ കാറ്റു വീശി. അതിൽപ്പെട്ട് കടകളുടെ ബോർഡുകൾ അങ്ങോട്ടുമിങ്ങോട്ടും ആടിക്കൊണ്ടിരുന്നു. തൊപ്പികൾ കാറ്റിൽ പറന്ന് വണ്ടിച്ചക്രങ്ങൾക്കടിയിൽപ്പെട്ടു.

ഒരു സ്ഥലത്ത് കാറ്റ് അതിവിചിത്രമായ ഒരു പ്രവൃത്തി ചെയ്തു. ബലൂൺ വിറ്റുകൊണ്ടിരുന്ന ഒരാളെ അത് പറത്തിക്കൊണ്ടുപോയി!

"സബാഷ് ! സബാഷ് !" അയാൾ പറന്നു പോകുന്നതു കണ്ട് കുട്ടികൾ ആർത്തു വിളിച്ചു.

ആ കാഴ്ച കാണാൻ വളരെ രസമുള്ളതായതു കൊണ്ടും അയാൾ ഇങ്ങനെയൊരു സ്ഥിതിയിലകപ്പെട്ടതുകൊണ്ടും കുട്ടികൾ കൈകൊട്ടി. ബലൂൺ വില്പനക്കാരനോട് കുട്ടികൾക്ക് എപ്പോഴും അസൂയ തോന്നിയിരുന്നു. അസൂയ നല്ലതല്ല എന്നവർക്കറിയാം. പക്ഷേ അതിനെ അകറ്റാൻ അവർക്ക് കഴിഞ്ഞില്ല. ചുവപ്പും നീലയും മഞ്ഞയും ബലൂണുകൾ അത്ര മനോഹരങ്ങളായിരുന്നു. അതിലൊരെണ്ണം കിട്ടണമെന്ന് ഓരോ കുട്ടിയും ആഗ്രഹിച്ചു. ബലൂൺ വില്പനക്കാരന്റെ കൈവശം ഒരു കെട്ട് ബലൂൺ എപ്പോഴും കാണും. പക്ഷേ അത്ഭുതങ്ങൾ ഒരിക്കലും സംഭവിക്കാറില്ല. ഏറ്റവും വൃത്തിയായി നടക്കുന്ന പെൺകുട്ടിക്കോ ഏറ്റവും അനുസരണ കാണിക്കുന്ന ആൺകുട്ടിക്കോ അയാൾ ഒരു പ്രാവശ്യമെങ്കിലും ഒരു ബലൂൺ സൗജന്യമായി കൊടുത്തിട്ടില്ല. ചുവന്നതോ നീലയോ മഞ്ഞയോ ഒന്നും തന്നെ കൊടുത്തിട്ടില്ല.

ഒരു അല്പനായതിനുള്ള ശിക്ഷ അയാൾക്കിപ്പോഴാണ് കിട്ടിയത്. ജീവനു വേണ്ടി ബലൂണുകളുടെ ചരടിൽ മുറുകെ പിടിച്ചു കൊണ്ട് പട്ടണത്തിന് മുകളിൽ കൂടി അയാൾ പറന്നു നടന്നു. നീലാകാശത്തിൽ ഉയർന്നു പറക്കുന്ന മന്ത്രശക്തിയുള്ള ഒരു മുന്തിരിക്കുല പോലെ ബലൂണുകൾ കാണപ്പെട്ടു.

"രക്ഷിക്കണേ!" സഹായത്തിനാരും എത്തുമെന്ന് പ്രതീക്ഷയില്ലായിരുന്നെങ്കിലും ഇങ്ങനെ വിളിച്ചു പറഞ്ഞു കൊണ്ട് അയാൾ കാലിട്ടടിച്ചു.

അയാൾ ഒരു ജോടി വള്ളിച്ചെരുപ്പുകൾ ധരിച്ചിരുന്നു. അവ അയാളുടെ കാലിനേക്കാൾ വളരെ വലുതായിരുന്നു. കാല് നിലത്തായിരുന്നപ്പോൾ അതുകൊണ്ട് തകരാറൊന്നും ഉണ്ടായിരുന്നില്ല.

ചെരിപ്പുകൾ ഊരിപ്പോവാതിരിക്കുവാൻ വേണ്ടി ഒരു മടിയനെ പോലെ കാലുകൾ ഉരച്ചാണ് അയാൾ നടക്കാറ്. എന്നാൽ ഇപ്പോൾ വായുവിൽ പൊങ്ങിക്കിടക്കുന്ന അയാൾക്ക് ശൂന്യതയിൽ കാലുരച്ച് കൊണ്ടു നടക്കാൻ സാദ്ധ്യമല്ലല്ലോ.

"നാശം !" അയാൾ മുറുമുറുത്തു.

കാറ്റിൽപ്പെട്ട് ബലൂൺ കൂട്ടം അങ്ങോട്ടും ഇങ്ങോട്ടും പറന്നു നടന്നു. ഒരു ചെരുപ്പ് താഴെ വീണു.

"നോക്ക്! ഒരു കപ്പലണ്ടി! ഒരു കപ്പലണ്ടി!" കുട്ടികൾ താഴെ നിന്ന് വിളിച്ചു പറഞ്ഞു.

ഭൂമിയിലേക്ക് വീണു കൊണ്ടിരുന്ന ചെരിപ്പ് വാസ്തവത്തിൽ ഒരു കപ്പലണ്ടി പോലെയിരുന്നു.

ആ സമയത്ത് ഒരു നൃത്താദ്ധ്യാപകൻ ആ വഴി കടന്നു പോയി. ആൾ നല്ല യോഗ്യനായിരുന്നു. നല്ല പൊക്കമുണ്ട്. നീണ്ടു മെലിഞ്ഞ കാലുകളും ചെറിയ തലയും ഒക്കെ കൂടി അയാൾക്ക് ഒരു വയളിന്റേയോ അല്ലെങ്കിൽ ഒരു പച്ചക്കുതിരയുടേയോ ഛായ തോന്നിച്ചു.

പുല്ലാങ്കുഴലിന്റെ ശോകമധുരമായ നാദവും നർത്തകരുടെ മൃദുഭാഷണങ്ങളും മാത്രം കേട്ടു പരിചയിച്ച അയാളുടെ മൃദുലമായ കർണ്ണപുടങ്ങൾക്ക് കുട്ടികളുടെ ആഹ്ലാദം നിറഞ്ഞ കൂക്കിവിളികൾ അസഹ്യമായിത്തോന്നി.

"ഇങ്ങനെ കിടന്നു വിളിക്കല്ലേ !" അയാൾ ദേഷ്യത്തോടെ കുട്ടികളോട് പറഞ്ഞു. " ഇത്ര ഉറക്കെ ഒരിക്കലും വിളിച്ചു കൂവാൻ പാടില്ല! നിങ്ങൾക്ക് ആഹ്ലാദം പ്രകടിപ്പിക്കണമെന്നുണ്ടെങ്കിൽ മനോഹരവും ശ്രുതിമധുരവുമായ വാക്കുകൾ കൊണ്ട് വേണം അത് സാധിക്കാൻ ഞാൻ പറയുന്നത് കേൾക്കു...."

അയാൾ നൃത്തത്തിലെ ഒരു ഭാവം കാണിച്ചു. പക്ഷേ പറയേണ്ട വാക്കുകൾ ഏതാണെന്ന് തീരുമാനിക്കാൻ അയാൾക്ക് സമയം കിട്ടിയില്ല. കാരണം എല്ലാ നൃത്താദ്ധ്യാപകന്മാരേയും പോലെ അയാളും എപ്പോഴും തറയിലും ആളുകളുടെ കാലുകളിലും നോക്കി നടക്കുകയാണ് പതിവ്. ഹാ കഷ്ടം! മുകളിൽ നടക്കുന്നത് എന്താണെന്ന് അയാൾ അറിഞ്ഞില്ല.

ബലൂൺകാരന്റെ ചെരുപ്പ് നേരെ വന്നു വീണത് അയാളുടെ തലയിലാണ്. അയാളുടെ തല വളരെ ചെറുതായിരുന്നതുകൊണ്ട് ആ വലിയ ചെരുപ്പ് ഒരു തൊപ്പി പോലെ അയാളുടെ തലയിൽ പിടിച്ചിരുന്നു.

യോഗ്യനായ നൃത്താധ്യാപകൻ അപ്പോൾ ഒരു പശുവിനെപ്പോലെ

അമറി. ചെരുപ്പ് അയാളുടെ മുഖത്തിന്റെ പകുതി വരെ മറച്ചിരുന്നു.

കുട്ടികൾ ചിരിച്ചു തകർത്തു.

"ഹ - ഹ - ഹ ! ഹ - ഹ - ഹ !"

~ഒരു മതിലിനു മുകളിൽ ഏത് നിമിഷവും അപ്പുറത്തേക്ക് ചാടി ഓടാൻ തയ്യാറായി ഇരുന്നു കൊണ്ട് അവർ ഇങ്ങനെ പാടി:

ആട്ടം പഠിപ്പിക്കും വൺ-ടു-ത്രീ

മേലോട്ടു നോക്കാത്ത വൺ-ടു-ത്രീ

തെറ്റും ശരിയുമറിയില്ല.

ചീവിടിന്നൊച്ചയും നീണ്ട മൂക്കും.

എന്തൊരു തൊപ്പിയിതമ്പമ്പോ

മണ്ടയിൽ കണ്ടോ പഴഞ്ചെരിപ്പ്!

"ഓ !" നൃത്താദ്ധ്യാപകൻ സങ്കടത്തോടെ പറഞ്ഞു. "ഇതെന്തു ഭയങ്കരമാണ്! ഈ വൃത്തികെട്ട പഴഞ്ചൻ ചെരുപ്പിന് പകരം നൃത്ത സമയത്തിടുന്ന സുന്ദരമായ ഒരു പാദുകമായിരുന്നെങ്കിൽ സഹിക്കാമായിരുന്നു.!"

അവസാനം നൃത്താദ്ധ്യാപകൻ അറസ്റ്റു ചെയ്യപ്പെട്ടു.

"നല്ലവനായ മനുഷ്യാ," പോലീസുകാരൻ പറഞ്ഞു. "തന്റെ വേഷം അപഹാസ്യമാണ്.. താൻ സമാധാനം ഭഞ്ജിക്കുകയാണ്. അത് ഒരിക്കലും ചെയ്യാൻ പാടില്ലാത്തതാണ്, പ്രത്യേകിച്ചും ഇപ്പോഴത്തേതുപ്പോലെ കുഴപ്പം പിടിച്ച സമയത്ത്."

നൃത്താദ്ധ്യാപകൻ കൈവിരലുകൾ ഞെരിച്ചു.

"ഇതൊക്കെ വെറും നുണയാണ്!" അയാൾ കരഞ്ഞു. "എന്തൊരു തെറ്റിദ്ധാരണ! യുഗ്മനൃത്തങ്ങളുടെയും മധുമന്ദഹാസങ്ങളുടെയും ഇടയിൽ മാത്രം കഴിഞ്ഞിട്ടുള്ള ഞാൻ, കുസുമകോമളനായ ഞാൻ, എങ്ങനെയാണ് സമാധാനഭഞ്ജനം നടത്തുന്നത് ? ഹൗ ഹൗ........"

നൃത്താദ്ധ്യാപകന് അന്ന് പിന്നെ എന്തു സംഭവിച്ചു വെന്ന് ആർക്കും അറിഞ്ഞു കൂടാ. നമ്മുടെ കഥയിൽ അതിന് വലിയ പ്രാധാന്യമൊന്നും ഇല്ലതാനും.

പറന്നു നടക്കുന്ന ബലൂൺകാരന് എന്തു സംഭവിച്ചുവെന്നതാണ് നമുക്ക് പ്രധാനം. ഒരപ്പൂപ്പൻ താടി പോലെ അതാ അയാൾ പറന്നു നടക്കുന്നു.

"ഇത് കഷ്ടം തന്നെ!" അയാൾ മോങ്ങി. "എനിക്ക് പറക്കേണ്ട! എനിക്ക് പറക്കാനും അറിഞ്ഞു കൂടാ!"

അതുകൊണ്ടൊരു പ്രയോജനവും ഉണ്ടായില്ല. കാറ്റിന്റെ ശക്തി കൂടി. അത് ബലൂണുകളെ കൂടുതൽ കൂടുതൽ ഉയരത്തിൽ പറത്തി. പട്ടണത്തിന്റെ മുകളിൽ കൂടി മൂന്ന് തടിയന്മാരുടെ കൊട്ടാരത്തിന് നേരെ അവ പറന്നു.

ഇടയ്ക്കിടെ ബലൂൺകാരന് താഴെയുള്ള കാര്യങ്ങൾ ഒരു നിമിഷ നേരത്തേക്ക് കാണാൻ സാധിക്കും. മേൽക്കൂരകളും വൃത്തികെട്ട ഓടുകളും കെട്ടിടങ്ങളും വീതി കുറഞ്ഞ നീലനാട പോലെ കിടക്കുന്ന വെള്ളവും ചെറിയ മനുഷ്യരൂപങ്ങളും പച്ച പൊട്ടുകൾ പോലെ അവിടെവിടെ പ്രത്യക്ഷപ്പെടുന്ന ഉദ്യാനങ്ങളും അയാൾ കണ്ടു. താഴെ പട്ടണം മുഴുവൻ കറങ്ങിക്കൊണ്ടിരിക്കുകയാണെന്ന് അയാൾക്ക് തോന്നി.

സംഗതികൾ വളരെ മോശമാണെന്ന് അയാൾക്ക് മനസ്സിലായി.

"ഈ മാർഗ്ഗത്തിൽ കൂടി തുടരുകയാണെങ്കിൽ ഞാൻ നേരെ മൂന്ന് തടിയന്മാരുടെ ഉദ്യാനത്തിലായിരിക്കും ചെന്നു വീഴുക!" അക്കാര്യം വിചാരിച്ചപ്പോഴേക്കും അയാൾ കിടുകിടെ വിറച്ചു തുടങ്ങി.

അടുത്ത നിമിഷം തന്നെ അയാൾ വായുവിൽ കൂടി മന്ദം മന്ദം ഒഴുകി ഉദ്യാനത്തിന്റെ മുകളിലായി. അയാൾ അല്പാല്പം താഴ്ന്നു തുടങ്ങി. കാറ്റിന്റെ ശക്തി കുറഞ്ഞിരുന്നു.

"ഏത് നിമിഷവും ഞാൻ തറയിലെത്തിയേക്കാം. അവർ എന്നെ പിടിച്ച് അടിക്കും, എന്നിട്ട് ജയിലിലിലേടയ്ക്കും. ഒരുപക്ഷേ അവർ എന്റെ തല അപ്പോൾത്തന്നെ അരിഞ്ഞു കളയും. കാരണം പിന്നെ എന്റെ കാര്യം ആലോചിക്കേണ്ടല്ലോ."

ഒരു മരത്തിന്റെ മുകളിൽ നിന്ന് പേടിച്ച് പറന്നു പോയ ഒരു കൂട്ടം പക്ഷികളല്ലാതെ മറ്റാരും അയാളെ കണ്ടില്ല. വായുവിൽ ഒഴുകിക്കൊണ്ടിരുന്ന ബലൂണുകൾ ഒരു മേഘം പോലെ മങ്ങിയ നിഴൽ സൃഷ്ടിച്ചു. മണൽ വിരിച്ച പാതയും കടന്ന് പൂക്കളത്തിന് മുകളിൽ കൂടി വാത്തയുടെ പുറത്ത് കയറിരിക്കുന്ന ബാലന്റെ പ്രതിമയേയും ഉറങ്ങിപ്പോയ പാറാവുകാരനേയും തഴുകിക്കടന്നുപോയ ഈ നിഴൽ ഒരു മഴവില്ലു പോലെ വർണ്ണശബളമായിരുന്നു. പാറാവുകാരന്റെ മുഖത്ത് ഈ നിഴൽ പതിച്ചപ്പോൾ വളരെ രസകരമായ മാറ്റങ്ങൾ ഉണ്ടായി. ആദ്യം അയാളുടെ മൂക്ക് നീലനിറമായി. പിന്നെ പച്ച, ചുവപ്പ് എന്നിങ്ങനെ ഒരു കാലഡോസ്കോപ്പിലെ നിറങ്ങൾ കുപ്പിച്ചില്ലുകൾ പോലെ നിറം മാറിമാറി വന്നു.

നിർണ്ണായകനിമിഷം അടുത്തടുത്തു വരികയായിരുന്നു. ബലൂൺകാരനെ കാറ്റ് കൊട്ടാരത്തിന്റെ ജനാലയുടെ അടുത്തേക്ക്

പറത്തിക്കൊണ്ട് പോയി. ഒരു ത്തൂവൽ പോലെ അതിനുള്ളിലേക്ക് താൻ പറന്നു വീഴുമെന്ന് അയാൾക്ക് തീർച്ചയുണ്ടായിരുന്നു.

അതു തന്നെയാണ് സംഭവിച്ചതും.

അയാൾ ഒരു ജനലിനുള്ളിലേക്ക് പറന്നു. അത് കൊട്ടാരത്തിന്റെ അടുക്കളയിലെ അപ്പപ്പുരയുടെ ജനലായിരുന്നു. അതിലെ പാചകക്കാർ കേക്കുകളും മധുരപലഹാരങ്ങളും ഉണ്ടാക്കിക്കൊണ്ടിരുന്നു.

കലാപകാരികളുടെ മേലുള്ള വിജയം ആഘോഷിക്കുന്നതിനു വേണ്ടി അന്ന് മൂന്ന് തടിയന്മാരുടെ കൊട്ടാരത്തിൽ ഒരു വലിയ വിരുന്ന് നടക്കുകയായിരുന്നു. ആ വിരുന്നിന് ശേഷം, മൂന്ന് തടിയന്മാരും, രാജസമിതിയും, രാജസദസ്സിലെ ആളുകളും പ്രത്യേകം ക്ഷണിക്കപ്പെട്ട മറ്റതിഥികളും കച്ചേരിക്കവലയിലേക്ക് പോകണം എന്നായിരുന്നു തീരുമാനിച്ചിരുന്നത്.

എന്റെ ചങ്ങാതിമാരെ, കൊട്ടാരത്തിലെ മധുരപലഹാരങ്ങൾ ഉണ്ടാക്കുന്ന സ്ഥലം ഒന്ന് കാണേണ്ടതു തന്നെയാണ്. നല്ല ആഹാരം എന്താണെന്ന് മൂന്ന് തടിയന്മാർക്ക് തിരിച്ചറിയാമായിരുന്നു. മാത്രവുമല്ല അതൊരു വിശേഷാവസരവും ആയിരുന്നു. ഒന്നാന്തരം ഒരു സദ്യ! ആ പ്രഭാതത്തിൽ കൊട്ടാരത്തിലെ അടുക്കളയിലെ എന്തൊരു മേളമായിരുന്നുവെന്ന് നിങ്ങൾക്ക് ഊഹിക്കാമല്ലോ.

അപ്പപ്പുരയിലേക്ക് പറന്നുവീണപ്പോൾ ബലൂൺകാരന് ഭയത്തോടൊപ്പം ഉദ്വേഗവും തോന്നി. പിടിപ്പില്ലാത്ത ഒരു വീട്ടമ്മ ജനൽപ്പടിമേൽ തണുക്കുവാൻ വേണ്ടി തുറന്നുവെച്ച ഒരു കേക്കിന്റേയടുത്തേക്ക് പറന്നടുക്കുന്ന ഒരു കടന്നലിനും ഇതേ വികാരങ്ങൾ തന്നെയാണുണ്ടാകുന്നതെന്ന് തോന്നുന്നു.

വളരെ വേഗത്തിൽ പറന്നു വീണത് കൊണ്ട് ചുറ്റും നോക്കി കാണുവാൻ അയാൾക്ക് കഴിഞ്ഞില്ല. അപൂർവ്വമായി കാണാറുള്ള വിവിധനിറങ്ങളിലുള്ള ഉഷ്ണമേഖലാപക്ഷികൾ കൂവുകയും ചിലയ്ക്കുകയും ചിറകിട്ടടിക്കുകയും ചെയ്തു കൊണ്ട് അങ്ങോട്ടുമിങ്ങോട്ടും ചാടി നടന്ന് പാട്ടുപാടിക്കൊണ്ടിരിക്കുന്ന ഒരു വലിയ പക്ഷിക്കൂട്ടിലാണ് താനെത്തിയിരിക്കുന്നത് എന്നാണ് അയാൾക്ക് ആദ്യം തോന്നിയത്. ഉഷ്ണമേഖലയിൽ മാത്രം കാണുന്ന തേൻ കിനിയുന്ന ഫലവർഗ്ഗങ്ങൾ നിരത്തിവച്ചിരിക്കുന്ന ഒരു പഴക്കടയിലാണ് താനെത്തിയിരിക്കുന്നത്, പക്ഷിക്കൂട്ടിലല്ല എന്ന് അടുത്ത നിമിഷം തോന്നി. മത്തു പിടിപ്പിക്കുന്ന ഒരു സുഗന്ധം അയാളുടെ മൂക്കിലടിച്ചു; ചൂടുപിടിച്ച് പുക നിറഞ്ഞ വായു ശ്വാസം മുട്ടിക്കുന്നതായിരുന്നു.

എല്ലാം കൂടിക്കുഴഞ്ഞു.

പ്ളം! എന്ന ശബ്ദത്തോടെ ബലൂണകാരൻ ഇളംചൂടുള്ളതും മൃദുലവുമായ എന്തിലോ കാൽകുത്തി. അയാൾ ബലൂണുകൾ വിട്ടുകളയാതെ അവയുടെ ചരടുകളിൽ മുറുക്കിപ്പിടിച്ചിരുന്നു. ഇപ്പോൾ ബലൂണുകൾ അയാളുടെ തലക്കുമീതെ തങ്ങിനിന്നു.

അയാൾ കണ്ണുകളടച്ചു. എന്തൊക്കെ സംഭവിച്ചാലും അവ തുറക്കുകയില്ലെന്നുറച്ചു. "ഇപ്പോൾ എനിക്ക് മനസ്സിലായി," അയാൾ വിചാരിച്ചു. "ഇതൊരു പക്ഷിക്കൂട്ടുമല്ല പഴക്കടയുമല്ല. ഇതൊരു അപ്പപ്പുരയാണ്. ഞാനിരിക്കുന്നത് ഒരു കേക്കിന്റെ ഉള്ളിലാണ്!

അത് സത്യമായിരുന്നു.

ചോക്കലേറ്റിന്റെയും മധുരനാരങ്ങയുടേയും മാതളനാരങ്ങയുടേയും ക്രീമിന്റെയും പഞ്ചസാര പൊതിഞ്ഞ പഴങ്ങളുടെയും പൊടിപ്പഞ്ചസാരയുടേയും ജാമിന്റെയും സാമ്രാജ്യത്തിൽ, നിറവും മണവും മധുരവുമുള്ള ആ സാമ്രാജ്യത്തിലെ ചക്രവർത്തിയെപ്പോലെ ഒരു സിംഹാസനത്തിൽ ആണ് അയാൾ ഇരുന്നിരുന്നത്. കേക്കായിരുന്നു അയാളുടെ സിംഹാസനം.

അയാൾ കണ്ണടച്ചു കൊണ്ടു തന്നെയായിരുന്നു. ശകാരമോ ദുഷ്പേരോ എന്തുവേണമെങ്കിലും നേരിടാൻ അയാൾ തയ്യാറായിരുന്നു. എന്നാൽ വാസ്തവത്തിൽ സംഭവിച്ച കാര്യങ്ങൾ അയാൾക്ക് സ്വപ്നത്തിൽ പോലും വിചാരിക്കാൻ കഴിയുമായിരുന്നില്ല.

"കേക്കിന്റെ കാര്യം കഴിഞ്ഞു," പാചകക്കാരൻ സങ്കടത്തോടെ ഉറപ്പിച്ചു പറഞ്ഞു.

കുറേ സമയത്തേക്ക് യാതൊരനക്കവുമില്ല. തിളച്ചു കൊണ്ടിരിക്കുന്ന

ചോക്കലേറ്റിലെ കുമിളകൾ പൊട്ടുന്ന ശബ്ദം മാത്രമേ കേൾക്കാം.

"അവരിനി എന്താണ് ചെയ്യാൻ പോവുന്നത്?" പേടിച്ചുവിറച്ചു കൊണ്ട് ബലൂൺകാരൻ ആലോചിച്ചു. കണ്ണുകൾ കുറേക്കൂടി ഇറുക്കിയടച്ചു.

തിളയ്ക്കുന്ന വെള്ളത്തിൽക്കിടക്കുന്ന ചെമ്പുകാശുപോലെ അയാളുടെ ഹൃദയം തുള്ളിക്കൊണ്ടിരുന്നു.

"വിഡ്ഢിത്തം പറയാതിരി!" പ്രധാന പാചകക്കാരൻ ഗൗരവത്തിൽ പറഞ്ഞു. "അവർ മാംസഭക്ഷണം കഴിച്ചു കഴിഞ്ഞിരിക്കുന്നു. ഇരുപത് മിനിട്ടുകൾക്കുള്ളിൽ കേക്ക് കൊണ്ട് ചെല്ലണം. നിറമുള്ള ഈ ബലൂണുകളും പറന്നു നടക്കുന്ന ഈ വിഡ്ഢിയുടെ മുഖവും ഈ വിശേഷപ്പെട്ട കേക്കിന് നല്ല അലങ്കാരമായിരിക്കും. കുറേ ക്രീം കൊണ്ടു വരൂ! അയാൾ ആജ്ഞാപിച്ചു.

ഉടൻ തന്നെ അയാൾക്കത് ലഭിച്ചു.

അതിനു ശേഷം സംഭവിച്ചതെന്താണെന്ന് ഞാനെങ്ങനെ പറയും!"

മൂന്ന് പാചകക്കാരും ഇരുപത് സഹായികളും ചേർന്ന് ബലൂൺകാരന്റെ മേൽപ്രയോഗം തുടങ്ങി. മൂന്ന് തടിയന്മാരിൽ ഏറ്റവും തടിയനായ ആളിനെ തൃപ്തിപ്പെടുത്തക്കവിധമായിരുന്നു അവരുടെ പ്രവർത്തനങ്ങൾ. ഒരു ഞൊടിക്കുള്ളിൽ ബലൂൺകാരൻ അപ്രത്യക്ഷനായി. അയാൾ കണ്ണടച്ച് താൻ കാഴ്ചയ്ക്ക് എങ്ങനെയാണിരിക്കുന്നത് എന്ന കാര്യത്തിൽ അജ്ഞനായി ഇരുന്നു. അയാളുടെ ദേഹം ആകെ ക്രീം കൊണ്ട് മൂടി. തലയും ഒരു ചായപ്പാത്രം പോലെയിരുന്ന വട്ടമുഖവും മാത്രം പുറത്ത് കാണാം. ബാക്കി ഭാഗം മുഴുവൻ ഭംഗിയുള്ള ഇളം റോസ് നിറം കലർന്ന വെള്ള ക്രീം കൊണ്ട് മൂടപ്പെട്ടിരുന്നു. ഇപ്പോൾ ബലൂൺകാരന് സ്വന്തം ഛായയൊഴിച്ച് ലോകത്തിലുള്ള എന്തിനോടും സാമ്യമുണ്ടായിരുന്നു. അയാളുടെ വള്ളിച്ചെരുപ്പ് നഷ്ടപ്പെട്ടതു പോലെ തന്നെ അയാളുടെ ഛായയും നഷ്ടപ്പെട്ടിരുന്നു.

ഒരു കവിക്ക് ഹിമശകലം പോലെ വെളുത്ത ഒരരയന്നമാണ് അയാൾ എന്ന് തോന്നിയേക്കാം. ഒരു തോട്ടക്കാരന്റെ ദൃഷ്ടിയിൽ അയാളൊരു വെണ്ണക്കൽ പ്രതിമയായിരിക്കും. ഒരലക്കുകാരിക്ക് തോന്നുന്നത് അയാൾ സോപ്പ് പതയാണെന്നാണ്. ഒരു കൊച്ചുകുട്ടിക്കാകട്ടെ അയാളൊരു മഞ്ഞുമനുഷ്യനാണെന്നേ തോന്നൂ.

ഇതിനൊക്കെ ഉപരിയായി ബലൂണുകൾ പൊങ്ങി നിന്നിരുന്നു. ഇത് വളരെ അസാധാരണമായ ഒരലങ്കാരമായിരുന്നു എന്നാൽ ആകെക്കൂടി അതിന് ഒരാനച്ചന്തമുണ്ടായിരുന്നുവെന്ന്

പറയേണ്ടിയിരിക്കുന്നു.

"കൊള്ളാം" , എന്ന് പറഞ്ഞുകൊണ്ട് പ്രധാന പാചകക്കാരൻ ഒരു കലാകാരനെപ്പോലെ തന്റെ കൈവിരുത് നോക്കി രസിക്കുവാൻ വേണ്ടി കുറച്ചു പുറകോട്ടുമാറി നിന്നു. അതിനുശേഷം പഴയതു പോലെ ഭയങ്കരമായ ശബ്ദത്തിൽ അയാൾ വിളിച്ചു പറഞ്ഞു: "പഞ്ചസാര പൊതിഞ്ഞ പഴങ്ങൾ!"

പഞ്ചസാര പൊതിഞ്ഞ പലതരം പഴവർഗ്ഗങ്ങൾ അയാളുടെ മുമ്പിലെത്തി. വിവിധ വലിപ്പത്തിലും വിവിധ ആകൃതിയിലുമുള്ള എല്ലാത്തരം പഴങ്ങളും അക്കൂട്ടത്തിലുണ്ടായിരുന്നു; മധുരമുള്ളത്, കയ്പുള്ളത്, ത്രികോണാകൃതിയിലുള്ളത്, വൃത്താകൃതിയിലുള്ളത്, നക്ഷത്രാകൃതിയിലുള്ളത്, അർദ്ധചന്ദ്രാകൃതിയിലുള്ളത്, പൂമൊട്ടുകൾ പോലെയിരിക്കുന്നത്, എല്ലാം അക്കൂട്ടത്തിലുണ്ടായിരുന്നു. അടുക്കളപ്പയ്യന്മാർ ശരിക്ക് ജോലിക്ക് ചെയ്തു. പ്രധാന പാചകക്കാരൻ മൂന്ന് പ്രാവിശ്യം കൈകൊട്ടിക്കഴിഞ്ഞപ്പോഴേക്കും മല പോലെ കൂട്ടിയിരുന്ന ക്രീമിന്റെ മുകളിൽ മുഴുവൻ പഴങ്ങൾ പതിച്ചു കഴിഞ്ഞു.

“അതു മതി!” അയാൾ പറഞ്ഞു. “ഇനി പുറം ഒന്നു ചുവക്കുവാൻ വേണ്ടി ഇത് കുറച്ചു സമയം ചൂളയിൽ വയ്ക്കണം.”

“ചൂളയിൽ ! എന്തിന്? ഏത് ചൂള ? എന്നെ ചൂളയിൽ വെയ്ക്കയോ? “ ബലൂണുകാരൻ ഞെട്ടി.

ആ നിമിഷത്തിൽ ഒരു ഭൃത്യൻ അടുക്കളയിലേക്ക് ഓടിയെത്തി.

“കേക്ക് ! കേക്ക്! “ അയാൾ വിളിച്ചു പറഞ്ഞു. “വേഗം കൊണ്ടു ചെല്ലൂ! മുകളിൽ അവർ കേക്കിന് വേണ്ടി കാത്തിരിക്കുകയാണ്.”

തയ്യാറായിക്കഴിഞ്ഞു!” പ്രധാന പാചകക്കാരൻ പറഞ്ഞു.

“ദൈവാധീനം!” ബലൂൺകാരൻ ആശ്വാസം കൊണ്ട് നെടുവീർപ്പിട്ടു. അയാൾ കണ്ണുകൾ അല്പം തുറന്നു നോക്കി.

ഇളം നീലവേഷമണിഞ്ഞ ആറു ഭൃത്യന്മാർ ചേർന്ന് അയാളിരുന്നിരുന്ന താലം പൊക്കിയെടുത്ത് കൊണ്ടുപോയി. അടുക്കളപയ്യന്മാർ പൊട്ടിച്ചിരിക്കുന്ന ശബ്ദം കേൾക്കാമായിരുന്നു.

വിസ്താരമുള്ള ഒരു കോണി കയറി അവർ അയാളെ മുകളിലുള്ള വിശാലമായ മുറിയിലേക്ക് ചുമന്നുകൊണ്ടു പോയി. മുറിയിൽ പ്രവേശിച്ചയുടനെ ബലൂൺകാരൻ ഒരു നിമിഷനേരത്തേക്ക് കണ്ണുകൾ ഇറുക്കി അടച്ചു. അവിടമാകെ ആഹ്ലാദഭരിതമായ ശബ്ദം കൊണ്ട് മുഖരിതമായിരുന്നു. പലരും ഒരേസമയത്ത് സംസാരിക്കുന്നു. ചിലർ പൊട്ടിച്ചിരിക്കുന്നു. ആരൊക്കെയോ കയ്യടിക്കുന്നു. സദ്യ കെങ്കേമമായിരുന്നുവെന്ന് അവിടെക്കേട്ട ശബ്ദങ്ങളിൽ നിന്ന് മനസ്സിലാക്കാം.

ബലൂൺകാരൻ, ശരിക്ക് പറഞ്ഞാൽ കേക്ക്, മേശപ്പുറത്ത് വയ്ക്കപ്പെട്ടു.

ബലൂണുകാരൻ കണ്ണു തുറന്നു. മൂന്ന് തടിയന്മാരെ അയാൾ കണ്ടു. അവരുടെ വണ്ണം കണ്ടിട്ട് അയാൾ അറിയാതെ വായപൊളിച്ചു.

ഞാനുടനെ വായടക്കുന്നതാണ് നല്ലത്. എനിക്ക് ജീവനുണ്ട് എന്നതിന്റെ യാതൊരു സൂചനയും കാണിക്കാൻ പാടില്ല.” അയാൾ ചിന്തിച്ചു.

എന്നാൽ കഷ്ടകാലത്തിന് അയാളുടെ വായ് അടയ്ക്കുവാൻ സാദ്ധ്യമല്ലാതെ പോയി. അത്ഭുതം കൊണ്ട് അതു രണ്ട് മിനിട്ട് സമയത്തേക്ക് തുറന്നപടി തന്നെയിരുന്നു. അപ്പോഴേക്കും അയാളുടെ അത്ഭുതം ഒന്നു ശമിച്ചു. കുറച്ചധികം ശ്രമിച്ചപ്പോൾ വായ് അടഞ്ഞു കിട്ടി. അപ്പോൾ അതാ അയാളുടെ കണ്ണുകൾ താനെ തുറന്നു. അതുകൊണ്ട് അയാൾ വായും കണ്ണുകളും മാറി മാറി അടയ്ക്കുകയും തുറക്കുകയും ചെയ്തു കൊണ്ടിരുന്നു. അത്ഭുതം മുഴുവൻ ശമിക്കുന്നതുവരെ ഇത് തുടർന്നു.

മൂന്ന് തടിയന്മാർ മാന്യ സ്ഥാനത്ത് ഒരു പൊങ്ങിയ വേദിയിൽ മറ്റുള്ളവരേക്കാൾ ഉയർന്ന് ഇരുന്നിരുന്നു.

മറ്റുള്ളവരേക്കാൾ വളരെ കൂടുതൽ ഭക്ഷണം അവർ കഴിച്ചു കൊണ്ടിരുന്നു. ഒരാൾ കൈ തുടയ്ക്കാനുള്ള തുവാലയുടെ അറ്റം ചവച്ചു തിന്നു തുടങ്ങി.

"നിങ്ങൾ തുവാല കടിച്ചു തിന്നുകയാണ്....."

"അതെയോ? ഞാനറിഞ്ഞേയില്ല."

അയാൾ തുവാല മാറ്റിവെച്ചു. ഉടൻ തന്നെ മൂന്നാമത്തെ തടിയന്റെ ചെവി ചവച്ചു തുടങ്ങി. അത് ശരിക്കൊരു കൊഴുക്കട്ട പോലെയാണ് ഇരുന്നതെന്ന് കൂട്ടത്തിൽ പറഞ്ഞു കൊള്ളട്ടെ. എല്ലാവരും പൊട്ടിച്ചിരിച്ചു.

"ഇത് തമാശക്കുള്ള സമയമല്ല" രണ്ടാമത്തെ തടിയൻ കയ്യിലുള്ള മുള്ള് പൊക്കിപ്പിടിച്ചു കൊണ്ട് പറഞ്ഞു. "സ്ഥിതിഗതികൾ തികച്ചും ഗൗരവമുള്ളതാണ്. അവർ കേക്ക് മേശപ്പുറത്ത് വെച്ചു കഴിഞ്ഞു."

"ഹുറാ!"

എല്ലാവരും ഉദ്വേഗഭരിതരായി.

"അവരിനി എന്താണ് ചെയ്യാൻ പോകുന്നത്? ദൈവമേ, അവരെന്തു ചെയ്യാനാണ് ഭാവം?" ബലൂൺകാരൻ ആശയെല്ലാം

നശിച്ച് ആലോചിച്ചു. "അവരെന്നെ തിന്നു!"

ഘടികാരം രണ്ട് പ്രാവശ്യം അടിച്ചു.

"കച്ചേരിക്കവലയിൽ ഒരു മണിക്കൂറിനകം വധശിക്ഷ നടപ്പാക്കിത്തുടങ്ങും," ഒന്നാമത്തെ തടിയൻ പറഞ്ഞു.

"തോക്കുണ്ടാക്കുന്ന പ്രൊസ്പേറോയെയാണ് ആദ്യം തൂക്കിലിടുന്നത്, അല്ലേ?" വിശിഷ്ടാതിഥികളിൽ ഒരാൾ തിരക്കി.

"അയാളെ ഇന്ന് തൂക്കിലിടുകയില്ല." കൗൺസിലർ പറഞ്ഞു.

"എന്തുകൊണ്ട് ?"

"അയാൾ കുറച്ചു ദിവസം കൂടി ജീവിച്ചിരുന്നിട്ട് നമുക്കാവശ്യമുണ്ട്. കലാപകാരികളുടെ പദ്ധതിയെന്തെന്നും അവരുടെ നേതാക്കന്മാരാരെല്ലാമാണെന്നും അയാളെക്കൊണ്ട് പറയിക്കണം."

"അയാൾ എവിടെയാണിപ്പോൾ?"

എല്ലാവരും ഈ സംഭാഷണത്തിൽ അതീവ താല്പരരായിരുന്നു. അവർ കേക്കിന്റെ കാര്യം പോലും മറന്നു.

അയാളെ ഇപ്പോഴും ഇരുമ്പ് കൂട്ടിൽ അടച്ചിരിക്കുകയാണ്. കൊട്ടാരത്തിൽ തന്നെ അനന്തരാവകാശിയായ ടുത്തിയുടെ മൃഗശാലയിൽ അയാളെ സൂക്ഷിച്ചിട്ടുണ്ട്."

"നമുക്കയാളെ ഒന്ന് കാണാം!"

"അയാളെ ഇവിടെ കൊണ്ടു വരൂ!" ~ഒന്നാമത്തെ തടിയൻ കല്പിച്ചു. "നമ്മുടെ അതിഥികൾ ആ നികൃഷ്ടനെ ശരിക്കൊന്ന് കണ്ടുകൊള്ളട്ടെ. ഞാൻ നിങ്ങളെ എല്ലാവരേയും സന്തോഷത്തോടെ മൃഗശാലയിലേക്ക് കൂട്ടിക്കൊണ്ടു പോകുമായിരുന്നു. പക്ഷേ ചീറ്റലും അലറലും ഒക്കെക്കൂടി അവിടെ എപ്പോഴും അതി ഭയങ്കരമായ ശബ്ദമാണ്. മാത്രവുമല്ല വല്ലാത്ത ദുർഗന്ധവും. കൂട്ടിമുട്ടുന്ന ഗ്ലാസുകളുടേയും സുഗന്ധം വമിക്കുന്ന ഫലവർഗങ്ങളുടേയും ഈ അന്തരീക്ഷത്തിൽ നിന്ന് വളരെ മോശപ്പെട്ട ഒന്നാണ് അത്."

"തീർച്ചയായിട്ടും ! മൃഗശാലയിലേക്ക് പോകുന്നതിൽ ഒരു രസവുമില്ല."

"പ്രൊസ്പേറൊയെ ഇവിടെ കൊണ്ടുവരാൻ പറയൂ. നമുക്ക് കേക്ക് തിന്നുന്നതിനിടയിൽ ആ ദുഷ്ടനെ കാണാം."

"ഈശ്വരാ, അവർ പിന്നേയും കേക്കിന്റെ കാര്യം പറയുന്നു." ബലൂൺകാരൻ വിറച്ചു തുടങ്ങി. "കൊതിയന്മാർ, അവർക്ക് അതു മാത്രമേ വിചാരമുള്ളൂ."

"പ്രൊസ്പേറൊയെ ഇവിടെ കൊണ്ടു വരൂ," ഒന്നാമത്തെ

തടിയൻ വീണ്ടും കല്പിച്ചു.

കൗൺസിലർ പുറത്തേക്ക് പോയി. രണ്ടുവരിയായി നിന്നിരുന്ന ഭൃത്യന്മാർ ഇരുവശത്തേക്കും മാറി നിന്ന് അദ്ദേഹത്തെ കുനിഞ്ഞു വന്ദിച്ചു. അവരുടെ പൊക്കം പകുതിയായി ചുരുങ്ങി.

കൊതിയന്മാർ നിശബ്ദരായിരുന്നു.

"അയാളൊരു ഭയങ്കരനാണ്." രണ്ടാമത്തെ തടിയൻ പറഞ്ഞു. "മറ്റെല്ലാവരേക്കാളും ശക്തിമാനാണ്. അയാൾക്കൊരു സിംഹത്തേക്കാൾ കൂടുതൽ ശക്തിയുണ്ട്. വൈരാഗ്യം കൊണ്ട് ജ്വലിക്കുന്ന ആ കണ്ണുകളിലേക്ക് നോക്കാൻ ആരും ധൈര്യപ്പെടുകയില്ല."

"അയാളുടെ തല കണ്ടാൽ പേടിച്ചു പോവും. ഒരു സ്തംഭത്തിന്റെ അഗ്രം പോലെയാണതിരിക്കുന്നത്. " സ്റ്റേറ്റ് കൗൺസിലിന്റെ കാര്യദർശി പറഞ്ഞു. "അയാളുടെ തലമുടിക്ക് ചുവപ്പുനിറമാണ്. അതുകണ്ടാൽ അയാളുടെ തലക്ക് തീ പിടിച്ചിരിക്കയാണെന്ന് തോന്നും."

ഇങ്ങനെ സംഭാഷണം തോക്കുണ്ടാക്കുന്ന പ്രൊസ്പേറൊയെപ്പറ്റിയായപ്പോൾ കൊതിയന്മാരിൽ ഒരു ഭാവഭേദം ഉണ്ടായി. അവർ തീറ്റിയും തമാശപറച്ചിലും നിർത്തി. വയർ അകത്തേക്ക് വലിച്ചു. ചിലർ വിളറുക പോലും ചെയ്തു. പ്രൊസ്പേറോയെ കാണണമെന്ന് പറഞ്ഞ് അബദ്ധമായിപ്പോയെന്ന് പലർക്കും തോന്നി.

മൂന്ന് തടിയന്മാർ ഗൗരവത്തിലിരുന്നു. അവർ അല്പം മെലിഞ്ഞോ എന്ന് പോലും സംശയമുണ്ട്.

പെട്ടെന്ന് അവിടമാകെ നിശബ്ദമായി. മൂന്ന് തടിയന്മാരിൽ ഓരോരുത്തരും മറ്റേ ആളുടെ പിന്നിൽ ഒളിക്കാൻ ശ്രമിച്ചു.

തോക്കുണ്ടാക്കുന്ന പ്രൊസ്പേറൊയെ അവിടെ കൊണ്ടു വന്നു. ആദ്യം സ്റ്റേറ്റ് കൗൺസിലർ ആഗതനായി. പിന്നെ തടവുകാരന്റെ ഇരുവശങ്ങളിലുമായി കാവൽഭടന്മാർ എത്തി. അകത്ത് പ്രവേശിച്ചപ്പോൾ അവർ കറുത്ത മെഴുകുശീലകൊണ്ടുള്ള തൊപ്പി ഊരിയില്ല. ഉറയിൽ നിന്നും വാളുകൾ ഊരിപ്പിടിച്ചിരുന്നു. ചങ്ങലകൾ കിലുങ്ങുന്ന ശബ്ദം മുഴങ്ങി. പ്രോസ്പേറൊയുടെ കൈകളിൽ വിലങ്ങ് വെച്ചിരുന്നു. അയാളെ മേശയുടെ അടുത്തേക്ക് കൊണ്ടു ചെന്നു. മൂന്ന് തടിയന്മാർ ഇരിക്കുന്നതിന് ഏതാനും വാര അകലെ അയാൾ നിന്നു. പ്രൊസ്പെറോ തല കുനിച്ചു പിടിച്ചിരുന്നു. അയാൾ വിളറി വെളുത്താണിരുന്നത്. അയാളുടെ ചിട കെട്ടിയ ചുവന്ന മുടിയുടെ താഴെ നെറ്റിയിലും ഇരുവശങ്ങളിലും രക്തം ഉണങ്ങിപ്പിടിച്ചിരുന്നു.

അയാൾ തല ഉയർത്തി മൂന്ന് തടിയന്മാരുടെ നേരെ നോക്കി. അതിനടുത്തിരുന്നവരെല്ലാം ഞെട്ടി പുറകോട്ട് ചാഞ്ഞു.

“എന്തിനാണയാളെ ഇവിടെ കൊണ്ടു വന്നത്?” അതിഥികളി ലൊരാൾ വിളിച്ചു ചോദിച്ചു. അയാൾ രാജ്യത്തെ ഏറ്റവും ധനികനാ യമില്ലുടമായിരുന്നു. “എനിക്കയാളെ കണ്ടിട്ട് പേടിയാകുന്നു.”

ഇങ്ങനെ പറഞ്ഞുകൊണ്ട് അയാൾ ബോധം കെട്ടു വീണു. മുമ്പിൽ വച്ചിരുന്ന പഴങ്ങളുടെ ചാറിലേക്ക് മുഖം കുത്തിയാണ് അയാൾ വീണത്. അതിഥികളിൽ ചിലർ വാതുക്കലേക്കോടി. കേക്കിന്റെ കാര്യം ആരും ഓർത്തില്ല.

“നിങ്ങൾക്കെന്തു വേണം ?” പ്രൊസ്പേറോ ചോദിച്ചു.

ഒന്നാമത്തെ തടിയൻ ദീർഘമായ ശ്വസിച്ചിട്ട് പറഞ്ഞു.

“നീ എങ്ങിനെയാണിരിക്കുന്നത് എന്ന് ഞങ്ങൾക്കൊന്നു കാണണം. നിന്നെ പിടിച്ചവർ ആരാണെന്നു കാണാൻ നിനക്കാ ഗ്രഹമില്ലേ?”

“നിങ്ങളെ കാണുന്നതുതന്നെ അപമാനമാണ്.”

“അതിനേപ്പറ്റി വിഷമിക്കേണ്ട. ഞങ്ങൾ താമസിയാതെ നിന്റെ തല വെട്ടി മാറ്റി നിന്നെ അങ്ങിനെയൊരപമാനത്തിൽ നിന്നും രക്ഷപ്പെടുത്താം.”

“എനിക്ക് നിങ്ങളെ ഭയമില്ല. എനിക്ക് തല ഒന്നേയുള്ളു. എന്നാൽ ജനതയ്ക്ക് ആയിരം തലയുണ്ട്. നിങ്ങൾ വിചാരിച്ചാലും അവ മുഴുവൻ വെട്ടിമാറ്റാൻ പറ്റില്ല.”

“കച്ചേരിക്കവലയിൽ വധശിക്ഷ നടപ്പിലാക്കാനുള്ള സമയമടുത്തു. നിന്റെ സഖാക്കളുടെ കാര്യം ആരാച്ചാർ നോക്കിക്കൊള്ളും.”

കുടവയറന്മാർ കുലുങ്ങിച്ചിരിച്ചു. മില്ലുടമയ്ക്ക് ബോധം വീണു. അയാൾ മൂക്കത്തു പറ്റിയിരുന്ന പഴച്ചാറ് നക്കിത്തുടച്ചു.

“നിങ്ങളുടെ തലച്ചോറ് കൊഴുപ്പുകൊണ്ട് മൂടിയിരിക്കുകയാണ്.” പ്രൊസ്പേറോ പറഞ്ഞു. “നിങ്ങൾക്ക് നിങ്ങളുടെ കുടവയറല്ലാതെ മറ്റൊന്നും കാണാൻ സാധിക്കുന്നില്ല.”

“ശരി, നിനക്കെന്തറിയാം !” രണ്ടാമത്തെ തടിയൻ ദേഷ്യത്തിൽ പറഞ്ഞു. “ഞങ്ങൾ പിന്നെ എന്തു കാണണമെന്നാണ് നീ പറയു ന്നത്?”

“നിങ്ങളുടെ മന്ത്രിമാരോടു ചോദിച്ചു നോക്കു. ഈ രാജ്യത്തു നടക്കുന്നതെന്താണെന്ന് അവർക്കറിയാം.”

സ്റ്റേറ്റ് കൗൺസിലർ തൊണ്ട കൊണ്ട് ഒരു ശബ്ദം കേൾപ്പിച്ചു. മന്ത്രിമാർ വിരലുകൾ കൊണ്ട് തങ്ങളുടെ പിഞ്ഞാണങ്ങളിൽ മുട്ടി ശബ്ദമുണ്ടാക്കി.

"അവരോട് ചോദിക്കൂ." പ്രൊസ്പേറൊ വീണ്ടും പറഞ്ഞു. "അവർ പറയും....."

അയാൾ സംസാരം നിർത്തി. എല്ലാവരും ഉത്ക്കണ്ഠയോടെ കാത്തിരുന്നു.

"നിങ്ങൾക്ക് കൊള്ളയടിക്കുവാൻ വേണ്ടി കഠിനാദ്ധ്വാനം ചെയ്ത് ധാന്യങ്ങൾ വിളയിക്കുന്ന കർഷകർ ഭൂവുടമകൾക്കെതിരായി ഉണർന്നു കഴിഞ്ഞിരിക്കുന്നു. അവർ എസ്റ്റേറ്റുകൾ തീവച്ചു നശിപ്പിക്കുകയും ഭൂവുടമകളെ അവരുടെ ഭൂമിയിൽ നിന്നും ആട്ടിയോടിക്കുകയും ചെയ്തു കൊണ്ടിരിക്കുന്നു. നിങ്ങൾക്കു മാത്രം അവകാശപ്പെട്ട കൽക്കരി കുഴിച്ചെടുക്കുവാൻ ഖനിത്തൊഴിലാളികൾ കൂട്ടാക്കുന്നില്ല. നിങ്ങൾക്കു കൂടുതൽ സ്വർണ്ണം നേടിത്തരാതിരിക്കുവാൻ വേണ്ടി തൊഴിലാളികൾ തങ്ങളുടെ യന്ത്രങ്ങൾ തച്ചുടയ്ക്കുന്നു. നാവികർ നിങ്ങളുടെ ചരക്കുകൾ കടലിൽ എറിയുന്നു. നിങ്ങളുടെ പട്ടാളക്കാർ ഇനി നിങ്ങളെ സേവിക്കാൻ തയ്യാറില്ല. ശാസ്ത്രജ്ഞന്മാർ, ഉദ്യോഗസ്ഥന്മാർ, ജഡ്ജിമാർ , നടന്മാർ തുടങ്ങിയവർ ജനങ്ങളുടെ പക്ഷത്തു ചേർന്നു കഴിഞ്ഞു. നിങ്ങൾ തടിച്ചു കൊഴുത്തു കൊണ്ടിരിക്കുമ്പോൾ പിച്ചക്കാശു പറ്റിക്കൊണ്ട് നിങ്ങൾക്കു വേണ്ടി

അടിമകളെപ്പോലെ പണിയെടുക്കുന്ന നിർഭാഗ്യവാന്മാരും പട്ടിണിക്കാരും ദരിദ്രരും അഗതികളും അവശരും യാചകന്മാരുമായവർ കഠിനഹൃദയന്മാരും തടിയന്മാരും ധനികരുമായ നിങ്ങൾക്കെതിരായി ഉണർന്നെഴുന്നേറ്റുകഴിഞ്ഞു."

"ഇയാൾ ആവശ്യത്തിൽ കൂടുതൽ സംസാരിക്കുന്നു." സ്റ്റേറ്റ് കൗൺസിലർ പറഞ്ഞു.

എന്നാൽ പ്രൊസ്‌പേറോ തുടർന്നു.

"നിങ്ങളേയും നിങ്ങളുടെ അധികാരത്തേയും വെറുക്കാൻ പതിനഞ്ചു വർഷമായി ഞാൻ ജനങ്ങളെ പഠിപ്പിച്ചു കൊണ്ടിരിക്കുകയായിരുന്നു. അനേകം അനേകം വർഷങ്ങളായി ഞങ്ങൾ ശക്തി സംഭരിക്കുകയായിരുന്നു ! ഇപ്പോൾ നിങ്ങളുടെ അന്ത്യം അടുത്തിരിക്കുന്നു."

"അതു മതി !" മൂന്നാമത്തെ തടിയൻ വിളിച്ചു പറഞ്ഞു.

"അവനെ തിരിച്ച് കൂട്ടിലിടുക !" രണ്ടാമത്തെ തടിയൻ അലറി.

അപ്പോൾ ഒന്നാമത്തെ തടിയൻ പറഞ്ഞു.

"അഭ്യാസിയായ തിബൂലിനെ പിടിക്കുന്നതുവരെ നിന്നെ കൂട്ടിൽ സൂക്ഷിക്കും. അതിനുശേഷം നിങ്ങളെ ഒരുമിച്ച് വധിക്കും. ഞങ്ങൾക്കെതിരായി ഉണർന്നെഴുന്നേൽക്കുന്ന കാര്യം അപ്പോൾ ജനങ്ങൾ മറക്കും !"

പ്രൊസ്‌പേറൊ ഒന്നും മിണ്ടിയില്ല. അയാൾ വീണ്ടും തലകുനിച്ചു നിന്നു. ഒന്നാമത്തെ തടിയൻ തുടർന്നു.

"ആർക്കെതിരായിട്ടാണ് നിങ്ങൾ കലാപം നടത്തുന്നതെന്ന് നിങ്ങൾ മറന്നു പോകുന്നു. ഞങ്ങൾ മൂന്നു തടിയന്മാർ പ്രബലന്മാരും ശക്തന്മാരുമാണ്. എല്ലാം ഞങ്ങളുടെതാണ്. ഒന്നാമത്തെ തടിയനായ ഞാൻ പാടത്തുണ്ടാകുന്ന ധാന്യങ്ങളുടെ മുഴുവൻ അധിപനാണ്. കൽക്കരി മുഴുവൻ രണ്ടാമത്തെ തടിയന്റേതാണ്. മൂന്നാമത്തെ തടിയൻ ഇരുമ്പു മുഴുവൻ സ്വന്തമാക്കിയിരിക്കുന്നു. ഞങ്ങൾ മറ്റെല്ലാവരേക്കാളും ധനവാന്മാരാണ് ! രാജ്യത്തെ ഏറ്റവും വലിയ ധനികന് ഞങ്ങളുടെ സ്വത്തിന്റെ നൂറിലൊന്നില്ല. ഞങ്ങളുടെ സ്വർണ്ണം കൊടുത്ത് ഞങ്ങൾക്കെന്തു വേണമെങ്കിലും വിലയ്ക്കു വാങ്ങാം. !

ഈ വാക്കുകൾ കുടവയറന്മാർക്കു ധൈര്യം നല്കി.

"അവനെ കൂട്ടിലടയ്ക്കുക ! അവനെ വേഗം കൂട്ടിലടയ്ക്കുക !" അവർ വിളിച്ചു പറഞ്ഞു.

"മൃഗശാലയിലേക്കു തിരിച്ചു കൊണ്ടു പോവുക ! "

"അവനെ ഉടൻ കൂട്ടിലടയ്ക്കുക !"

"കലാപകാരി !"

"കൂട്ടിലേക്ക് !"

പ്രൊസ്പേറൊയെ അവിടെ നിന്നും കൊണ്ടു പോയി.

"ഇനി നമുക്ക് കേക്കിന്റെ സ്വാദു നോക്കാം." ഒന്നാമത്തെ തടിയൻ പറഞ്ഞു. "ഇതാണെന്റെ അവസാനം," ബലൂണുകാരൻ വിചാരിച്ചു.

എല്ലാവരും അയാളെത്തന്നെ നോക്കിയിരുന്നു. അയാൾ കണ്ണടച്ചു. കൊതിയന്മാർ ആഹ്ലാദരിതരായി.

"ഹൊ - ഹൊ - ഹൊ !" അവർ അലറി.

"ഹ - ഹ - ഹ !"

"എത്ര മനോഹരമായ കേക്ക് ! ആ ബലൂണുകൾ ഒന്നു നോക്കൂ !"

“ഗംഭീരമായിരിക്കുന്നു.”

“ആ വൃത്തികെട്ട മോന്ത കണ്ടോ !”

~ഒന്നാന്തരമായിരിക്കുന്നു.”

അവർ അടുത്തു ചെന്നു.

“ ഈ കോമാളി വേഷത്തിന്റെ ഉള്ളിൽ എന്തായിരിക്കും ?” എന്നു പറഞ്ഞു കൊണ്ട് ഒരാൾ ബലൂൺകാരന്റെ നെറ്റിക്ക് ഒരു കുത്തു കൊടുത്തു.

“മധുരപലഹാരങ്ങളായിരിക്കും.”

“അതോ വീഞ്ഞാണോ?”

“ എത്ര രസകരമായിരിക്കുന്നു!”

“നമുക്ക് ഈ തല മുറിച്ചു മാറ്റി അകത്തെന്താണെന്നു നോക്കാം.”

“രക്ഷിക്കണേ ! “

ഭയം കൊണ്ട് വീർപ്പു മുട്ടി ബലൂൺകാരൻ തൊണ്ടയിടറിക്കൊണ്ട് വിളിച്ചു പറഞ്ഞു. “രക്ഷിക്കണേ !” അയാൾ കണ്ണു തുറന്നു നോക്കിക്കൊണ്ടാണ് ഇങ്ങനെ പറഞ്ഞത്. ആ സമയത്ത് ഒരു കുട്ടി ഇങ്ങനെ വിളിച്ചു പറയുന്നതു കേട്ടു:

“എന്റെ പാവ ! എന്റെ പാവ !”

സംസാരം നിർത്തി എല്ലാവരും ശ്രദ്ധിച്ചു. മൂന്നു തടിയന്മാരും സ്റ്റേറ്റ് കൗൺസിലറും ഉത്ക്കണ്ഠാകുലരായി കാണപ്പെട്ടു.

കുട്ടിയുടെ വിളി കരച്ചിലായി മാറി. ഹാളിലെവിടെയോ നിന്ന് ഒരു ബാലൻ സങ്കടപ്പെട്ടു കരയുകയായിരുന്നു.

“അനന്തരാവകാശിയായ തുത്തിയാണല്ലോ കരയുന്നത് !” ~ഒന്നാമത്തെ തടിയൻ പറഞ്ഞു.

“തുത്തിയാണ് കരയുന്നത് !” മറ്റു രണ്ടു തടിയന്മാരും ശരിവച്ചു.

അവർ മൂന്നുപേരും വിളറിപ്പോയി. അവർ വല്ലാതെ ഭയന്നിരുന്നു.

സ്റ്റേറ്റ് കൗൺസിലറും ഏതാനും മന്ത്രിമാരും അനേകം ഭൃത്യന്മാരും ഒരു വാതിലിനടുത്തേക്ക് ഓടി.

“എന്താണ് കുഴപ്പം? എന്തു പറ്റി?” ഹാളിലുണ്ടായിരുന്ന ആളുകൾ പരസ്പരം മന്ത്രിച്ചു തുടങ്ങി.

ഒരു ബാലൻ ഹാളിലേക്ക് ഓടി വന്നു. അവൻ മന്ത്രിമാരേയും ഭൃത്യന്മാരേയും തള്ളിമാറ്റി. നേരേ മൂന്നു തടിയന്മാരുടെ അടുത്തേക്ക് ഓടിയെത്തി. അവന്റെ തലമുടിച്ചുരുളുകൾ ഇളകിക്കൊണ്ടിരിക്കുന്നു. മേൽത്തരം തുകലു കൊണ്ടുണ്ടാക്കിയ അവന്റെ ഷൂസ് കണ്ണാടി

പോലെ തിളങ്ങി. ബാലൻ തേങ്ങിക്കരഞ്ഞുകൊണ്ടിരുന്നു. കരച്ചിലി നിടയിൽ അവൻ പറയുന്നതെന്താണെന്ന് ആർക്കും മനസ്സിലായില്ല.

"ഈ ചെറുക്കൻ എന്നെ കാണാതിരിക്കില്ല !" ~ഒരു വിറയലോടെ ബലൂൺകാരൻ ചിന്തിച്ചു. "ശരിക്കു ശ്വാസം വിടാനോ, ഒരു വിരലെ ങ്കിലും ഒന്നനക്കാനോ കഴിയാത്തതു പോലെ എന്റെ മേൽ തേച്ചുപി ടിപ്പിച്ചിരിക്കുന്ന ഈ പഞ്ചസാര അവന് വളരെ രുചികരമായിരിക്കും. അവൻ കരയാതിരിക്കാൻ വേണ്ടി അവർ കേക്കിന്റെ ഒരു കഷ്ണം എന്റെ തലയോടു കൂടി മുറിച്ചെടുത്ത് അവനു കൊടുക്കും."

എന്നാൽ ബാലൻ കേക്കിന്റെ ഭാഗത്തേക്കു നോക്കിയില്ല. ബലൂ ൺകാരന്റെ വട്ടത്തലയ്ക്കു മുകളിൽ പൊങ്ങിനിന്ന വിവിധനിറമുള്ള ബലൂണുകളിലേക്കു പോലു അവർ നോക്കിയില്ല.

അവൻ ദയനീയമായി കരഞ്ഞുകൊണ്ടിരുന്നു.

"എന്തു പറ്റി ?" ഒന്നാമത്തെ തടിയൻ ചോദിച്ചു.

"എന്തിനാണ് തുത്തി കരയുന്നത് ?" രണ്ടാമത്തെ തടിയൻ ചോദിച്ചു.

മൂന്നാമത്തെ തടിയൻ മുഖം വീർപ്പിച്ചു.

അനന്തരാവകാശിയായ തുത്തിക്ക് പന്ത്രണ്ടു വയസ്സു പ്രായം

ഉണ്ടായിരുന്നു. മൂന്നു തടിയന്മാരുടെ കൊട്ടാരത്തിലാണ് അവനെ വളർത്തുന്നത്. ഒരു രാജകുമാരനോടെന്ന പോലെയാണ് അവനോട് എല്ലാവരും പെരുമാറിയിരുന്നത്. തങ്ങളുടെ സ്വത്തിന് ഒരവകാശി വേണമെന്ന് മൂന്നു തടിയന്മാർ ആഗ്രഹിച്ചു. അവർക്ക് കുട്ടികളുണ്ടായിരുന്നില്ല. അതുകൊണ്ട് അവരുടെ സ്വത്തും അവർ ഭരിക്കുന്ന രാജ്യവും ഒരിക്കൽ ട്ടുത്തിയുടേതാവും.

തോക്കുണ്ടാക്കുന്ന പ്രൊസ്പേറോയുടെ വാക്കുകളേക്കാൾ കൂടുതൽ ട്ടുത്തിയുടെ കണ്ണുനീരാണ് മൂന്ന് തടിയന്മാരെ ഭയപ്പെടുത്തിയത്.

ബാലൻ മുഷ്ടിചുരുട്ടുകയും കൈകൾ വീശുകയും നിലത്താഞ്ഞു ചവിട്ടുകയും ചെയ്തു കൊണ്ടിരുന്നു.

അവൻ ശാഠ്യം പിടിച്ചു കരയുകയായിരുന്നു.

എന്തിനാണെന്ന് ആർക്കും മനസ്സിലായില്ല.

അവന്റെ അദ്ധ്യാപകർ തൂണുകൾക്ക് പിന്നിൽ നിന്നും എത്തിനോക്കി. ഹാളിലേക്ക് കടന്നുവരാൻ അവർക്ക് ധൈര്യമുണ്ടായിരുന്നില്ല. കറുത്ത വസ്ത്രങ്ങളും ധരിച്ച് കറുത്ത കൃത്രിമമുടിയും വച്ച് നടക്കുന്ന ഇത്തരം അദ്ധ്യാപകരെ കണ്ടാൽ മണ്ണെണ്ണ വിളക്കിന്റെ പുക പിടിച്ച ചിമ്മിനിയാണ് ഓർമ്മ വരിക.

കുറേക്കഴിഞ്ഞ് കുട്ടി അൽപം ശാന്തനായി നടന്ന കാര്യങ്ങൾ പറഞ്ഞു.

“എന്റെ പാവ, എന്റെ ഏറ്റവും നല്ല പാവ പൊട്ടിപ്പോയി ! അവർ അത് ചീത്തയാക്കിക്കളഞ്ഞു! കാവൽഭടന്മാർ അവരുടെ വാൾ എന്റെ പാവയുടെ മേൽ കുത്തിക്കയറ്റി!”

ഇങ്ങനെ പറഞ്ഞു കൊണ്ട് അവൻ വീണ്ടും ഏങ്ങലടിച്ചു കരഞ്ഞു തുടങ്ങി.

അവൻ കൈ കൊണ്ട് കണ്ണു തുടച്ച് മുഖത്തൊക്കെ കണ്ണുനീർ പുരട്ടി.

“ഹെന്ത് !” ഒന്നാമത്തെ തടിയൻ ഗർജ്ജിച്ചു.

“എന്ത്? !”

“കാവൽഭടന്മാരോ?!”

“വാളുകൊണ്ട് കുത്തിയോ?”

അനന്തരാവകാശിയായ ട്ടുത്തിയുടെ പാവയേയോ?”

ഒരുമിച്ച് നെടുവീർപ്പിടുന്നതു പോലെ ഹാളിലിരുന്നവർ എല്ലാവരും മന്ത്രിച്ചു.

"അത് സാധ്യമല്ല!"

സ്റ്റേറ്റ് കൗൺസിലർ ഞരങ്ങി. വെപ്രാളക്കാരനായ മില്ലടമ വീണ്ടും ബോധം കെട്ടു വീണു. എന്നാൽ തടിയന്മാർ വിളിച്ചു പറയുന്ന ശബ്ദം കേട്ട മാത്രയിൽ അയാൾ ബോധം വീണ്ടെടുത്തു.

"വിരുന്ന് നിർത്തിവയ്ക്കുക! മറ്റെല്ലാകാര്യങ്ങളും നീട്ടി വയ്ക്കുക. കൗൺസിൽ വിളിച്ചു കൂട്ടുക. എല്ലാ ജഡ്ജിമാരും എല്ലാ ഉദ്യോഗസ്ഥന്മാരും എല്ലാ മന്ത്രിമാരും എല്ലാ ആരാച്ചാരന്മാരും ഇവിടെ ഹാജരാകട്ടെ ! ഇന്ന് നടത്തേണ്ട വധശിക്ഷ മാറ്റിവച്ചിരിക്കുന്നു ! കൊട്ടാരത്തിൽ രാജ്യദ്രോഹികൾ കടന്നുകൂടിയിരിക്കുന്നു !"

ആകെ ബഹളമായി. ഏതാനും നിമിഷങ്ങൾക്കകം കൊട്ടാരത്തിലെ ഭൃത്യന്മാർ കുതിരപ്പുറത്തു കയറി നാനാഭാഗത്തേക്കും പാഞ്ഞു. അഞ്ചുമിനിട്ടു കഴിഞ്ഞപ്പോൾ ജഡ്ജിമാരും കൗൺസിൽ അംഗങ്ങളും ആരാച്ചാരന്മാരും കൊട്ടാരത്തിനെ ലക്ഷ്യമാക്കി കുതിരയോടിച്ചു പോകുന്നതു കണ്ടു. വധശിക്ഷ നടപ്പാക്കുന്നതു കാണാനായി കച്ചേരിക്കവലയിൽ കൂടിയ ജനങ്ങൾ അവരവരുടെ വീടുകളിലേക്കു പോയി. മറ്റൊരു സുപ്രധാനസംഭവം കാരണം വധശിക്ഷ പിറ്റേദിവസത്തേക്കു മാറ്റിവച്ചു വെന്ന് പട്ടണത്തിൽ പറകൊട്ടി അറിയിച്ചു.

കേക്കും അതിന്റെ നടുവിലിരുന്ന ബലൂൺകാരനും

അടുക്കളയിലേക്ക മാറ്റപ്പെട്ടു. കൊതിയന്മാർ സമചിത്തരായിത്തീർന്നു. അവർ ഉത്തിയുടെ ചുറ്റും കൂടി അവന്റെ കഥ കേട്ടു കൊണ്ടിരുന്നു.

"ഞാൻ പാവയേയും അടുത്തിരുത്തിക്കൊണ്ട് പാർക്കിലെ പുൽത്തകിടിയിൽ ഇരിക്കുകയായിരുന്നു. ഞങ്ങൾ ഒരു സൂര്യഗ്രഹണം ഉണ്ടാകുമെന്നു പ്രതീക്ഷിച്ചു കാത്തിരിക്കുകയായിരുന്നു. അത് വളരെ രസകരമാണ്. ഇന്നലെ ആ കാര്യം ഞാൻ ഒരു പുസ്കതത്തിൽ വായിച്ചു. സൂര്യഗ്രഹണ സമയത്ത് നമുക്ക് പകൽ നക്ഷത്രങ്ങളെ കാണാം."

കഥ ഇത്രത്തോളമായപ്പോൾ കുട്ടി വീണ്ടും തേങ്ങിത്തുടങ്ങി. അവൻ സംസാരിക്കാൻ അശക്തനായിരുന്നു. അതുകൊണ്ട് അവന്റെ അദ്ധ്യാപകന്മാരിലൊരാൾ നടന്ന സംഭവങ്ങൾ മുഴുവൻ പറഞ്ഞു. അയാളും വളരെ പണിപ്പെട്ടാണ് സംസാരിച്ചത്. കാരണം അയാൾ ഭയം കൊണ്ട് വിറയ്ക്കുന്നുണ്ടായിരുന്നു.

"ഞാൻ ഉത്തിയുടേയും പാവയുടേയും അടുത്തുണ്ടായിരുന്നു. ഞാൻ മുകളിലോട്ടു നോക്കിക്കൊണ്ട് വെയിലുകായുകയായിരുന്നു. എന്റെ മൂക്കിന്മേൽ ഒരു ഞൊണലുണ്ട്. വെയിലു കൊണ്ടാൽ അത് പോകും എന്നു ഞാൻ വിചാരിച്ചു. പെട്ടെന് കുറേ കാവൽഭടന്മാർ പ്രത്യക്ഷപ്പെട്ടു. അവർ പന്ത്രണ്ടുപേരുണ്ടായിരുന്നു. ഞങ്ങളുടെയടുത്തെത്തിയപ്പോൾ അവർ നിന്നു. അവർ കാഴ്ചയ്ക്ക് ഭയങ്കരന്മാരായിരുന്നു. അവരിലൊരാൾ ഉത്തിയെ ചൂണ്ടിക്കാണിച്ചു കൊണ്ട് പറഞ്ഞു. 'ചെന്നായ്ക്കുട്ടിയെ കണ്ടോ. മൂന്നു തടിച്ച പന്നികൾ ഒരു ചെന്നായ്ക്കുട്ടിയെ വളർത്തുകയാണ്.' കഷ്ടം ! അവർ പറഞ്ഞതിന്റെ അർത്ഥം എനിക്ക് മനസ്സിലായി."

"ആരാണ് മൂന്നു തടിച്ച പന്നികൾ? ഒന്നാമത്തെ തടിയൻ ചോദിച്ചു. മറ്റു രണ്ടുപേരുടെയും മുഖം ചുവന്നു. പെട്ടെന്ന് ഒന്നാമത്തെ തടിയന്റെ മുഖവും ചെമ്പരത്തിപ്പൂവു പോലെ ചുവന്നു. അവരുടെ ശ്വാസോച്ഛ്വാസം കൊണ്ട് ഒരു ചില്ലുവാതിൽ താനേ അടയുകയും തുറക്കുകയും ചെയ്തു കൊണ്ടിരുന്നു.

"അവർ ഉത്തിയുടെ ചുറ്റും കൂടി," അദ്ധ്യാപകൻ തുടർന്നു. അവർ പറഞ്ഞു: മൂന്നു പന്നികൾ ഇരുമ്പുകൊണ്ടുള്ള ഒരു ചെന്നായ്ക്കുട്ടിയെ വളർത്തുകയാണ്. ഉത്തിയുടെ ഹൃദയം ഏതു ഭാഗത്താണ്? അവർ നിന്റെ ഹൃദയം എടുത്തുമാറ്റി. എല്ലാ മനുഷ്യരേയും വെറുക്കുന്ന അല്പനും ദുഷ്ടനും കഠിനഹൃദയനുമായ ഒരുവനായാണ് നീ വളർന്നു വരാൻ പോകുന്നത്. മൂന്നു പന്നികൾ ചത്തു കഴിയുമ്പോൾ ദുഷ്ടനായ ചെന്നായ് അവരുടെ സ്ഥാനം വഹിക്കും."

"നിങ്ങൾ അവരെ തടയാതിരുന്നതെന്താണ്?" അദ്ധ്യാപകന്റെ

ച്ചമലുകൾ പിടിച്ച് കുലുക്കി കൊണ്ട് സ്റ്റേറ്റ് കൗൺസിലർ ദേഷ്യത്തിൽ ചോദിച്ചു. “അവർ ജനങ്ങളുടെ പക്ഷത്തു ചേർന്ന രാജ്യദ്രോഹികളാണെന്ന് നിങ്ങൾക്കു മനസ്സിലായില്ലേ?”

അദ്ധ്യാപകൻ ആലില പോലെ വിറച്ചു. അയാൾ വിക്കിവിക്കി പറഞ്ഞു.

“ഞാനത് ഊഹിച്ചു. പക്ഷേ എനിക്കവരെ ഭയമായിരുന്നു. അവർ വല്ലാതെ കോപിച്ചിരുന്നു. വാൾപ്പിടിയിൽ കൈ വച്ചിരുന്ന അവർക്ക് അതുപയോഗിക്കുവാൻ മടിയില്ല. എനിക്കാണെങ്കിൽ ആയുധമൊന്നും ഉണ്ടായിരുന്നുമില്ല. അവരിലൊരാൾ പറഞ്ഞു. “ ആ പാവ നോക്കു. ചെന്നായ്ക്കുട്ടി പാവ കൊണ്ടു കളിക്കുകയാണ്. ജീവനുള്ള ഒരു കുട്ടിയെപ്പോലും അവന്റെയടുത്തുവരാൻ അവർ സമ്മതിക്കില്ല. അകത്തു പഞ്ഞി നിറച്ച ഒരു പാവയാണ് അവന്റെ കളിത്തോഴി.' അപ്പോൾ മറ്റൊരുവൻ പറഞ്ഞു: ‘എന്റെ ഭാര്യയും മകനും ഞങ്ങളുടെ നാട്ടിൻപുറത്താണ് താമസം. ഒരു ദിവസം എന്റെ മോൻ കവണി കൊണ്ട് കളിക്കാൻ പോയി. അവിടുത്തെ ഭൂവുടമയുടെ തോട്ടത്തിലെ ഒരു മരത്തിന്റെ കായിൽ അവൻ എറിഞ്ഞു കൊള്ളിച്ചു. അയാൾ എന്റെ മകനെ അടിക്കുകയും ഭാര്യയിൽ നിന്നും ഒരു നല്ല തുക പിഴ ഈടാക്കുകയും ചെയ്തു.' കാവൽക്കാർ എല്ലാവരും കൂടി ഉറക്കെ സംസാരിച്ചുകൊണ്ട് തുത്തിയോട് കൂടുതൽ അടുത്തു. മകന്റെ കാര്യം പറഞ്ഞ കാവൽക്കാരൻ വാളൂരി തുത്തിയുടെ പാവയെ അതുകൊണ്ട് കുത്തിക്കീറി. മറ്റുള്ളവരും അതുപോലെ ചെയ്തു.” (ഈ സമയം തുത്തിയുടെ നിലവിളി അത്യുച്ചത്തിലായി.') ‘ചെന്നായ്ക്കുട്ടി, ഇതെടുത്തോ !” അവർ പറഞ്ഞു. “അടുത്തതായി നിന്റെ മൂന്നു തടിച്ച പന്നികളെ ഞങ്ങൾ പിടികൂടും.”

“എവിടെ ആ രാജ്യദ്രോഹികൾ ? മൂന്നു തടിയന്മാരും ഒരുമിച്ചു ഗർജ്ജിച്ചു.

“അവർ പാവയെ താഴെയിട്ട് പാർക്കിലേക്ക് ഓടിപ്പോയി. അവർ വിളിച്ചു പറഞ്ഞു കൊണ്ടിരുന്നു. പ്രൊസ്പേറോ നീണാൾ വാഴട്ടെ ! മൂന്നു തടിയന്മാർ തുലയട്ടെ!”

“കൊട്ടാരം സൂക്ഷിപ്പുകാർ അവരെ വെടിവയ്ക്കാതിരുന്നതെന്താണ്?” എല്ലാവരും അതറിയാൻ ആഗ്രഹിച്ചു.

ഏറ്റവും ഭയാനകരമായ വാർത്ത അപ്പോഴാണ് അദ്ധ്യാപകൻ അറിയിച്ചത്.

“കൊട്ടാരം സൂക്ഷിപ്പുക്കാർ തൊപ്പിയൂരി അവരെ അഭിവാദ്യം ചെയ്തു. ഇരുമ്പുവേലിക്കപ്പുറത്തിരുന്ന് ഞാൻ എല്ലാം ശ്രദ്ധിച്ചു. കാവൽക്കാർ അവരോട് വിടവാങ്ങുന്നത് ഞാൻ കണ്ടു. കൊട്ടാരം സൂക്ഷിപ്പുക്കാർ പറഞ്ഞു: സഖാക്കളെ, ജനങ്ങളുടെയടുത്തേക്കു ചെന്ന് അവരോടു പറയൂ പട്ടാളം മുഴുവൻ താമസിയാതെ അവരുടെ ഭാഗത്താവുമെന്ന്.”

പാർക്കിൽ സംഭവിച്ചത് അതാണ്.

ആപൽസൂചകമായ മണിനാദം മുഴങ്ങി. കൊട്ടാരത്തിലും പാർക്കിലേക്കുള്ള എല്ലാ പ്രവേശനദ്വാരങ്ങളിലും എല്ലാ പാലങ്ങളിലും പട്ടണത്തിലേക്കുള്ള എല്ലാ പാതകളിലും വിശ്വസ്തരായ കാവൽ ഭടന്മാരെ കാവൽ നിർത്തി.

സ്റ്റേറ്റ് കൗൺസിലിന്റെ ഒരു യോഗം നടത്തുവാൻ തീരുമാനിച്ചു. അതിഥികൾ എല്ലാവരും പിരിഞ്ഞുപോയി. കൊട്ടാരത്തിലെ പ്രധാന ഡോക്ടർ തടിയന്മാരുടെ തൂക്കം നോക്കി. ഈ ബഹളമൊക്കെയുണ്ടായിട്ടും അവരുടെ തൂക്കത്തിൽ എള്ളിട പോലും കുറവു കണ്ടില്ല. അതേത്തുടർന്ന് പ്രധാന ഡോക്ടർ അറസ്റ്റു ചെയ്യപ്പെടുകയും അയാൾക്ക് വെറും റൊട്ടിയും വെള്ളവും മാത്രം ഭക്ഷണം നൽകുകയും ചെയ്തു.

നീളമുള്ള പുല്ലുകൾക്കിടയിൽ തുത്തിയുടെ പാവ കിടക്കുന്നത് ഭൃത്യന്മാർ കണ്ടുപിടിച്ചു. അത് സൂര്യഗ്രഹണം കണ്ടില്ല. നന്നാക്കാൻ പറ്റാത്തവിധം അത് തകർന്നു പോയിരുന്നു.

തുത്തിക്ക് കരച്ചിൽ അടക്കാൻ പറ്റിയില്ല. അവൻ പൊട്ടിപ്പോയ പാവയെ കെട്ടിപ്പിടിച്ച് കരഞ്ഞു. ഒരു ചെറിയ ബാലികയെപ്പോലെയാണ് ആ പാവയിരുന്നത്. വളരെ വില പിടിച്ചതും വളരെ മനോഹരവുമായിരുന്നു അത്. ഇപ്പോൾ അതിന്റെ ഉടുപ്പുകൾ മുഴുവൻ കീറിയിരുന്നു. നെഞ്ചിൽ പട്ടാളക്കാരുടെ വാൾക്കൊണ്ടു കറുത്ത തുളകൾ വീണു. ഒരു മണിക്കൂർ മുമ്പ് ആ പാവ ഇരിക്കുകയും എണീക്കുകയും

പുഞ്ചിരിക്കുകയും നൃത്തം ചവിട്ടുകയും ഒക്കെ ചെയ്യുമായിരുന്നു. എന്നാൽ ഇപ്പോൾ അത് തുണിക്കഷ്ണങ്ങൾ കൊണ്ടും പൊതിഞ്ഞ ഒരു പേക്കോലമായി മാറിയിരിക്കുന്നു. അതിന്റെ ഇളം ചുവപ്പു നിറത്തിലുള്ള പട്ടുടുപ്പിന്റെ അടിയിൽ നിന്നും ഒരു ഒടിഞ്ഞ സ്പ്രിംഗിന്റെ ശബ്ദം കേട്ടു. മണിയടിക്കുന്നതിനുമുമ്പ് ഒരു പഴയ ഘടികാരത്തിനുള്ളിൽ നിന്നു വരുന്ന ഞരക്കം പോലായിരുന്നു അത്.

"അവൾ മരിച്ചു !" തുത്തി പറഞ്ഞു. "അയ്യോ, അവൾ മരിച്ചു! "

കൊച്ചു തുത്തി ഒരു ചെന്നായ്ക്കുട്ടി ആയിരുന്നില്ല.

"ഈ പാവ നന്നാക്കണം," സ്റ്റേറ്റ് കൗൺസിലർ കൗൺസിൽ യോഗത്തിൽ പ്രസ്താവിച്ചു. "അനന്തരാവകാശിയായ തുത്തിയുടെ ദുഃഖം അളവറ്റതാണ്. എന്തു വില കൊടുത്തും ഈ പാവയെ നന്നാക്കണം.!"

"മറ്റൊരു പാവയെ വാങ്ങിക്കൊടുക്കാം," മന്ത്രിമാർ പറഞ്ഞു.

"തുത്തിക്ക് മറ്റൊരു പാവ വേണ്ട."

"ഈ പാവയെത്തന്നെ ജീവിപ്പിച്ചു കൊടുക്കണം."

"പക്ഷേ ആരാണതു നന്നാക്കുന്നത്?"

"എനിക്കൊരാളെ അറിയാം." ഒരു മന്ത്രി പറഞ്ഞു.

"ആരാണത്?"

"മാന്യരെ, ഡോക്ടർ ഗസ്പാർ അർനെറി നമ്മുടെ പട്ടണത്തിലാണ് താമസിക്കുന്നത് എന്ന് നാം ഓർക്കണം. അദ്ദേഹത്തിന് എന്തും ചെയ്യാൻ സാധിക്കും. അദ്ദേഹം വിചാരിച്ചാൽ തുത്തിയുടെ പാവ നന്നാക്കാൻ കഴിയും."

എല്ലാവർക്കും ആശ്വാസമായി.

"ഹുറാ..........! അവർ വിളിച്ചു പറഞ്ഞു.

സ്റ്റേറ്റ് കൗൺസിലിലെ എല്ലാ അംഗങ്ങളും ചേർന്ന് ഇങ്ങനെ പാടി:

ഡോക്ടർ ഗസ്പാർ അർനെറി
എന്തെന്തൊരു വൈഭവശാലി!
കൗശലമുള്ളൊരു നരിയെപ്പോലും
കെണിയിൽ വീഴ്ത്തും കെങ്കേമൻ
കുറ്റൻ പാറ തകർത്തീടും
ചൊവ്വയിലേക്കു പറന്നീടും
കണ്ടെത്താത്തൊരു നക്ഷത്രത്തിൽ

ചെന്നെത്താമാ ഡോക്ടർക്ക്!

അവർ ഡോക്ടർ ഗസ്പാർക്കുള്ള ഒരു കല്പന തയ്യാറാക്കി. അതിൽ എഴുതിയിരുന്നത് ഇതാണ്.:

ഡോക്ടർ ഗസ്പാർ അർനെറി,

മൂന്നു തടിയന്മാരുടെ സ്റ്റേറ്റ് കൗൺസിൽ അനന്തരാവകാശിയായ തുത്തിയുടെ പൊട്ടിപ്പോയ പാവ നിങ്ങളെ ഏൽപ്പിക്കുന്നു. നാളത്തേക്ക് ആ പാവയെ ശരിയാക്കി തരണമെന് ഇതിനാൽ കല്പിക്കുന്നു. ഈ പാവ മുൻപിലത്തെപ്പോലെ പൂർണ്ണാരോഗ്യവും, കണ്ടാൽ ജീവനുള്ളതെന്നു തോന്നിക്കുന്നതും ആക്കിത്തീർത്താൽ സമ്മാനമായി നിങ്ങൾ ചോദിക്കുന്നതെന്തും ലഭിക്കുന്നതാണ്. ഞങ്ങളുടെ കല്പന പ്രകാരം പ്രവർത്തിക്കാത്ത പക്ഷം നിങ്ങൾക്ക് കഠിനമായ ശിക്ഷ അനുഭവിക്കേണ്ടിവരും.

(ഒപ്പ്) സ്റ്റേറ്റ് കൗൺസിലർ

സ്റ്റേറ്റ് കൗൺസിലർ ആ കടലാസിൽ ഒപ്പു വച്ചു. അതിൽ രാജകീയ മുദ്ര പതിച്ചു. ഒരു വൃത്തവും അതിന്റെ നടുക്ക് പണം നിറച്ച ഒരു സഞ്ചിയുമായിരുന്നു മുദ്രയിലുണ്ടായിരുന്നത്.

കൊട്ടാരം സൂക്ഷിപ്പുകാരുടെ തലവനായ ബൊനവെഞ്ചുറ പ്രഭു രണ്ടു അനുചരന്മാരോടു കൂടി ഡോക്ടർ ഗസ്പാൽ അർനെറിയെ കണ്ടുപിടിച്ച് കത്തു കൊടുക്കുവാൻ വേണ്ടി പട്ടണത്തിലേക്കു തിരിച്ചു.

അവർ കുതിരപ്പുറത്താണ് സഞ്ചരിച്ചത്. അവർക്കു പിന്നിലായി ഒരു കുതിരവണ്ടി സഞ്ചരിക്കുന്നുണ്ടായിരുന്നു. അതിനുള്ളിൽ ഒരു കൊട്ടാരം ഉദ്യോഗസ്ഥൻ പാവയേയും മടിയിലിരുത്തിക്കൊണ്ട് ഇരുന്നിരുന്നു. പാവയുടെ ചുരുണ്ട മുടിയോടു കൂടിയ തല അയാളുടെ തോളിൽ ചാഞ്ഞിരുന്നു.

തുത്തി കരച്ചിൽ നിർത്തി.

പിറ്റേന്നു രാവിലെ തന്നെ പാവയെ പൂർണ്ണാരോഗ്യത്തോടെ തിരിച്ചു കൊണ്ടു വരുമെന്ന് അവർ അവനോടു പറഞ്ഞിരുന്നു.

ആ ദിവസത്തിന്റെ ബാക്കി ഭാഗം കൊട്ടാരത്തിൽ എല്ലാവരും അസ്വസ്ഥരായി കഴിച്ചു കൂട്ടി.

നമ്മുടെ പറക്കുന്ന ബലൂൺകാരന് എന്തു പറ്റിയെന്ന് അറിയേണ്ടേ?

അയാളെ കൊട്ടാരത്തിലെ അടുക്കളയിലേക്കു തിരിച്ചു കൊണ്ടു പോയിയെന്നു നമുക്കറിയാം.

അപ്പോഴാണ് അയാൾക്ക് ഒരപകടം പറ്റിയത്.

കേക്ക് ചുമന്നു കൊണ്ടുപോയ ഭൃത്യന്മാരിലൊരാൾ ഒരു ഓറഞ്ചിന്റെ

തൊലിയിൽ ചവിട്ടി.

"സൂക്ഷിക്കണം !" മറ്റു ഭൃത്യന്മാർ പറഞ്ഞു.

താൻ ഊർന്നു വീഴുകയാണെന്നു മനസിലാക്കിയ ബലൂൺകാരൻ വിളിച്ചു പറഞ്ഞു. "രക്ഷിക്കണേ !" പക്ഷേ ഭൃത്യൻ അതിനകം തന്നെ തെറ്റി വീണു. ഇഷ്ടിക പാകിയ തറയിലേക്ക് അയാൾ പൊത്തോ എന്നു വീണു. അയാൾ നീണ്ട കാലുകൾ ഇട്ടടിച്ചു കൊണ്ട് നിലവിളിച്ചു.

"ഹറാ..........." അടുക്കളപ്പയ്യന്മാർ ആർത്തു ചിരിച്ചു.

കേക്കിനോടൊപ്പം ആ ഭൃത്യന്റെ ദേഹത്തേക്കു വീണ ബലൂൺകാരൻ നിരാശനായി പറഞ്ഞു. "എന്തൊരു നാശം"

കേക്കുവച്ചിരുന്ന തളിക തകർന്നു തരിപ്പണമായി. ക്രീമും പഞ്ചസാരപ്പൊടിയും നാലുവശത്തേക്കും ചിതറി വീണു. ഭൃത്യൻ ചാടിയെഴുന്നേറ്റ് ഓടിക്കളഞ്ഞു.

അടുക്കളപ്പയ്യന്മാർ ബഹളമുണ്ടാക്കുകയും നൃത്തം ചവിട്ടുകയും ചെയ്തു കൊണ്ടിരുന്നു.

റാസ്ബറി സിറപ്പിന്റെയും പൊട്ടിയ പിഞ്ഞാണിക്കഷണങ്ങളുടേയും കുന്നുപോലെ കൂടിക്കിടക്കുന്ന സ്വാദേറിയ ക്രീമിന്റേയും നടുക്ക്,

അടുക്കളയുടെ തറയിൽ, ബലൂൺകാരൻ ഇരുന്നു. പൊടിഞ്ഞു വീണ കേക്കിന്റെ മുകളിൽ നിന്ന് ക്രീം ഉരുകി ഒലിച്ചു തുടങ്ങി.

പ്രധാന പാചകക്കാർ മൂന്നു പേരും പൊയ്ക്കഴിഞ്ഞിരുന്നു. അടുക്കളയിൽ തന്നെ കൂടാതെ അവശേഷിച്ചതു വെറും അടുക്കളജോലിക്കാരായ പയ്യന്മാർ മാത്രമാണെന്നു മനസിലായപ്പോൾ ബലൂൺകാരന് ആശ്വാസമായി.

"എനിക്കു രക്ഷപ്പെടാൻ അവരുടെ സഹായം തേടണം." അയാൾ തീരുമാനിച്ചു. "എന്റെ ബലൂൺ അതിന് ഉപകരിക്കും."

ബലൂണുകളുടെ ചരടിൽ അയാൾ അപ്പോഴും മുറുകെ പിടിച്ചിരുന്നു.

പയ്യന്മാർ അയാളുടെ ചുറ്റും കൂടി. ബലൂണുകൾ ലോകത്തിലെ ഏറ്റവും വിലപിടിച്ച വസ്തുക്കളിലൊന്നായി അവർ കരുതുന്നുവെന്ന് ആ നോട്ടത്തിൽ നിന്ന് അയാൾക്ക് മനസിലായി. ഓരോ പയ്യനും അതിലൊന്ന് കൈക്കലാക്കണമെന്ന് അതിയായ മോഹമുണ്ടായിരുന്നു.

അതു മനസിലാക്കിക്കൊണ്ട് അയാൾ പറഞ്ഞു:

"ഈ പരാക്രമങ്ങൾ കാണിച്ച് ഞാൻ അവശനായിരിക്കുന്നു. ഞാനൊരു കുട്ടിയല്ല. ഒരു വീരപുരുഷനുമല്ല. പറക്കുന്നത് എനിക്കിഷ്ടമല്ല. എനിക്ക് മൂന്നു തടിയന്മാരെ ഭയമാണ്. വിശിഷ്ടമായ ഒരു കേക്കിന്റെ മുകളിൽ അഴകോടെ ഇരിക്കേണ്ടതെങ്ങിനെയെന്നും എനിക്കറിഞ്ഞുകൂടാ. ഇവിടെ നിന്നു പുറത്തു കടക്കുന്നതാണ് എനിക്കേറ്റവും ഇഷ്ടം."

പയ്യന്മാർ ചിരി നിർത്തി.

ബലൂണുകൾ കാറ്റിൽ ഇളകിക്കൊണ്ടിരുന്നു. ജനാലയിൽ കൂടി അകത്തു കടന്ന സൂര്യപ്രകാശം തട്ടി അവ നീലയും മഞ്ഞയും ചുവപ്പും നിറങ്ങളിൽ തിളങ്ങി. ലോകത്തിലെ ഏറ്റവും മനോഹരങ്ങളായ ബലൂണുകളായിരുന്നു അവ.

ചരടിൽ പിടിച്ചൊന്നു വലിച്ചുകൊണ്ട് ബലൂൺകാരൻ ചോദിച്ചു.

"നിങ്ങൾക്കെന്നെ ഇവിടെ നിന്ന് പുറത്തു കൊണ്ടു വിടാൻ സാധിക്കുമോ?"

"വിടാം", ഒരു പയ്യൻ മൃദുസ്വരത്തിൽ പറഞ്ഞു. " ഈ ബലൂണുകൾ ഞങ്ങൾക്കു തരാമോ?"

ബലൂണകാരൻ ജയിച്ചു.

നിസാരമട്ടിൽ അയാൾ പറഞ്ഞു: "ശരി, അങ്ങിനെയാകട്ടെ. ഈ ബലൂണുകൾ വളരെ വിലപിടിച്ചതാണ്. എനിക്ക് പണം വളരെ

അത്യാവശ്യമാണ്. എങ്കിലും ഞാൻ നിങ്ങൾക്കു തന്നേക്കാം. നിങ്ങൾ നല്ല പയ്യന്മാരാണ്. ഉല്ലാസവാന്മാരും വിശ്വസ്തരും ആയ നിങ്ങളുടെ സ്വരം എത്ര ഉത്സാഹഭരിതമാണ്."

"അലവലാതികൾ !" അയാൾ മനസിൽ പറഞ്ഞു.

"പ്രധാന പാചകക്കാരൻ അറപ്പുരയിലാണ്. അയാൾ ചായസമയത്തെ പലഹാരങ്ങൾക്കുള്ള സാധനങ്ങൾ തൂക്കിയെടുക്കുകയാണ്." ഒരു പയ്യൻ പറഞ്ഞു. "അയാൾ വരുന്നതിനു മുമ്പ് നിങ്ങളെ അവിടെ നിന്ന് പുറത്താക്കേണ്ടിയിരിക്കുന്നു."

"അതു ശരിയാണ്," ബലൂൺകാരൻ സമ്മതിച്ചു. "സമയം പാഴാക്കുന്നതു നല്ലതല്ല."

"ഒരു നിമിഷം കാക്കൂ. എനിക്കൊരു രഹസ്യമറിയാം"

ഇങ്ങനെ പറഞ്ഞുകൊണ്ട് ഒരു പയ്യൻ ഒരു വലിയ കുട്ടത്തിന്റെ അടുക്കലേക്കു പോയി. അവൻ അതിന്റെ അടപ്പു തുറന്നു.

"ആദ്യം ഞങ്ങൾക്ക് ബലൂൺ തരൂ."

"നിനക്ക് ഭ്രാന്തുണ്ടോ?" ബലൂൺകാരൻ ദേഷ്യത്തിൽ ചോദിച്ചു. "ആ കുടം കൊണ്ട് ഞാൻ എന്തു ചെയ്യാനാണ്? എനിക്കിവിടെ നിന്ന് പുറത്തു കടക്കുകയാണ് ആവശ്യം. അതിനു പകരം ഞാനൊരു കുടത്തിൽ കയറിയിരിക്കുമെന്നു നിങ്ങൾ കരുതുന്നുണ്ടോ?"

"അതേ, അതുതന്നെയാണ് നിങ്ങൾ ചെയ്യേണ്ടത്."

"കുടത്തിൽ കയറിയിരിക്കുകയോ?"

"അതേ."

"എന്നിട്ട്?"

"അപ്പോൾ നിങ്ങളറിയും. ആദ്യം നിങ്ങൾ കുടത്തിനുള്ളിൽ കയറൂ. രക്ഷ പ്രാപിക്കാനുള്ള ഏറ്റവും നല്ല മാർഗം അതാണ്."

മൂന്നു തടിയന്മാരിൽ വച്ചേറ്റവും കൂറ്റനു പോലും നിഷ്പ്രയാസം കേറാനുള്ള വലിപ്പം ആ കുടത്തിനുണ്ടായിരുന്നു. എല്ലും തൊലിയും മാത്രമുള്ള ബലൂൺകാരന്റെ കാര്യം പിന്നെ പറയാനില്ലല്ലോ.

"വേഗം കയറിക്കോളൂ. അല്ലെങ്കിൽ അവർ വന്നു പിടിക്കും."

ബലൂൺകാരൻ കുടത്തിനുള്ളിലേക്കു നോക്കി. അതിന് മൂടുണ്ടായിരുന്നില്ല. കിണറുപോലെ വട്ടത്തിലുള്ള കറുത്ത ഒരു ദ്വാരം മാത്രമുണ്ടായിരുന്നത്.

"ശരി," അയാൾ നെടുവീർപ്പിട്ടു. "കുടത്തിനുള്ളിലേക്കു തന്നെ കയറിക്കളയാം. ഏതായാലും വായുവിൽ പറന്നു നടക്കുകയും

പഞ്ചസാരയും ക്രീമും കൊണ്ട് മൂടപ്പെടുകയും ചെയ്യുന്നതിനേക്കാൾ ഭയങ്കരമായിരിക്കാൻ വഴിയില്ല. ശരി, നമസ്ക്കാരം തെമ്മാടികളേ! എന്നെ രക്ഷപ്പെടാൻ സഹായിച്ചതിനുള്ള പ്രതിഫലം ഇതാ."

അയാൾ ചരടഴിച്ച് ഓരോരുത്തർക്കും ഓരോ ബലൂൺ വീതം നൽകി. എല്ലാവർക്കും ഓരോന്നു കൊടുക്കുവാൻ തികഞ്ഞു. ഇരുപത് കുട്ടികളും ഇരുപത് ബലൂണുകളും ഓരോന്നും ഓരോ ചരടിൽ കെട്ടിയിരുന്നു.

അയാൾ കുടത്തിനുള്ളിലേക്കു കയറി. കാലുകളാണ് ആദ്യം ഉള്ളിൽ കയറ്റിയത്. ഒരു പയ്യൻ അടപ്പെടുത്ത് കുടമടച്ചു.

"ബലൂൺ, ബലൂൺ !"അവർ സന്തോഷത്തോടെ വിളിച്ചു പറഞ്ഞു.

അവർ അടുക്കളയ്ക്കു വെളിയിലുള്ള പുൽത്തകിടിയിലേക്കു പാഞ്ഞു.

തുറസായ സ്ഥലത്ത് ബലൂണും കൊണ്ട് ഓടി നടക്കാൻ കൂടുതൽ രസമുണ്ടായിരുന്നു.

പെട്ടെന്ന് മൂന്ന് പാചകക്കാരും മൂന്നു ജനാലകളിൽ കൂടി തല പുറത്തേക്കിട്ടു നോക്കി. '

"എന്താണവിടെ?" അവർ ചോദിച്ചു. " ഒരു നിമിഷം താമസിക്കാതെ അകത്തേക്കു വരിൻ!"

അവരുടെ ശബ്ദം കേട്ട മാത്രയിൽ ഭയന്നു വിറച്ച കുട്ടികളുടെ കയ്യിൽ നിന്ന് ബലൂണുകളുടെ ചരടുകൾ വിട്ടുപോയി.

അവരുടെ ആഹ്ലാദം അതോടെ അവസാനിച്ചു.

ഇരുപതു ബലൂണുകളും കാറ്റിൽ പറന്നു. അവ നീലാകാശത്തിലേക്ക് ഉയർന്നുയർന്നു പോയി. അടുക്കളപ്പയ്യന്മാരായ ആ കുട്ടികൾ, പൂത്തുനിൽക്കുന്ന ചെടികൾക്കിടയിലെ പുൽത്തകിടിയിൽ , വെള്ളത്തൊപ്പി ധരിച്ച തല പിന്നോട്ടാക്കി ആകാശത്തേക്കു നോക്കി വാ പൊളിച്ചു നിന്നുപോയി.

അദ്ധ്യായം അഞ്ച്

നീഗ്രോയും മുട്ടക്കൂസും

ഡോക്ടർ ഗസ്പാറിന്റെ ഭയപ്പെടുത്തുന്ന സാഹസികാനുഭവങ്ങൾ ചിമ്മിനി വഴി അഭ്യാസിയായ തിബൂൽ അദ്ദേഹത്തിന്റെ മുറിയിലെത്തിയതു വരെ പറഞ്ഞു നിർത്തിയതു നിങ്ങൾ ഓർക്കുന്നുണ്ടായിരിക്കും.

അതിനുശേഷം അദ്ദേഹത്തിന്റെ പണിശാലയിൽ എന്തൊക്കെ നടന്നുവെന്ന് ആർക്കും അറിഞ്ഞു കൂടാ. ഉൽക്കണ്ഠ കൊണ്ടും കാത്തിരിപ്പുകൊണ്ടും ഗനിമേദ് അമ്മായി തളർന്നിരുന്നു. പൊരിച്ച കോഴിയെ സ്വപ്നം കണ്ടു കൊണ്ട് അവർ ഗാഢനിദ്രയിലാണ്ടു.

പിറ്റേന്ന് (ബലൂൺകാരൻ മൂന്നു തടിയന്മാരുടെ കൊട്ടാരത്തിൽ പറന്നു വീഴുകയും കാവൽക്കാർ ഉത്തിയുടെ പാവ പൊട്ടിക്കുകയും ചെയ്ത ദിവസം) ഗനിമേദ് അമ്മായിക്ക് വളരെ അസുഖകരമായ ഒരബദ്ധം പറ്റി. ഒരു എലിക്കെണിയിൽ നിന്നും അവർ ഒരെലിയെ തുറന്നു വിട്ടു. തലേരാത്രി ആ എലി തന്നെയാണ് ഒരു കിലോഗ്രാം മധുരപലഹാരങ്ങൾ തിന്നു തീർത്തത്. അതിനു മുമ്പത്തെ രാത്രി അത്

ഒരു ഗ്ലാസിലിരുന്ന പൂക്കൾ തട്ടി താഴെയിട്ടു. ഗ്ലാസ് ഉടഞ്ഞു പോയി. താഴെ വീണ പൂക്കൾക്ക് എന്തുകൊണ്ടോ പൂച്ചപ്പൂക്കളുടെ രൂക്ഷമായ ഗന്ധം ഉണ്ടായി. ആ ഭയങ്കര രാത്രിയിൽ എലി കെണിയിൽ വീണു.

പിറ്റേദിവസം ഗനിമേദ് അമ്മായി വളരെ നേരത്തെ ഉണർന്നു. അവർ എലിക്കെണി കയ്യിലെടുത്തു. എലി അതിൽ വളരെ സുഖമായി ഇരിക്കുകയായിരുന്നു. അതിന് കെണിയിൽ വീണത് ഇഷ്ടമായിയെന്നു കാണുന്നവർക്കു തോന്നും. ആ എലി ഒരു സൂത്രക്കാരനായിരുന്നു.

"ഇനി നിനക്ക് വല്ലവരും ഉണ്ടാക്കി വച്ചിരിക്കുന്ന മധുരപലഹാരങ്ങൾ തിന്നാൻ പറ്റില്ല!" "തനിക്ക് നോക്കാൻ സൗകര്യമുള്ള ഒരു സ്ഥലത്ത് എലിക്കെണി വച്ചിട്ട് ഗനിമേദ് അമ്മായി പറഞ്ഞു.

വസ്ത്രങ്ങൾ ധരിച്ച് അവർ താഴെയുള്ള ഡോക്ടറുടെ പണിശാലയിലേക്കു പോയി. അദ്ദേഹത്തെ ഈ നല്ല വാർത്ത അറിയിക്കണമെന്നായിരുന്നു അവരുടെ ഉദ്ദേശ്യം. ഇത്രയധികം മധുരപലഹാരങ്ങൾ നഷ്ടപ്പെടുന്നതിൽ ലജ്ജ തോന്നേണ്ടതാണെന്ന് അദ്ദേഹം തലേദിവസം രാവിലെ പറഞ്ഞതാണ്.

"എലികൾക്ക് അമ്ലങ്ങൾ വളരെ ഇഷ്ടമാണ്. ആ പലഹാരത്തിൽ അവ ധാരാളമുണ്ട്." അദ്ദേഹം വിശദീകരിച്ചു. ഗനിമേദമ്മായിക്ക് ആശ്വാസം തോന്നി.

"എലികൾക്ക് എന്റെ അമ്ലങ്ങൾ ഇഷ്ടമാണ്, അല്ലേ. എന്റെ എലിക്കെണി അവ ഇഷ്ടപ്പെടുമോയെന്നു നോക്കാം."

പണിശാലയുടെ വാതിലിനടുത്ത് അവർ നിന്നു. അവരുടെ കയ്യിൽ എലിക്കെണിയുണ്ടായിരുന്നു.

നേരം അതിരാവിലെയായിരുന്നു. പുൽക്കൊടികളിൽ മഞ്ഞുതുള്ളികൾ ഇരുന്നു തിളങ്ങുന്നത് തുറന്നു കിടന്ന ജാലകത്തിലൂടെ അവർ കണ്ടു. ബലൂൺകാരനെ പറത്തിക്കൊണ്ടു പോയ കാറ്റ് അപ്പോൾ തുടങ്ങിയിരുന്നില്ല.

കതകിന്റെ പിന്നിൽ നിന്ന് പല ശബ്ദങ്ങളും കേട്ടു.

"പാവം", ഗനിമേദ് അമ്മായി വിചാരിച്ചു. "അദ്ദേഹം ഉറങ്ങിയതേയില്ലെന്നു തോന്നുന്നു."

അവർ കതകിൽ മുട്ടി.

ഡോക്ടർ എന്തോ പറഞ്ഞു. പക്ഷേ അവർക്കു മനസ്സിലായില്ല.

വാതിൽ തുറന്നു.

ഡോക്ടർ വാതിൽപ്പടിയിൽ നിന്നു. കോർക്കു കരിഞ്ഞ മണം മുറിയിൽ തങ്ങിനിന്നിരുന്നു. ഒരു സ്പിരിട്ട് ലാംപിന്റെ നേർത്ത

തീനാളം അപ്പോഴും കത്തിക്കൊണ്ടിരുന്നു. ഡോക്ടർ ഗസ്പാർ എന്തോ ശാസ്ത്രീയ പരീക്ഷണങ്ങൾ നടത്തുകയായിരുന്നുവെന്ന് തീർച്ച യാണ്.

"നമസ്ക്കാരം ", അദ്ദേഹം പ്രസന്നതയോടെ പറഞ്ഞു.

ഗനിമേദ് അമ്മായി എലിക്കെണി പൊക്കിക്കാണിച്ചു. എലി മണം പിടിക്കുകയായിരുന്നു. അത് മൂക്കു ചുളിച്ചു.

"ഞാൻ ആ എലിയെ പിടിച്ചു !"

"ആഹാ, " ഡോക്ടർക്കു സന്തോഷമായി. "നോക്കട്ടെ !"

ഗനിമേദ് അമ്മായി ജനലിനടുത്തേക്കു പോയി.

"ഇതാ നോക്കൂ !"

അവർ എലിക്കെണി അദ്ദേഹത്തിന്റെ നേരെ നീട്ടി. പെട്ടെന്ന് ഒരു നീഗ്രോ അവരുടെ ദൃഷ്ടിയിൽ പെട്ടു. ജനാലക്കരികിലുള്ള "സൂക്ഷിച്ചു കൈകാര്യം ചെയ്യണം." എന്നെഴുതിയ ഒരു പെട്ടിയുടെ മുകളിൽ സുഭഗനായ ഒരു നീഗ്രോ ഇരുന്നിരുന്നു.

ചുവന്ന നിക്കർ മാത്രമേ അയാൾ ധരിച്ചിരുന്നുള്ളൂ.

നീഗ്രോ കറുപ്പും ഊതയും ബ്രൗണും നിറത്തിലിരുന്നു. അയാളുടെ തൊലി മിനുമിനെ തിളങ്ങി. ഒരു പൈപ്പിൽ നിന്നും അയാൾ പുക വലിച്ചു കൊണ്ടിരുന്നു.

ഗനിമേദ് അമ്മായി ഉറക്കെ കൂവി വിളിച്ചു. അവർ തിരിഞ്ഞ് കൈകൾ ശക്തിയായി വീശി. ഈ ബഹളത്തിനിടയിൽ എലിക്കെണി തുറന്നുപോയി. എലി ചാടി എവിടെയോ ഒളിച്ചു.

ഗനിമേദ് അമ്മായി അത്രയേറെ ഭയന്നുപോയിരുന്നു.

നീഗ്രോ ഉച്ചത്തിൽ ചിരിച്ചു. അയാളുടെ കറുത്തു നീണ്ട കാലുകളിൽ ധരിച്ചിരുന്ന ചുവന്ന ഷൂസുകൾ വലിയ രണ്ടു കപ്പൽമുളകുകളെപ്പോലെയിരുന്നു.

പൈപ്പ് അയാളുടെ വായിൽ ഇരുന്ന് മുകളിലോട്ടും താഴോട്ടും ഇളകി. ഡോക്ടറും ചിരിച്ചു. അദ്ദേഹത്തിന്റെ പുതിയ കണ്ണട മൂക്കിന്മേലിരുന്നു തുള്ളി. അമ്മായി പുറത്തേക്കോടി.

“എലി !” അവർ വിളിച്ചു പറഞ്ഞു. “എലി ! മധുരപലഹാരങ്ങൾ ! നീഗ്രോ!”

ഡോക്ടർ അവരുടെ പിന്നാലെ ചെന്നു.

“ഗനിമേദ് അമ്മായീ,” ഡോക്ടർ അവരെ സാന്ത്വനപ്പെടുത്താൻ ശ്രമിച്ചു. “ഇങ്ങനെ പരിഭ്രമിക്കേണ്ട കാര്യമൊന്നുമില്ല. എന്റെ പുതിയ പരീക്ഷണത്തെപ്പറ്റി പറയാൻ ഞാൻ മറന്നുപോയതാണ്. പക്ഷേ നിങ്ങൾക്കിതൊക്കെ അറിഞ്ഞുകൂടെ........ഞാൻ ഒരു ശാസ്ത്രജ്ഞനാണ്, പല ശാസ്ത്രങ്ങളിലും നിപുണനാണ്. എന്റെ പണിശാലയിൽ പല വിചിത്രവസ്തുക്കളും കാണും. ഞാനെപ്പോഴും പരീക്ഷണങ്ങളിൽ മുഴുകിയിരിക്കുന്നു. ഒരു നീഗ്രോയെ മാത്രമല്ല, ഒരു ആനയെപ്പോലും നിങ്ങൾക്കിവിടെ കാണാൻ കഴിഞ്ഞെന്നു വരും. ഗനിമേദ് അമ്മായി...........ഗനിമേദ് അമ്മായീ ! നീഗ്രോയുള്ളതുകൊണ്ടു മാത്രമായില്ല. പൊരിച്ച മുട്ട വളരെ പ്രധാനപ്പെട്ട കാര്യമാണ്. ഞങ്ങൾ പ്രാതൽ കാത്തിരിക്കുകയാണ്. എന്റെ നീഗ്രോക്ക് ഒരു വലിയ കിണ്ണം നിറയെ പൊരിച്ച മുട്ട വേണം.”

“എലികൾക്ക് അപ്പമിഷ്ടമാണ്, നീഗ്രോകൾക്ക് പൊരിച്ച മുട്ടയും,” അവർ പരിഭ്രമത്തോടെ പറഞ്ഞു.

“ശരിയാണ്. മുട്ട ഉടൻ വേണം. എലിയുടെ കാര്യം രാത്രിയിൽ നോക്കിയാൽ മതി. ഇന്നുരാത്രി നമുക്കതിനെ തീർച്ചയായും പിടിക്കാം. ഗനിമേദ് അമ്മായീ. അതിനിവിടെ ഇനി ഒരു കാര്യവുമില്ല. പലഹാരം മുഴുവൻ അതു തിന്നു തീർത്തു കഴിഞ്ഞു.”

ഗനിമേദമ്മായി കരഞ്ഞു. മുട്ടയിൽ ഉപ്പിനു പകരം കണ്ണുനീരാണ

കലർത്തിയത്. കണ്ണുനീർ വളരെ കയ്പേറിയതായിരുന്നതുകൊണ്ട് കുരുമുളകിന്റെ ഉപയോഗവും അതു കൊണ്ടു തന്നെ സാധിച്ചു.

"നിങ്ങളിതിൽ ധാരാളം കുരുമുളകിട്ടത് വളരെ നന്നായി. മുട്ടയ്ക്ക് നല്ല സ്വാദുമുണ്ട്."

ഗനിമേദമ്മായി പൂക്കളുടെ സുഗന്ധമുള്ള എന്തോ ഒരു മരുന്ന് അളന്നെടുക്കുകയായിരുന്നു. അവരുടെ പ്രക്ഷുബ്ധമായ ഹൃദയത്തിന് ആശ്വാസം നൽകാനുള്ള മരുന്നായിരുന്നു അത്.

ഡോക്ടർ ഗസ്പാർ പുറത്തേക്കു പോകുന്നത് ജനലിൽക്കൂടി അവർ കണ്ടു. പുതിയ സ്കാർഫും, പുതിയ ഷൂസും (വാസ്തവത്തിൽ അത് പഴയ ഷൂസിന് പുതിയ ചുവന്ന അടിപ്പട്ട വച്ചതു മാത്രമായിരുന്നു) പുതിയ വടിയും അദ്ദേഹത്തിനു നന്നായി യോജിച്ചു.

അദ്ദേഹത്തിന്റെ കൂടെ നീഗ്രോയും ഉണ്ടായിരുന്നു.

ഗനിമേദമ്മായി കണ്ണുകൾ ഇറുക്കി അടച്ചു കൊണ്ട് നിലത്തേക്കു വീണു. ഒരു പൂച്ചയുടെ ദേഹത്തേക്കാണവർ വീണത്. പൂച്ച ഉച്ചത്തിൽ

കരഞ്ഞു. അതു കൂടിയായപ്പോൾ അമ്മായിക്ക് സഹിക്കുവാൻ കഴിഞ്ഞില്ല. അവർ പൂച്ചയെ അടിച്ചു. ആ പൂച്ച ഒരു ശല്യക്കാരനായിരുന്നു. മാത്രവുമല്ല ഒരെലിയെ പിടിക്കാൻ പോലും അതിനെക്കൊണ്ട് കൊള്ളുകയുമില്ല.

ഇതിനിടയിൽ എലി ഗനിമേദ് അമ്മായിയുടെ അലമാരയിൽ കയറിയിരുന്ന് ബദാം ഹല്വവാ തിന്നു തുടങ്ങി. മധുരപലഹാരങ്ങൾ മുഴുവൻ നേരത്തെ തിന്നു തീർത്തതിൽ അതു ഖേദിച്ചു.

ഡോക്ടർ ഗസ്പാർ അർനെറി താമസിച്ചിരുന്നത് നിഴൽത്തെരുവിലാണ്. തെരുവിന്റെ മൂലയിൽ നിന്നും ഇടത്തോട്ടു തിരിഞ്ഞാൽ എലിസബത്ത് റോഡായി. അവിടെ നിന്നും ഇടിവെട്ടേറ്റു പിളർന്നു പോയ ഓക്കുമരവും കടന്ന് നേരെ പോയാൽ പതിന്നാലാം ചന്തമുക്കിലെത്താം.

ഡോക്ടർ ഗസ്പാറും നീഗ്രോയും പോയത് അങ്ങോട്ടാണ്. പിളർന്ന ഓക്കുമരം കാറ്റിന്റെ ശക്തി കൊണ്ട് ഞരങ്ങി. കാറ്റിന് ശക്തി കൂടിക്കൊണ്ടിരുന്നു. ഒരു മതിലിന്മേൽ ഏതോ നോട്ടീസൊട്ടിക്കാൻ ഒരാൾ വളരെ ബുദ്ധിമുട്ടുന്നതു കണ്ടു. കാറ്റു കൊണ്ട് വലിയ നോട്ടീസിന്റെ ഒരു ഭാഗം കീറിപ്പോയി. അത് അയാളുടെ മുഖത്തു വന്നടിച്ചു കൊണ്ടു ദൂരെ നിന്നു നോക്കിയാൽ അയാൾ ഒരു വലിയ തുണി കൊണ്ട് മുഖം തുടയ്ക്കുകയാണെന്ന് തോന്നുമായിരുന്നു. അവസാനം അയാൾ നോട്ടീസ് ഒട്ടിച്ചു.

അതിൽ എഴുതിയിരുന്നത് ഇങ്ങിനെയാണ്:

വരുവിൻ ! വരുവിൻ ! കാണുവിൻ !

ഇന്ന്

മൂന്നു തടിയന്മാരുടെ ഗവൺമെന്റ്

ജനങ്ങൾക്കുവേണ്ടി

ഒരു മേള നടത്തുന്നു.

പതിന്നാലാം ചന്തമുക്കിൽ എത്തുക.

തമാശകൾ

കളികൾ

എല്ലാവർക്കും വിനോദം

വരുവിൻ ! വരുവിൻ ! വരുവിൻ !

“ഇതെല്ലാം എന്തിനാണെന്ന് എനിക്ക് മനസ്സിലായി.” ഡോക്ടർ ഗസ്പാർ പറഞ്ഞു.

"കലാപകാരികളെ കച്ചേരിക്കവലയിൽ വച്ചു തൂക്കിക്കൊല്ലുന്നത് ഇന്നാണ്. ധനികന്മാരുടേയും കുടവയറന്മാരുടേയും ഭരണത്തിനെതിരായി മുന്നോട്ടു വന്ന എല്ലാവരേയും വധിച്ചു കളയണമെന്ന് മൂന്നു തടിയന്മാർ ആരാച്ചാരന്മാർക്കു കല്പന കൊടുത്തിട്ടുണ്ട്. മൂന്നു തടിയന്മാർ ജനങ്ങളെ കബളിപ്പിക്കാൻ നോക്കുന്നു. കച്ചേരിക്കവലയിൽ ജനങ്ങൾ തടിച്ചു കൂടി കഴുമരങ്ങൾ തകർക്കുകയും ആരാച്ചാരന്മാരെ കൊല്ലുകയും ചെയ്തു, മരണശിക്ഷയ്ക്കു വിധിക്കപ്പെട്ട തങ്ങളുടെ സഹോദരന്മാരെ രക്ഷപ്പെടുത്തുമെന്നാണ് അവരുടെ ഭയം. അതുകൊണ്ടാണ് അവർ മേള നടത്തുന്നത്. ജനങ്ങൾ വധശിക്ഷയുടെ കാര്യം മറക്കണമെന്നാണ് അവർ ആഗ്രഹിക്കുന്നത്."

ഡോക്ടർ ഗസ്പാറും അദ്ദേഹത്തിന്റെ കറുത്ത കൂട്ടുകാരനും പതിന്നാലാം ചന്തമുക്കിൽ എത്തി. അവിടെ ധാരാളം ആളുകൾ കൂടിയിരുന്നു. എന്നാൽ പ്രമാണിമാരായ ആരും അക്കൂട്ടത്തിലുണ്ടായിരുന്നില്ല. സ്വർണ്ണ മത്സ്യത്തിന്റേയും പഴുത്ത മുന്തിരിങ്ങയുടെയും നിറമുള്ള വസ്ത്രങ്ങൾ അണിഞ്ഞ ഒരൊറ്റ മാന്യവനിതയോ, ആഭിജാത്യം തോന്നിക്കുന്ന ഒരു വൃദ്ധനോ, വീർത്ത പണസഞ്ചിയും തൂക്കിയിട്ടു നടക്കുന്ന ഒരു വ്യാപാരിയോ അക്കൂട്ടത്തിലില്ലായിരുന്നു .!

ചാളകളിൽ താമസിക്കുന്ന പാവപ്പെട്ടവർ മാത്രമാണ് അവിടെ കൂടിയിരുന്നത്. തൊഴിലാളികൾ, കൈത്തൊഴിലാളിക്കാർ, ഗോതമ്പപ്പം കൊണ്ടു നടന്നു വില്ക്കുന്നവർ, കൂലിവേലക്കാർ, ചുമട്ടു തൊഴിലാളികൾ, വൃദ്ധകൾ, യാചകർ, അംഗഭംഗം വന്നവർ മുതലായവരാണ് അവിടെ നിന്നവർ. കീറിയതും നിറം മങ്ങിയതുമായ അവരുടെ വസ്ത്രങ്ങളുടെയിടയിൽ അപൂർവ്വമായി മാത്രം ചില പച്ചകഫുവച്ച ഉടുപ്പുകളും, നിറമുള്ള തൊപ്പികളും റിബണുകളും ഉണ്ടായിരുന്നു.

വൃദ്ധകളുടെ നരച്ച മുടി കാറ്റടിച്ചു പറന്നു. അവരുടെ കണ്ണുകളിൽ കാറ്റിന്റെ ശക്തി കൊണ്ട് വെള്ളം നിറഞ്ഞു. യാചകന്മാരുടെ കീറിപ്പറഞ്ഞ മുഷിഞ്ഞ തുണികൾ കാറ്റിൽ പറന്നുകൊണ്ടിരുന്നു.

സന്തോഷമുള്ള ഒരൊറ്റ മുഖം പോലും അക്കൂട്ടത്തിലുണ്ടായിരുന്നില്ല. എന്തോ ഭയങ്കരമായ ഒരു സംഭവം പ്രതീക്ഷിച്ചു നിൽക്കുന്നതുപോലെയാണ് എല്ലാവരുടെയും മുഖഭാവം.

"കച്ചേരിക്കവലയിൽ വധശിക്ഷ നടപ്പാക്കും." അവർ പറഞ്ഞു. "നമ്മുടെ സഖാക്കൾ അവിടെ കഴുവിൽ തൂങ്ങും. എന്നാൽ ഇവിടെ മൂന്നു തടിയന്മാരുടെ സ്വർണ്ണം വാങ്ങിക്കൊണ്ട് വിദൂഷകന്മാർ കൂത്താടിക്കൊണ്ടിരിക്കും."

"നമുക്ക് കച്ചേരിക്കവലയിലേക്കു പോകാം!"

"നമ്മുടെ പക്കൽ ആയുധമില്ല. നമുക്ക് വാളുകളോ തോക്കുകളോ ഇല്ല. കച്ചേരിക്കവലക്കു ചുറ്റും സായുധഭടന്മാരുടെ മൂന്നു വ്യൂഹങ്ങളുണ്ട്."

"കാവൽഭടന്മാർ മൂന്നു തടിയന്മാർക്ക് ഇപ്പോഴും സംരക്ഷണം നൽകുന്നു. അവർ നമ്മെ വെടിവെച്ചു. പക്ഷേ ഇന്നല്ലെങ്കിൽ നാളെ അവർ നമ്മുടെ പക്ഷത്തു ചേരാതിരിക്കില്ല."

"ഇന്നലെ രാത്രി ഒരു ഭടൻ അയാളുടെ ഓഫീസറെ വെടിവച്ചു. തിബൂലിനെ രക്ഷിക്കാനാണ് അയാളത് ചെയ്തത്."

"പക്ഷേ തിബൂൽ എവിടെയാണ്? രക്ഷപ്പെട്ടോ ?"

"ആർക്കും അറിഞ്ഞുകൂടാ. കാവൽക്കാർ രാത്രി മുഴുവൻ തൊഴിലാളികളുടെ വീടുകൾ കത്തിയെരിക്കുയായിരുന്നു. അയാളെ പുകച്ചു പുറത്തിറക്കാമെന്നാണ് അവർ ആശിച്ചത്. "

ഡോക്ടറും നീഗ്രോയും ആ സമയത്ത് അവിടെയെത്തി. കളി തുടങ്ങിയിരുന്നില്ല. സംസാരിക്കുന്ന ശബ്ദവും മണികളുടെ കിണികിണിശബ്ദവും പുല്ലാങ്കുഴലൂതുന്ന ശബ്ദവും അവർ കേട്ടു. പൂക്കളുള്ള കർട്ടനുകളുടെ പിന്നിൽ നിന്ന് വസ്ത്രങ്ങൾ ഉരയുന്ന ശബ്ദവും മുറുമുറുക്കുന്ന ശബ്ദവും എന്തൊക്കെയോ ഇളകുന്ന ശബ്ദവും കേട്ടു. അവിടെ നടന്മാർ തയ്യാറാകുകയായിരുന്നു.

കർട്ടനുകൾ മാറ്റി ഒരു മുഖം പ്രത്യക്ഷപ്പെട്ടു. ഒരു സ്പെയിൻകാരനായിരുന്നു അത്. പേരുകേട്ട ഒരു വെടിക്കാരനാണയാൾ. അയാളുടെ മേൽമീശ വിജൃംഭിച്ചു നിന്നു. അയാൾ ഒരു കണ്ണ് ഉരുട്ടിക്കൊണ്ടിരുന്നു.

"ഓ...............!"നിഗ്രോയെ നോക്കി അയാൾ പറഞ്ഞു. "നിങ്ങളും ഈ കളിയിൽ പങ്കെടുക്കുന്നുണ്ടോ ? അവർ നിങ്ങൾക്കെന്തു തന്നു?"

നീഗ്രോ മൗനമവലംബിച്ചു.

"എനിക്ക് പത്തു സ്വർണ്ണക്കട്ടകൾ തന്നു!" സ്പെയിൻകാരൻ വീമ്പടിച്ചു.

നീഗ്രോ നടന്മാരിലൊരാളാണെന്നാണ് അയാൾ വിചാരിച്ചത്. "ഇങ്ങോട്ടു വരൂ," ഏതോ രഹസ്യം പറയാനെന്ന പോലെ അയാൾ ക്ഷണിച്ചു.

നീഗ്രോ സ്റ്റേജിൽ കയറി. സ്പെയിൻകാരൻ അയാളോട് ഒരു രഹസ്യം പറഞ്ഞു. എല്ലാ ചന്തസ്ഥലങ്ങളിലും കളികൾ നടത്തുവാനായി മൂന്നു തടിയന്മാർ നൂറു നടന്മാരെ കൂലിക്കെടുത്തിട്ടുണ്ട്. ധനികന്മാരും കൊതിയന്മാരും ഭരിക്കുന്ന ഒരു രാജ്യത്ത് താമസിക്കുന്നത് എത്ര സുഖകരമാണെന്നും കലാപകാരികളായ പ്രൊസ്പേറോയും തിബൂലും എത്ര ചീത്ത മനുഷ്യരാണെന്നും ജനങ്ങളെ പറഞ്ഞു

മനസ്സിലാക്കുവാനാണ് അവരെ നിയോഗിച്ചിരിക്കുന്നത്.

"മാന്ത്രികന്മാരേയും സിംഹത്തെ പരിശീലിപ്പിക്കുന്നവരേയും വിദൂഷകന്മാരേയും ഗാരുഡവാദികളേയും നർത്തകരേയും അവർ കൂലിക്കെടുത്തിട്ടുണ്ട്. അവർ ഞങ്ങൾക്കെല്ലാം ധാരാളം പണം തരുകയും ചെയ്തു."

"മൂന്നു തടിയന്മാരെ പ്രശംസിക്കുവാൻ എല്ലാവരും സമ്മതിച്ചോ?" ഡോക്ടർ ഗസ്പാർ ചോദിച്ചു.

"ശ്!" മിണ്ടാതിരിക്കുവാൻ സ്പെയിൻകാരൻ ആംഗ്യം കാണിച്ചു. "ഇത്ര ഉറക്കെ സംസാരിക്കരുത്. പലരും സമ്മതിച്ചില്ല. അവരെ യൊക്കെ അറസ്റ്റ് ചെയ്തു."

നീഗ്രോ ദേഷ്യത്തിൽ നിലത്ത് ആഞ്ഞുചവിട്ടി.

ആ സമയത്ത് സംഗീതം തുടങ്ങി. ചില വേദികളിൽ കളികൾ തുടങ്ങിക്കഴിഞ്ഞു. ജനക്കൂട്ടം അങ്ങോട്ടുമിങ്ങോട്ടും നീങ്ങിക്കൊണ്ടിരുന്നു.

"മാന്യന്മാരെ, മഹതികളെ ! " പലകയടിച്ച ഒരു വേദിയിൽ നിന്ന് ഒരു വിദൂഷകൻ ഉറക്കെ വിളിച്ചു പറഞ്ഞു. "ഞാൻ നിങ്ങൾക്ക്.........."

അയാൾ സംസാരം നിർത്തി ജനങ്ങളുടെ ശബ്ദം അടങ്ങാൻ കാത്തിരുന്നു. അയാളുടെ മുഖത്തുനിന്നും പൗഡർ ഉതിർന്നു വീണു കൊണ്ടിരുന്നു.

"മാന്യന്മാരെ, മഹതികളെ, ഞാൻ നിങ്ങൾക്ക്, ഈ സുദിനത്തിൽ, നമ്മുടെ ചുവന്നു തടിച്ച പ്രിയപ്പെട്ട മൂന്നു തടിയന്മാരുടെ ആരാച്ചാരന്മാർ ഭയങ്കരന്മാരായ കലാപകാരികളെ കഴുവേറ്റുന്ന ഈ സുദിനത്തിൽ, ആയുരാരോഗ്യം ആശംസിക്കുന്നു.!"

അയാൾക്ക് പറയാനുള്ളതു മുഴുവൻ പറയാൻ കഴിഞ്ഞില്ല. തൊഴിലാളികളിലൊരാൾ പകുതി തിന്ന ഒരു ഗോതമ്പപ്പം അയാളുടെ നേർക്കെറിഞ്ഞു. അത് വീണത് അയാളുടെ വായിലേക്കാണ്. അപ്പം കൊണ്ട് അയാളുടെ വായ് നിറഞ്ഞു.

"മ് - മ് - മ് !"

അയാൾ മുറുമ്മി, പക്ഷേ ഫലമുണ്ടായില്ല. ശരിക്കു വെന്തിട്ടില്ലാത്ത അപ്പത്തിന്റെ ഗോതമ്പുമാവ് അയാളുടെ വായിൽ ഒട്ടിപ്പിടിച്ചിരുന്നു. അയാൾ കൈകൾ രണ്ടും വീശി, മുഖം കൊണ്ട് പല ഗോഷ്ടികളും കാണിച്ചു.

"ഹ ! കണക്കായിപ്പോയി !" ജനങ്ങൾ ആർത്തു വിളിച്ചു.

വിദൂഷകൻ തിരശ്ശീലയ്ക്കു പിന്നിലൊളിച്ചു.

“തെമ്മാടി ! അവനെ മൂന്നു തടിയന്മാർ വിലയ്ക്കു വാങ്ങിക്കഴിഞ്ഞു. നമ്മുടെ മോചനത്തിനുവേണ്ടി ഇന്ന് മരണം വരിക്കാൻ പോകുന്ന വരെ അയാൾ നിന്ദിക്കുന്നു !”

സംഗീതം കൂടുതൽ ഉച്ചത്തിലായി. അനേകം ബാൻഡുകൾ ഒരുമിച്ച് ഗാനമാലപിച്ചു. ഒൻപത് പുല്ലാങ്കുഴലുകളും മൂന്നു ബ്യൂഗിളുകളും മൂന്ന് ഡ്രമ്മുകളും ചെണ്ടകളും ശബ്ദം കേട്ടാൽ ആർക്കും തലവേദന വരുന്ന ഒരു വയലിനും അതിലുണ്ടായിരുന്നു.

വേദികളുടെ ഉടമസ്ഥന്മാർ സംഗീതത്തിന്റെ ശബ്ദം കൊണ്ട് ജനങ്ങളുടെ ആരവം കുറയ്ക്കുവാൻ ആഗ്രഹിച്ചു.

“നടന്മാർ ഗോതമ്പപ്പത്തെ ഭയപ്പെട്ടു തുടങ്ങും.” അവരിലൊരാൾ പറഞ്ഞു. “ഒന്നും സംഭവിച്ചില്ലെന്നും ഭാവിക്കുന്നതാണ് നല്ലത്.”

“ഓടിവരിൻ, എല്ലാവരും വരിൻ ! കളി തുടങ്ങാറായി !”

ഒരു വേദിയുടെ പേര് “ട്രോജൻ കുതിര” എന്നായിരുന്നു.

തിരശ്ശീലയ്ക്കു പിന്നിൽ നിന്ന് കളിക്കാരൻ പുറത്തു വന്നു. അയാൾക്ക് വട്ടത്തിലുള്ള പിത്തളബട്ടനുകൾ പിടിപ്പിച്ച ഒരു ജാക്കറ്റും ഒരു പച്ചത്തൊപ്പിയും ഉണ്ടായിരുന്നു. അയാളുടെ കവിളുകളിൽ കടും ചുവപ്പുനിറം തേച്ചുപിടിപ്പിച്ചിരുന്നു.

“ഷ് ! “ ജർമ്മൻ ഭാഷ സംസാരിക്കുന്നതുപോലെ അയാൾ ശബ്ദം കേൾപ്പിച്ചു. “ഷ് നിങ്ങൾ ജീവിതകാലം മുഴുവൻ കാണണമെന്ന് ആഗ്രഹിച്ച കളിയാണിത്. !”

അതിനുശേഷം ശബ്ദം കുറച്ചു കുറഞ്ഞു.

“ഇന്ന് ഒരു വിശേഷദിവസമായതുകൊണ്ട് നിങ്ങളെ വിനോദിപ്പിക്കുവാൻ ഞങ്ങൾ ഉരുക്കുമനുഷ്യനായ ലപിത്തുപ്പിനെ വിളിച്ചു വരുത്തിയിട്ടുണ്ട് !”

“താ - തീ - തൂ !” ബ്യൂഗിളിന്റെ വിളികൾ മുഴങ്ങി.

കരഘോഷമാണെന്നു തോന്നിക്കുവാൻ വേണ്ടി കിലുക്കുനുകൾ പലയിടത്തുനിന്നും കിലുക്കിക്കൊണ്ടിരുന്നു.

“ഉരുക്കുമനുഷ്യനായ ലപിത്തുപ്പ് തന്റെ മെയ്ക്കരുത്ത് ഇപ്പോൾ നിങ്ങൾക്കു കാണിച്ചു തരും.”

ബാൻഡു വായന തുടങ്ങി. തിരശ്ശീല ഇരുവശത്തേക്കു മാറി. ഉരുക്കുമനുഷ്യനായ ലപിത്തുപ്പ് മുമ്പോട്ടു വന്നു. റോസ് നിറത്തിലുള്ള ബനിയന്റെയും നിക്കറിന്റേയുമടിയിൽ അയാളുടെ മാംസപേശികൾ ഉയരുകയും താഴുകയും ചെയ്യുന്നത് കാണാമായിരുന്നു. അവ ഒരു പെരുമ്പാമ്പിനാൽ വിഴുങ്ങപ്പെട്ട മുയലുകളെപ്പോലെയിരുന്നു.

കുറെപ്പേർ ചേർന്ന് വലിയ ഭാരക്കട്ടകൾ വേദിയിൽ കൊണ്ടു വച്ചു. അവയുടെ ഭാരം കൊണ്ട് തറയിലെ പലക ഒടിഞ്ഞുപോകുമെന്നു തോന്നി. അവിടെ നിന്ന് പൊടിപടലം ഉയർന്നു. ജനക്കൂട്ടത്തിനിടയിൽ നിന്നും അടക്കിപ്പിടിച്ച സംസാരം കേട്ടു.

ഉരുക്കുമനുഷ്യൻ അയാളുടെ വിദ്യകൾ കാണിച്ചു തുടങ്ങി. അയാൾ ഓരോ കയ്യിലും ഓരോ ഭാരക്കട്ടകൾ എടുത്ത് റബ്ബർ പന്തുപോലെ മേൽപോട്ടെറിഞ്ഞു പിടിച്ച്, അവ കൂട്ടിമുട്ടിച്ചു തീപ്പൊരികൾ പറത്തി.

"നോക്കിൻ !" അയാൾ പറഞ്ഞു. "മൂന്നു തടിയന്മാർ തോക്കുണ്ടാക്കുന്ന പ്രൊസ്പേറൊയുടെയും അഭ്യാസിയായ തിബൂലിന്റെയും തലയോട് ഞെരിക്കുന്നത് ഇങ്ങിനെയായിരിക്കും."

ഉരുക്കുമനുഷ്യനേയും മൂന്നു തടിയന്മാർ സ്വർണ്ണം കൊടുത്തു വിലയ്ക്കു വാങ്ങിയിരുന്നു. " ഹ - ഹ - ഹ - !" താൻ പറഞ്ഞ തമാശയോർത്ത് അയാൾ സ്വയം ചിരിച്ചു.

ആരും അയാളുടെ നേരെ ഗോതമ്പപ്പം വലിച്ചെറിയാൻ ധൈര്യപ്പെടുകയില്ലെന്നയാൾക്കുറപ്പുണ്ടായിരുന്നു. കാരണം എത്ര ശക്തനാണെന്ന് അവർക്കറിയാം.

ജനക്കൂട്ടം നിശബ്ദരായി. ആ നിശബ്ദതയിൽ നീഗ്രോയുടെ ശബ്ദം വളരെ വ്യക്തമായി കേട്ടു. എല്ലാവരും അയാളുടെ നേരെ നോക്കി.

"നിങ്ങൾ എന്താണു പറഞ്ഞത് ?" ഏറ്റവും താഴത്തെ പടിയിൽ കാൽ ചവുട്ടിക്കൊണ്ട് അയാൾ ചോദിച്ചു.

"ഇങ്ങിനെയാണ് മൂന്നു തടിയന്മാർ തോക്കുണ്ടാക്കുന്ന പ്രൊസ്പേറൊയുടേയും അഭ്യാസിയായ തിബൂലിന്റേയും തലയോട് ഞെരിക്കുന്നത് എന്നാണ് ഞാൻ പറഞ്ഞത്."

"നിങ്ങൾ മിണ്ടിപ്പോകരുത് !"

നിഗ്രോ അക്ഷോഭ്യനായും എന്നാൽ കർശനമായുമാണ് അത് പറഞ്ഞത്.

"കറുമ്പാ, നീ ആരാണെന്നാണ് നിന്റെ വിചാരം ?" ഉരുക്കുമനുഷ്യൻ ചോദിച്ചു.

അയാൾ ഭാരക്കട്ടകൾ താഴെയിട്ട്, എളിക്കു കൈയ്യും കൊടുത്തു നിന്നു.

നീഗ്രോ വേദിയിലേക്കു കയറി.

"നീ വളരെ ശക്തനും അത്രതന്നെ നീചനുമാണ്. നീ ആരാണെന്നു ഞങ്ങളോടു പറയാത്തതെന്താണ്? ജനങ്ങളെ അവഹേളിക്കാനുള്ള അവകാശം നിനക്കാരു തന്നു? നീ ഒരു കൊല്ലന്റെ മകനാണ്. നിന്റെ

അച്ഛൻ ഒരു വിശ്വസ്തനായ മനുഷ്യനാണ്. നിന്റെ സഹോദരിയുടെ പേര് എല്ലീ എന്നാണ്. അവർ ഒരു അലക്കുകാരിയാണ്. അവർ പണക്കാരുടെ വസ്ത്രങ്ങൾ അലക്കുന്നു. ഒരു പക്ഷേ അവരെ ഇന്ന് കാവൽപ്പട്ടാളക്കാർ വെടിവച്ചു വീഴ്ത്തിക്കാണും. നീയോ.........നീ ഒരു വഞ്ചകനാണ്.!"

ഉരുക്കുമനുഷ്യൻ അത്ഭുതസ്തബ്ധനായി നിന്നു പോയി. നീഗ്രോ പറഞ്ഞതെല്ലാം സത്യമായിരുന്നു. അയാൾ എങ്ങനെ ഇതെല്ലാം മനസിലാക്കിയെന്ന് ലപിത്തുപ്പിന് പിടികിട്ടിയില്ല.

"വേഗം സ്ഥലം വിട്ടോ !" നീഗ്രോ വിളിച്ചു പറഞ്ഞു.

ഉരുക്കുമനുഷ്യന് പരിസരബോധമുണ്ടായി. അയാളുടെ മുഖം ദേഷ്യം കൊണ്ട് കറുത്തു. അയാൾ മുഷ്ടി ചുരുട്ടി.

" എന്നോട് ആജ്ഞാപിക്കുവാൻ നീ ആരാണ് !" അയാൾ ചോദിച്ചു. "എനിക്ക് നിന്നെ അറിഞ്ഞുകൂടാ. നീയൊരു പിശാചാണ്!"

"സ്ഥലം വിടാൻ നോക്കിക്കോ ! ഞാൻ മൂന്ന് എന്നെണ്ണുന്നതുവരെ സമയം തരാം. ഒന്ന് !"

ജനക്കൂട്ടം നിശ്ചലരായി നിന്നു. നീഗ്രോയ്ക്ക് ലപിത്തുപ്പിന്റെ കഴുത്തുവരെയേ ഉയരമുള്ളൂ. അയാളുടെ തൂക്കമാണെങ്കിൽ ലപിത്തുപ്പിന്റെ തൂക്കത്തിന്റെ മൂന്നിലൊന്നേയുള്ളൂ. എങ്കിലും ഒരു ബലപരീക്ഷണം തുടങ്ങുകയാണെങ്കിൽ നീഗ്രോയെ ജയിക്കുകയുള്ളൂവെന്ന് എല്ലാവർക്കും തീർച്ചയുണ്ടായിരുന്നു. അയാളുടെ ആത്മവിശ്വാസം നിറഞ്ഞതും ഉഗ്രവുമായ മുഖഭാവം അതു വ്യക്തമാക്കി.

"രണ്ട് !"

ഉരുക്കുമനുഷ്യൻ തലതാഴ്ത്തി.

"പിശാച് !" അയാൾ പറഞ്ഞു.

"മൂന്ന് !"

ഉരുക്കുമനുഷ്യൻ അപ്രത്യക്ഷനായി. അയാൾ നീഗ്രോയെ അടിച്ചു താഴെയിടുമെന്ന് ഭയന്ന് അനേകം പേർ കണ്ണുകളടച്ചു നിന്നു. അവർ കണ്ണുതുറന്നു നോക്കിയപ്പോൾ ഉരുക്കുമനുഷ്യനെ അവിടെയെങ്ങും കാണാനില്ലായിരുന്നു. അയാൾ തിരശ്ശീലയ്ക്കു പിന്നിൽ ഒളിച്ചു.

"ജനങ്ങൾ ഇങ്ങിനെ മൂന്നു തടിയന്മാരേയും ഓടിക്കും !" നീഗ്രോ ഒരു പുഞ്ചിരിയോടെ പറഞ്ഞു.

ജനക്കൂട്ടം ആഹ്ലാദഭരിതരായി. അവർ കൈകൊട്ടുകയും തൊപ്പിയൂരി മേലോട്ടെറിയുകയും ചെയ്തു.

"ജനങ്ങൾ നീണാൾ വാഴട്ടെ !"

"ഹുറാ ! ഹുറാ !"

ഡോക്ടർ ഗസ്പാർ മാത്രം ഇതൊന്നും രസിക്കാത്ത മട്ടിൽ തല കുലുക്കി. അദ്ദേഹത്തിന് ഇത്ര അതൃപ്തി തോന്നുവാൻ കാരണമെന്താണെന്ന് ആർക്കും മനസിലായില്ല.

"അയാളാരാണ് ? അയാളാരാണ്? ഈ നീഗ്രോ ആരാണ് ? ജനങ്ങൾ തിരക്കി.

"അയാളും ഒരു നടനാണോ?"

"നമ്മളയാളെ മുമ്പു കണ്ടിട്ടേയില്ല !"

"നിങ്ങളാരാണ് ?"

"നിങ്ങൾ ജനങ്ങളുടെ ഭാഗം പിടിച്ചതെന്തിനാണ്?"

"ഒരു നിമിഷം നിൽക്കു!" കീറിപ്പറിഞ്ഞ വസ്ത്രങ്ങളിട്ട ഒരാൾ ജനക്കൂട്ടത്തിനിടയിൽ കൂടി കടന്നുവരുന്നതിനിടയിൽ പറഞ്ഞു. പൂക്കാരികളോടും വണ്ടിക്കാരോടും തലേന്നാൾ സംസാരിച്ചു കൊണ്ടു നിന്ന യാചകനായിരുന്നു അയാൾ. ഡോക്ടർ ഗസ്പാർ അയാളെ തിരിച്ചറിഞ്ഞു.

"ഒരു നിമിഷം നിൽക്കു !" യാചകൻ ഉദ്വേഗത്തോടെ വിളിച്ചു പറഞ്ഞു. നമ്മളെ പറ്റിക്കുകയാണെന്നു നിങ്ങൾക്കു മനസിലായില്ലേ? ഈ നീഗ്രോ ഉരുക്കുമനുഷ്യനായ ലപിത്തുപ്പിനെപ്പോലെ മറ്റൊരു നടനാണ്. അവരെല്ലാം ഒരേ സംഘത്തിൽപ്പെട്ടവരാണ്. അയാളും മൂന്നും തടിയന്മാരുടെ പണം പറ്റിയിട്ടുണ്ട്."

നീഗ്രോ മുഷ്ടി ചുരുട്ടി.

ജനങ്ങളുടെ ആഹ്ലാദം വിദ്വേഷമായി മാറി.

"ശരിയാണ് ! ഒരു തെമ്മാടി മറ്റൊരുത്തനെ ഓടിച്ചു !"

"അയാളുടെ സ്നേഹിതനെ നമ്മൾ അടിച്ചു വീഴ്ത്തും എന്നു ഭയന്ന് അയാൾ ഒരു കൗശലം പ്രയോഗിച്ചതാണ്."

"ഇവിടുന്നു പൊയ്ക്കോ !"

"തെമ്മാടി ! "

"വഞ്ചകൻ !"

ജനങ്ങളെ തടയുവാനായി ഡോക്ടർ ഗസ്പാർ എന്തോ പറയാൻ ഭാവിച്ചു. പക്ഷേ വൈകിപ്പോയി. പത്തുപന്ത്രണ്ടു പേർ വേദിയിലേക്കു ചാടിക്കയറി നീഗ്രോയെ വളഞ്ഞു.

"അവനെ അടിക്കണം !" ഒരു വൃദ്ധ വിളിച്ചു പറഞ്ഞു.

നീഗ്രോ കൈ ഉയർത്തിപ്പിടിച്ചു കൊണ്ട് നിന്നു. അയാൾ

ശാന്തനായിരുന്നു.

"നിർത്ത് !"

അയാളുടെ ശബ്ദം കൂവലുകളുടേയും കൂക്കി വിളികളുടേയും ഉപരിയായി മുഴങ്ങി.

പെട്ടെന്ന് എല്ലാം ശാന്തമായി. ആ നിശബ്ദതയിൽ നീഗ്രോയുടെ വാക്കുകൾ കേവലവും സത്യവുമായി തോന്നി:

"ഞാൻ അഭ്യാസിയായ തിബൂലാണ്."

എല്ലാവരും അമ്പരന്നുപോയി. ആക്രമിക്കാൻ തയ്യാറായി വന്നവർ പിന്നിലേക്കു മാറി.

"ഹോ !" ജനക്കൂട്ടം അത്ഭുതപ്പെട്ടു.

ഒരു ശബ്ദം മാത്രം ചോദിച്ചു:

"പക്ഷേ നിങ്ങളെന്താണ് കറുത്തിരിക്കുന്നത് "

ഡോക്ടർ ഗസ്പാർ അർനെറിയോട് ചോദിക്കൂ !" പുഞ്ചിരിച്ചുകൊണ്ട് നീഗ്രോ ഡോക്ടറെ ചൂണ്ടിക്കാണിച്ചു.

"ഇത് അയാൾ തന്നെയാണ് ! തിബൂൽ !"

"ഹുറാ ! തിബൂൽ ജീവിച്ചിരിക്കുന്നു ! തിബൂൽ നമ്മുടെ കൂടെയുണ്ട് "

"ജനങ്ങൾ നീണാൾ........."

എന്നാൽ വാചകം പകുതി വച്ച് നിന്നു. അപ്രതീക്ഷിതവും അസുഖകരവുമായ എന്തോ സംഭവിച്ചു. ഏറ്റവും പിന്നിൽ നിന്നിരുന്നവർ പരിഭ്രാന്തരായി. ജനങ്ങൾ നാലുഭാഗത്തേക്കും മാറി.

"നിശ്ശബ്ദത പാലിക്കുക !"

"ഓടൂ, തിബൂൽ, ഓടിക്കോളൂ !"

മൂന്നു കുതിരസവാരിക്കാരും അവരുടെ പിന്നിൽ ഒരു കുതിരവണ്ടിയും കവലയിലെത്തി.

കൊട്ടാരം കാവൽഭടന്മാരുടെ ക്യാപ്റ്റനായ ബൊനവെഞ്ചുറ പ്രഭുവും അനുചരന്മാരുമായിരുന്നു അത്. വണ്ടിക്കുള്ളിൽ ഒരു കൊട്ടാരം ഉദ്യോഗസ്ഥൻ ഇരുന്നിരുന്നു. തുത്തിയുടെ പൊട്ടിയ പാവ അയാൾ മടിയിൽ വച്ചിരുന്നു. പാവയുടെ ചുരുണ്ട മുടിയോടു കൂടിയ തല അയാളുടെ തോളിൽ ചാരിവച്ചിരുന്നു.

അവർ ഡോക്ടർ ഗസ്പാർ അർനെറിയെ അന്വേഷിച്ചു വരികയായിരുന്നു.

"ഇത് കാവൽഭടന്മാരാണ്! " ആരോ വിളിച്ചു പറഞ്ഞു.

അനേകം ആളുകൾ അടുത്തുള്ള ഒരു മതിലിന്മേൽ കയറി.

കറുത്ത വണ്ടി നിർത്തി. കുതിരകൾ തലയുയർത്തി. അവയുടെ കടിഞ്ഞാണുകൾ കിലുങ്ങുകയും വെട്ടിത്തിളങ്ങുകയും ചെയ്തു. ഇളം നീലനിറത്തിലുള്ള തൂവലുകൾ കാറ്റടിച്ച് അനങ്ങിക്കൊണ്ടിരുന്നു.

അശ്വാരൂഢന്മാർ വണ്ടിയുടെയടുത്ത് നിന്നു.

ക്യാപ്റ്റൻ ബൊനവെഞ്ചുറയുടെ ശബ്ദം ഭയങ്കരമാണ്. വയലിനിന്റെ ശബ്ദം നിങ്ങൾക്കു പല്ലുവേദനയുണ്ടാക്കുന്നതാണെങ്കിൽ ക്യാപ്റ്റന്റെ ശബ്ദം നിങ്ങളുടെ ഒരു പല്ലു പറിച്ചു കളയാൻ പോന്നതാണ്.

അയാൾ കുതിരപ്പുറത്ത് എണീറ്റുനിന്നുകൊണ്ട് ഇങ്ങിനെ ഗർജ്ജിച്ചു.

"ഡോക്ടർ ഗസ്പാർ അർനെറി എവിടെയാണ് താമസിക്കുന്നത്.?"

അയാൾ കടിഞ്ഞാൺ പിടിച്ചു വലിച്ചു കൊണ്ടിരുന്നു. അയാൾ പരുപരുത്ത തുകൽ കൊണ്ടുണ്ടാക്കിയതും കൈത്തണ്ടയിൽ അയഞ്ഞുകിടക്കുന്നതുമായ കയ്യുറകളാണ് ധരിച്ചിരുന്നത്.

അയാളുടെ ചോദ്യം ഇടിത്തീ പോലെ ഒരു വൃദ്ധയുടെ മേൽ പതിച്ചു. അവർ നാനാവശത്തേക്കും തല തിരിച്ചു കൊണ്ടിരുന്നു.

"അദ്ദേഹം എവിടെയാണു താമസിക്കുന്നത്?" ക്യാപ്റ്റൻ വീണ്ടും ചോദിച്ചു.

ഇത്തവണ അയാളുടെ ശബ്ദം ഒരു മനുഷ്യന്റെ ഒരു പല്ലല്ല, മുഴുവൻ പല്ലും പറിച്ചു കളയാൻ പോന്നതായിരുന്നു.

"ഞാനിവിടെയുണ്ട്. എന്നെക്കണ്ടിട്ടെന്താണാവശ്യം ?"

ജനക്കൂട്ടം വഴിമാറിക്കൊടുത്തു. ഡോക്ടർ ഗസ്പാർ സാവധാനം നടന്ന് വണ്ടിയുടെ സമീപത്തെത്തി.

"നിങ്ങളാണോ ഡോക്ടർ ഗസ്പാർ അർനെറി ?"

"അതെ. "

വണ്ടിയുടെ വാതിൽ തുറക്കപ്പെട്ടു.

"കയറിക്കൊള്ളൂ ! എന്താണ് ചെയ്യേണ്ടതെന്ന് നിങ്ങളുടെ വീട്ടിൽ ചെന്നിട്ടു പറയാം."

ഒരു പരിചാരകൻ പിന്നിലത്തെ പടിയിൽ നിന്നു ചാടിയിറങ്ങി ഡോക്ടറുടെ കൈ പിടിച്ച് വണ്ടിയുടെ അകത്തേക്കു കയറ്റി. അദ്ദേഹത്തിന്റെ പിന്നാലെ വണ്ടിയുടെ വാതിൽ അടയ്ക്കപ്പെട്ടു.

പൊടിപടലമുയർത്തിക്കൊണ്ട് ആ ഘോഷയാത്ര കടന്നു പോയി. ഒരു നിമിഷത്തിനുള്ളിൽ അവർ ഒരു വളവു തിരിഞ്ഞ് അപ്രത്യക്ഷരായി.

ജനക്കൂട്ടത്തിന്റെ പിന്നിൽ നിന്നിരുന്ന തിബൂലിനെ ക്യാപ്റ്റൻ ബൊനവെഞ്ചുറയോ അയാളുടെ അനുചരന്മാരോ ശ്രദ്ധിച്ചില്ല. അഥവാ അവർ ആ നീഗ്രോയെ കണ്ടിരുന്നെങ്കിൽ തന്നെ തലേ രാത്രി തിരഞ്ഞു നടന്ന മനുഷ്യനാണ് അയാൾ എന്ന് അവർക്കു മനസിലായില്ലായിരുന്നു.

എല്ലാ അപകടവും മാറിയെന്നു തോന്നി. അപ്പോൾ ഉച്ചത്തിലൊരു സീൽക്കാര ശബ്ദം കേട്ടു.

മറയ്ക്കു പിന്നിൽ നിന്നും എത്തി നോക്കി കൊണ്ട് സീൽക്കാര ശബ്ദം പുറപ്പെടുവിച്ചത് ലപിത്തുപ്പായിരുന്നു.

"നോക്കിക്കോ ! നീ നോക്കിക്കോ !" അയാൾ തിബൂലിന്റെ നേരെ നോക്കി മുഷ്ടി ചുരുട്ടി കൊണ്ട് പറഞ്ഞു. " ഞാൻ ഓടിച്ചെന്ന് കാവൽഭടന്മാരോട് നീയിവിടെയുണ്ടെന്നു പറയും !"

വേലി ചാടി പുറത്തു കടക്കാൻ അയാൾ ശ്രമിച്ചു. പക്ഷേ അയാളുടെ ഭാരം താങ്ങാൻ ശക്തിയില്ലാതെ ഭയങ്കരശബ്ദത്തോടെ അത് നിലംപതിച്ചു.

വേലിയുടെ ഒരു വിടവിൽപ്പെട്ടുപോയ തന്റെ കാൽ വലിച്ചെടുത്തുകൊണ്ട് ഉരുക്കു മനുഷ്യൻ ജനങ്ങളെ തള്ളിമാറ്റി വണ്ടിയുടെ പിന്നാലെ ഓടി.

"നിർത്തൂ !" തടിച്ച കൈകൾ ശക്തിയായി വീശിക്കൊണ്ട് അയാൾ വിളിച്ചു പറഞ്ഞു. "നിർത്തൂ! ഞാൻ അഭ്യാസിയായ തിബൂലിനെ കണ്ടു. അയാൾ അവിടെയുണ്ട് ! എനിക്കയാളെ കിട്ടിപ്പോയി !"

സംഗതികൾ മോശമാണെന്നു തോന്നി. ഉരുളുന്ന കണ്ണുള്ള സ്പെയിൻകാരൻ രംഗത്തു വന്നു. അയാളുടെ അരപ്പട്ടയിൽ ഒരു കൈത്തോക്ക് തിരുകി വച്ചിരുന്നു. മറ്റൊരു കൈത്തോക്ക് അയാളുടെ കയ്യിലുണ്ടായിരുന്നു. വേദിയിൽ അങ്ങോട്ടും ഇങ്ങോട്ടും പാഞ്ഞു നടന്നു കൊണ്ട് അയാൾ വിളിച്ചു പറഞ്ഞു.

"മാന്യന്മാരേ, മഹതികളേ ! നാം തിബൂലിനെ കാവൽക്കാരെ ഏല്പിക്കണം, അല്ലെങ്കിൽ വലിയ കുഴപ്പമുണ്ടാകും ! മൂന്നു തടിയന്മാർക്കെതിരായി പോവാൻ നമുക്കു സാദ്ധ്യമല്ലെന്ന് ഓർക്കണം.!"

വേദിയുടെ ഉടമസ്ഥൻ ഞൊണ്ടി ഞൊണ്ടി അയാളുടെയടുത്തെത്തി.

"തിബൂൽ എന്റെ കളി അലങ്കോലപ്പെടുത്തി ! അയാൾ ഉരുക്കു മനുഷ്യനായ ലപിത്തുപ്പിനെ വിരട്ടിയോടിച്ചു ! മൂന്നു തടിയന്മാർ എന്നോട് കോപിക്കുന്നത് എനിക്കിഷ്ടമല്ല !"

ജനക്കൂട്ടം തിബൂലിനെ രക്ഷിക്കുവാൻ വേണ്ടി അയാൾക്കു ചുറ്റും

ഒരു വലയം സൃഷ്ടിച്ചു.

ഉരുക്കുമനുഷ്യന് വണ്ടിയുടെ ഒപ്പമെത്തുവാൻ കഴിഞ്ഞില്ല. അയാൾ കവലയിൽ മടങ്ങിയെത്തി. അയാൾ ഫുൾ മൂച്ചിൽ തിബൂലിന്റെ നേരെ അടുത്തു. സ്പെയിൻകാരൻ വേദിയിൽ നിന്ന് ചാടിയിറങ്ങി അരപ്പട്ടയിൽ നിന്ന് മറ്റേ തോക്കും കയ്യിലെടുത്തു. കളിയുടെ ഉടമസ്ഥൻ ഒരു വലിയ കടലാസു വളയവും കൊണ്ട് അവിടെയെത്തി. സർക്കസിൽ പരിശീലനം ലഭിച്ച പട്ടികൾ ഇത്തരം വളയത്തിൽ കൂടി ചാടാറുണ്ട്. അയാൾ ആ വളയം വീശി തുള്ളിക്കൊണ്ട് സ്പെയിൻകാരന്റെ പിന്നാലെ എത്തി.

സ്പെയിൻകാരൻ കൈത്തോക്ക് ശരിയാക്കി പിടിച്ചു.

താൻ ഓടി രക്ഷപ്പെടുന്നതാണു നല്ലതെന്ന് തിബൂലിന് തോന്നി. ജനങ്ങൾ അയാൾക്കു വഴി മാറിക്കൊടുത്തു. ഒരു ഞൊടിക്കുള്ളിൽ അയാൾ അപ്രത്യക്ഷനായി. അയാൾ ഒരു മതിൽ ചാടി എത്തിയത് ഒരു പച്ചക്കറിത്തോട്ടത്തിലാണ്. അയാൾ മതിലിലുണ്ടായിരുന്ന ഒരു വിള്ളലിൽ കൂടി നോക്കി. ഉരുക്കുമനുഷ്യനും സ്പെയിൻകാരനും വേദിയുടെ ഉടമസ്ഥനും തന്റെ പിന്നാലെ ഓടിവരുന്നത് അയാൾ കണ്ടു. അവരുടെ ഓട്ടം കണ്ടിട്ട് തിബൂലിന് ചിരിയടക്കുവാൻ കഴിഞ്ഞില്ല.

ഉരുക്കുമനുഷ്യൻ ഭ്രാന്തെടുത്തോടുന്ന ഒരു ആനയെപ്പോലെയും സ്പെയിൻകാരൻ പിൻകാലുകളിൽ ചാടിച്ചാടി വരുന്ന ഒരു പെരിച്ചാഴിയെപ്പോലെയും വേദിയുടെ ഉടമസ്ഥൻ ഒരു മുടന്തൻ കാക്കയെപ്പോലെയും ഇരുന്നു.

"ഞങ്ങൾ നിന്നെ ജീവനോടെ പിടിക്കും !" അവർ പറഞ്ഞു. "തന്നത്താനെ പിടിതരുന്നതാണു നല്ലത്."

സ്പെയിൻകാരൻ തോക്കിന്റെ കൊത്തി വലിച്ചു, പല്ലുകടിച്ചു. കളിയുടമസ്ഥൻ കടലാസുവളയം വീശിക്കൊണ്ടിരുന്നു.

അവർ ആക്രമണം തുടങ്ങട്ടെയെന്നു തിബൂൽ വിചാരിച്ചു. അയാൾ ഇളകിക്കിടക്കുന്ന കറുത്ത മണ്ണിലാണ് നിന്നിരുന്നത്. അയാളുടെ ചുറ്റും സസ്യങ്ങൾ വളർന്നു നിന്നു. മുട്ടക്കൂസുകളും മുള്ളങ്കികളും നീളമുള്ള പച്ചത്തണ്ടുകളും വിസ്താരമുള്ള ഇലകളും അവിടെയുണ്ടായിരുന്നു.

ഇലകൾ കാറ്റിൽ വിറച്ചു കൊണ്ടിരുന്നു. നീലാകാശം സ്വച്ഛമായിരുന്നു.

യുദ്ധം തുടങ്ങി.

മൂന്ന് ആക്രമണകാരികളും മതിലിനടുത്തെത്തി.

"നീ അവിടെയുണ്ടോ ?" ഉരുക്കു മനുഷ്യൻ ചോദിച്ചു.

യാതൊരു മറുപടിയും ഉണ്ടായില്ല.

അടുത്തതായി സ്പെയിൻകാരൻ പറഞ്ഞു.

"പിടി തരുന്നതാണു നല്ലത്. എന്റെ രണ്ടും കയ്യിലും ഓരോ തോക്കുണ്ട്. പണം കൊടുത്താൽ കിട്ടാവുന്ന ഏറ്റവും നല്ല തോക്കുകളാണിവ. 'കവർച്ചക്കാരനും പുത്രന്മാരും' എന്ന കമ്പനിക്കാർ ഉണ്ടാക്കിയതാണ് ഈ തോക്കുകൾ. ഞാനാണെങ്കിൽ ഈ രാജ്യത്തെ ഏറ്റവും നല്ല വെടിവയ്പുകാരനാണ്."

തിബൂൽ വെടിവയ്ക്കുന്നതിൽ അത്ര വലിയ വിദഗ്ധനൊന്നുമായിരുന്നില്ല. സത്യത്തിൽ അയാൾക്ക് ഒരിക്കലും ഒരു തോക്കുണ്ടായിരുന്നിട്ടില്ല. എന്നാൽ കയ്യെടുത്ത് ' കൃത്യമായി പറഞ്ഞാൽ, കാലുകൾക്കടുത്ത് ധാരാളം മുട്ടക്കൂസുകൾ ഉണ്ടായിരുന്നു. തിബൂൽ കുനിഞ്ഞ് നല്ല കനമുള്ള ഒരു മുട്ടക്കൂസ് പറിച്ചെടുത്ത് മതിലിനപ്പുറത്തേക്ക് എറിഞ്ഞു. മുട്ടക്കൂസ് കളിയുടമസ്ഥന്റെ വയറ്റത്തു കൊണ്ടു. രണ്ടാമതൊന്നും മൂന്നാമതു മറ്റൊന്നും അതിനെ പിൻതുടർന്നു. അവ ബോംബുകൾ പോലെ പൊട്ടിത്തെറിച്ചു.

ശത്രുക്കൾ അമ്പരന്നുപോയി.

ഒരു മുട്ടക്കൂസും കൂടി പറിച്ചെടുക്കുവാൻ തിബൂൽ കുനിഞ്ഞു. അയാൾ രണ്ടു കൈകൾ കൊണ്ടും ശക്തിയായി വലിച്ചിട്ടും അത് പറിഞ്ഞു പോന്നില്ല. മാത്രവുമല്ല അത് മനുഷ്യശബ്ദത്തിൽ സംസാരിച്ചു തുടങ്ങി!

"ഞാൻ ഒരു മുട്ടക്കൂസല്ല ! ബലൂൺ വില്പനക്കാരനാണ്. ഞാൻ മൂന്നു തടിയന്മാരുടെ കൊട്ടാരത്തിൽ നിന്ന് ഒരു തുരങ്കം വഴി രക്ഷപ്പെട്ടതാണ്. തുരങ്കം ഒരു കുടത്തിനുള്ളിൽ തുടങ്ങുന്നു. അവസാനിക്കുന്നത് ഇവിടെയാണ്."

ഒരു മുട്ടക്കൂസ് സംസാരിക്കുന്നു ! തിബൂലിന് സ്വന്തം കണ്ണുകളെ വിശ്വസിക്കുവാൻ കഴിഞ്ഞില്ല.

ഈ അത്ഭുതം എന്താണെന്നു ഒന്നുകൂടി നോക്കുവാൻ വേണ്ടി അയാൾ കുറച്ചു കൂടി കുനിഞ്ഞു. അയാളുടെ കണ്ണുകളെ വിശ്വസിക്കാതിരിക്കുവാൻ നിവൃത്തിയില്ല. കാരണം ഒരു ഞാണിന്മേൽക്കളിക്കാരന്റെ കണ്ണുകൾ നുണ പറയുകയില്ല. ആ തല മുട്ടക്കൂസു പോലെയേ ആയിരുന്നില്ല.

ബലൂൺകാരന്റെ വട്ടമുഖമായിരുന്നു അത്. എപ്പോഴത്തേയും പോലെ ഡെയിസിപ്പൂക്കൾ വരച്ചിട്ടുള്ള ഒരു ചൈനാ ചായപ്പാത്രം പോലെയിരുന്ന അയാളുടെ മുഖം.

ബലൂൺകാരന്റെ തല നിലത്തു നിന്നു പൊട്ടിമുളച്ചതുപോലെ നിന്നിരുന്നു. നനഞ്ഞു കുഴഞ്ഞ മണ്ണ് അയാളുടെ കഴുത്തിനു ചുറ്റും ഒരു

കോളർ പോലെയിരുന്നു.

"ശരി, നിങ്ങൾക്ക് എന്തെല്ലാം അറിയാം ?"

ബലൂൺകാരൻ തിബൂലിനെ തുറിച്ചു നോക്കി. അയാളുടെ വട്ടക്കണ്ണുകളിൽ ആകാശത്തിന്റെ കടുംനീലനിറം പ്രതിഫലിച്ചു.

"അയാൾ അടുക്കളപ്പയ്യന്മാർക്ക് എന്റെ ബലൂണുകൾ കൊടുത്തു. രക്ഷപ്പെടാൻ അവർ എന്നെ സഹായിച്ചു. അതാ, നോക്കു ! എന്റെ ബലൂണുകളിലൊരെണ്ണം അതാ."

തിബൂൽ മേൽപോട്ടു നോക്കിയപ്പോൾ ഓറഞ്ചുനിറത്തിലുള്ള ഒരു ചെറിയ ഗോളം കണ്ടു.

അടുക്കളപ്പയ്യന്മാർ വിട്ടു കളഞ്ഞ ബലൂണുകളിൽ ഒന്നായിരുന്നു അത്.

തിബൂലിനെ ആക്രമിക്കുവാനുള്ള മാർഗങ്ങളെപ്പററി ആലോചിച്ചുകൊണ്ട് മതിലിനപ്പുറത്തു നിന്നിരുന്ന മൂന്നുപേരും ആ ബലൂൺ കണ്ടു. സ്പെയിൻകാരൻ ലോകത്തിലെ മറ്റെല്ലാ കാര്യങ്ങളും തൽക്ഷണം മറന്നു. അയാൾ നിന്നിടത്തു നിന്ന് രണ്ടടി പൊങ്ങി. കണ്ണുരുട്ടിക്കൊണ്ട് ഉന്നം പിടിച്ചു. കാരണം വെടിവെയ്പു പരിശീലനമായിരുന്നു അയാൾക്ക് ഏറ്റവും ഇഷ്ടമുള്ള കാര്യം.

"നോക്കു !" അയാൾ വിളിച്ചു പറഞ്ഞു. "ആ ബലൂൺ പത്തു മണിഗോപുരങ്ങളുടെ പൊക്കത്തിലാണ് പറക്കുന്നത്. ഞാനതിൽ വെടിക്കൊള്ളിക്കാമെന്ന് പത്തു സ്വർണ്ണക്കട്ടകൾ പന്തയം വയ്ക്കാം. എന്നേക്കാൾ നല്ല ഒരു വെടിക്കാരൻ ഇല്ല."

ആരും അയാളോടു പന്തയം വയ്ക്കാൻ തുനിഞ്ഞില്ല. പക്ഷേ അതുകൊണ്ടയാൾ പിൻതിരിഞ്ഞില്ല. ഉരുക്കുമനുഷ്യനും കളിയുടമസ്ഥനും ദേഷ്യം വന്നു.

"മഠയനായ കഴുതേ ! ഉരുക്കുമനുഷ്യൻ മുറുമുറുത്തു. "ബലൂൺ വെടിവച്ചു വീഴ്ത്താനുള്ള സമയമല്ല ഇത് ! നമുക്ക് തിബൂലിനെ പിടിക്കണം ! നിങ്ങളുടെ വെടിയുണ്ടകൾ പാഴാക്കരുത് !"

ഇങ്ങനെ പറഞ്ഞതുകൊണ്ടൊന്നും യാതൊരു പ്രയോജനവും ഉണ്ടായില്ല. ആ നല്ല വെടിക്കാരന് ബലൂൺ വെടിവച്ചു വീഴ്ത്താനുള്ള അവസരം വെറുതെ കളയാൻ സാദ്ധ്യമായിരുന്നില്ല. സ്പെയിൻകാരൻ ഉരുളുന്ന കണ്ണ് അടച്ചുകൊണ്ട് വീണ്ടും ഉന്നം പിടിച്ചു. ഈ സമയം തിബൂൽ ബലൂൺകാരനെ ഭൂമിയിൽ നിന്ന് വലിച്ചു പുറത്തെടുത്തു. എന്തൊരു കാഴ്ചയായിരുന്നു അയാൾ ! അയാളുടെ വസ്ത്രങ്ങളിൽ പഞ്ചസാരയും സിറപ്പും ചളിക്കട്ടകളും, പഞ്ചസാരയിൽ പൊതിഞ്ഞ നക്ഷത്രാകൃതിയിലുള്ള പലതരം പഴങ്ങളും പറ്റിപ്പിടിച്ചിരുന്നു.!

തിബൂൽ കുപ്പിയിൽ നിന്ന് കോർക്ക് വലിച്ചെടുക്കുന്നതു പോലെ ഭൂമിയിൽ നിന്ന് അയാളെ വലിച്ചെടുത്ത സ്ഥലത്ത് ഒരു കറുത്ത ദ്വാരം – അവശേഷിച്ചു. മൺകട്ടകൾ തുരങ്കത്തിലേക്ക് ഊർന്നു വീണു. പുറപ്പുറത്ത് മഴത്തുള്ളികൾ വീഴുന്നതുപോലെയായിരുന്നു അപ്പോഴുണ്ടായ ശബ്ദം.

സ്പെയിൻകാരൻ കാഞ്ചി വലിച്ചു. എന്നാൽ അയാളുടെ വെടിയുണ്ട ബലൂണിൽ കൊണ്ടില്ല. കഷ്ടം ! അയാളുടെ വെടിയുണ്ട കൊണ്ടത് കളിയുടമസ്ഥന്റെ പച്ചനിറമുള്ള നീളൻ തൊപ്പിയിലാണ്. ആ തൊപ്പിക്ക് ഏതാണ്ട് ഒരു മണിഗോപുരത്തിന്റെ പൊക്കമുണ്ടായിരുന്നു.

തിബൂൽ മറ്റൊരു മതിൽ ചാടി അപ്രത്യക്ഷനായി.

പച്ച നീളൻ തൊപ്പി നിലത്ത് വീണ് ഉരുണ്ടു. സ്പെയിൻകാരന് വല്ലാത്ത നാണക്കേടായി. രാജ്യത്തെ ഏറ്റവും നല്ല വെടിക്കാരനെന്നുള്ള അയാളുടെ പ്രശസ്തിക്ക് കോട്ടം തട്ടിയിരിക്കുന്നു. മാത്രവുമല്ല, കളിയുടമസ്ഥൻ അയാളെ ഇനി വകവയ്ക്കുകയുമില്ല.

"എടാ തെമ്മാടി !" കളിയുടമസ്ഥൻ രോഷാകുലനായി. അയാൾ കടലാസു വളയം സ്പെയിൻകാരന്റെ തലയിൽ കടത്തി.

കടലാസ് കീറി അയാളുടെ കഴുത്തിനു ചുറ്റും ഒരു കോളർ പോലെ ഇരുന്നു.

ലപിത്തുപ്പാകട്ടെ ഈ സമയമെല്ലാം ഇതികർത്തവ്യാമൂഢനായി നിൽക്കുകയായിരുന്നു. വെടിവയ്ക്കുന്ന ശബ്ദം കേട്ട് പരിസരപ്രദേശത്തെ പട്ടികൾ ബഹളം കൂട്ടി. ഒരു പട്ടി മൂല തിരിഞ്ഞു ഉരുക്കുമനുഷ്യന്റെ നേരെയടുത്തു. "ജീവനും കൊണ്ടോടാം !" എന്ന് വിളിച്ചു പറഞ്ഞുകൊണ്ട് അയാൾ ഓട്ടം തുടങ്ങി.

മൂന്നു പേരും ഓടിമാറി.

ബലൂൺകാരൻ ഒറ്റയ്ക്കായി. വേലിയുടെ മുകളിൽ ചാടിക്കയറി അയാൾ ചുറ്റും നോക്കി.

ഓടിപ്പോയ മൂന്നുപേരും ഒരു പച്ചക്കുന്നിന്റെ മുകളിൽ നിന്ന് ഉരുണ്ടു വീണു. ലപിത്തുപ്പ് ഒറ്റക്കാലിൽ തൊങ്കിത്തൊങ്കിയാണ് നടന്നത്. പട്ടി കടിച്ച മറ്റേക്കാൽ കൈ കൊണ്ട് അയാൾ താങ്ങിയിരുന്നു. കളിയുടമസ്ഥൻ പ്രാണരക്ഷാർത്ഥം ഒരു മരത്തിൽക്കയറി ഒരു മൂങ്ങയെ പോലെ അള്ളിപ്പിടിച്ചിരുന്നു. സ്പെയിൻകാരൻ കടലാസു കോളറിനുള്ളിൽ തല ആട്ടിക്കൊണ്ട് പട്ടിയുടെ നേരെ വെടിവെച്ചുകൊണ്ടിരുന്നു. അയാൾ ഓരോ പ്രാവശ്യം വെടിവയ്ക്കുമ്പോഴും കൊള്ളുന്നത് ആ തോട്ടത്തിൽ കെട്ടിവച്ചിരുന്ന ഒരു കോലത്തിന്മേലാണ്.

കുന്നിന്റെ മുകളിൽ വച്ച് പട്ടി ഓട്ടം നിർത്തി. അത് അവിടത്തന്നെ നിൽക്കാൻ തീരുമാനിച്ചെന്നു തോന്നി.

അത് വാലാട്ടുകയും ചുവന്നു മിനുങ്ങുന്ന നാക്കു വെളിയിലിട്ട് പുഞ്ചിരിക്കുകയും ചെയ്തു കൊണ്ടിരുന്നു. ലപിത്തുപ്പിന്റെ കാലിന്മേൽ കടിക്കാൻ സാധിച്ചതിൽ അതിന് അതിയായ സന്തോഷമുണ്ടെന്നു തോന്നി.

അദ്ധ്യായം ആറ്

അപ്രതീക്ഷിതമായ താമസം

"ഡോക്ടർ ഗസ്പാർ അർനെറിയോടു ചോദിക്കു." താൻ നീഗ്രോ ആയതെന്തിനെന്ന് ജനങ്ങൾ ചോദിച്ചപ്പോൾ തിബൂൽ പറഞ്ഞു.

എന്നാൽ ഡോക്ടറോടു ചോദിക്കാതെ തന്നെ നമുക്ക് കാരണം ഊഹിക്കാം. തിബൂൽ യുദ്ധരംഗത്തുനിന്ന് രക്ഷപ്പെട്ട വിവരം നിങ്ങൾ ഓർക്കുന്നുണ്ടല്ലോ. അയാളെ പിടിക്കുവാൻ വേണ്ടി തലേദിവസം കാവൽക്കാർ തൊഴിലാളി ഭവനങ്ങൾക്ക് തീവയ്ക്കുകയും, നക്ഷത്രക്കവലയിൽ വെടിവയ്പ്പ് നടത്തുകയും ചെയ്തു വെന്നും ഓർക്കുന്നുണ്ടല്ലോ. ഡോക്ടർ ഗസ്പാറിന്റെ വീട്ടിൽ അഭയം പ്രാപിക്കാനും അയാൾക്കു കഴിഞ്ഞു. പക്ഷേ ഏതു നിമിഷത്തിലും അയാൾ കണ്ടുപിടിക്കപ്പെടാൻ ഇടയുണ്ടായിരുന്നു. അയാളെ അനേകം ആളുകൾക്ക് തിരിച്ചറിയാൻ കഴിയുമായിരുന്നുവെന്നുള്ളത് ഈ അപകടസാദ്ധ്യത വർദ്ധിപ്പിച്ചു.

കടയുടമസ്ഥന്മാരെല്ലാം തടിയന്മാരും പണക്കാരുമായിരുന്നതു കൊണ്ട് മൂന്നു തടിയന്മാരുടെ ഭാഗത്തായിരുന്നു. ഡോക്ടർ ഗസ്പാർ താമസിച്ചിരുന്ന അതേ തെരുവിൽ താമസക്കാരനായ

ഏതെങ്കിലുമൊരു പണക്കാരൻ കാവൽക്കാരുടെ അടുത്തുപോയി ഡോക്ടർ തിബൂലിനെ ഒളിച്ചു താമസിച്ചിരുന്ന അതേ തെരുവിൽ താമസക്കാരനായ ഏതെങ്കിലുമൊരു പണക്കാരൻ കാവൽക്കാരുടെ അടുത്തുപോയി ഡോക്ടർ തിബൂലിനെ ഒളിച്ചു താമസിപ്പിച്ചിട്ടുണ്ട് എന്നു പറയാനിടയുണ്ടായിരുന്നു.

“നിങ്ങൾ രൂപം മാറണം” . തീബൂൽ ചിമ്മിനിയിൽ കൂടി ഡോക്ടറുടെ മുറിയിലെത്തിയ ദിവസം ഡോക്ടർ പറഞ്ഞു.

രൂപം മാറാൻ ഡോക്ടർ തിബൂലിനെ സഹായിച്ചു.

അദ്ദേഹം പറഞ്ഞു:

“നിങ്ങൾക്കു നല്ല പൊക്കമുണ്ട്. വിരിഞ്ഞ മാറിടവും വെളുത്ത പല്ലുകളും കറുത്ത ചുരുണ്ട തലമുടിയും ഉണ്ട്. നിങ്ങളുടെ തൊലി വെളുത്തതല്ലായിരുന്നുവെങ്കിൽ നിങ്ങൾക്ക് ഒരു വടക്കേ അമേരിക്കൻ നീഗ്രോയെപ്പോലെയിരിക്കും. പറഞ്ഞതുപോലെ അതൊരു നല്ല ആശയമാണ്.! ഞാൻ നിങ്ങളെ ഒരു നീഗ്രോയാക്കാം.”

ഡോക്ടർ ഗസ്പാർ അർനെറി നൂറു ശാസ്ത്രങ്ങൾ വശമാക്കിയിട്ടുണ്ട്. അദ്ദേഹം വളരെ ഗൗരവക്കാരനും സൽസ്വഭാവിയുമായ ഒരു മനുഷ്യനായിരുന്നു. എന്നാൽ യാതൊരു വിനോദവുമില്ലാതെ എപ്പോഴും ജോലി ചെയ്തു കൊണ്ടിരിക്കുന്നത് വളരെ മുഷിപ്പനായ ജീവിതമാണ്. അതുകൊണ്ട് ചിലപ്പോഴേല്ലാം അദ്ദേഹം സ്വയം രസിക്കാറുണ്ടായിരുന്നു. ഒരു ശാസ്ത്രജ്ഞനായിരുന്നതുകൊണ്ട് പുതിയ കണ്ടുപിടിത്തങ്ങൾ നടത്തുകയെന്നുള്ളതായിരുന്നു അദ്ദേഹത്തിന്റെ വിനോദം. അദ്ദേഹം അനാഥബാലന്മാർക്കു വേണ്ടി ഒട്ടു പടങ്ങളും പടക്കങ്ങളും കളിപ്പാട്ടങ്ങളും അനിതര സാധാരണമായ മധുരസ്വരം പുറപ്പെടുവിക്കുന്ന സംഗീതോപകരണങ്ങളും നിർമ്മിക്കുമായിരുന്നു. അതുവരെ ആരും കണ്ടിട്ടില്ലാത്ത നിറങ്ങളിലുള്ള പുതിയ ചായങ്ങൾ അദ്ദേഹം കണ്ടുപിടിച്ചിട്ടുണ്ട്.

“ഇതാ, ഇതു നോക്കു” അദ്ദേഹം തിബൂലിനോട് പറഞ്ഞു. “ഈ കുപ്പിയിരിക്കുന്ന ദ്രാവകം എന്തിൽ പുരട്ടിയാലും അത് കടുംതവിട്ടു നിറമാകും. മറ്റേ കുപ്പിയിലെ ദ്രാവകം പുരട്ടിയാൽ വീണ്ടും അതിന് സ്വതേയുള്ള നിറം തിരിച്ചു കിട്ടും.”

തിബൂൽ ഉടുപ്പുകൾ അഴിച്ചു മാറ്റി കരിഞ്ഞ കോർക്കിന്റെ രൂക്ഷമായ ഗന്ധമുള്ള ദ്രാവകം ദേഹം മുഴുവൻ പുരട്ടി.

ഒരു മണിക്കൂർ കഴിഞ്ഞപ്പോൾ അയാളുടെ നിറം കടും തവിട്ടായി മാറി.

ആ സമയത്താണ് ഗനിമേദ് അമ്മായി എലിക്കെണിയുമായി

അവിടെ എത്തിയത്. പിന്നത്തെ സംഭവങ്ങൾ നമുക്കറിയാമല്ലോ.

നമുക്കിനി ഡോക്ടർ ഗസ്പാറിന്റെയടുത്തേക്കു തിരിച്ചു പോകാം. ക്യാപ്റ്റൻ ബൊനവെഞ്ചുറ അദ്ദേഹത്തെ ഒരു കറുത്ത വണ്ടിയിൽ കയറ്റിക്കൊണ്ടുപോകുന്നിടം വരെയാണ് നാം പറഞ്ഞു നിർത്തിയത്.

കുതിരകൾ റോഡിൽ കൂടി ഓടിക്കൊണ്ടിരുന്നു. ഉരുക്കുമനുഷ്യ നായ ലപിത്തുപ്പിന് അവയുടെ ഒപ്പമോടിയെത്താൻ കഴിഞ്ഞില്ലെന്നു നമുക്കറിയാം. വണ്ടിക്കുള്ളിൽ ഇരുട്ടായിരുന്നു. തന്റെയടുക്കൽ വണ്ടിയിലിരിക്കുന്ന മനുഷ്യൻ അവശയായ ഒരു പെൺകുട്ടിയെ മടിയിലിരുത്തിയിരിക്കുകയാണെന്നാണ് ഡോക്ടർ വിചാരിച്ചത്.

ആ മനുഷ്യൻ നിശ്ശബ്ദനായി ഇരുന്നു. പെൺകുട്ടിയും മൗനമായിരിക്കുകയായിരുന്നു.

"ഞാൻ നിങ്ങളെ ഞെരുക്കുന്നില്ലല്ലോ?" തന്റെ തൊപ്പിയിൽ പിടിച്ചു കൊണ്ട് ഡോക്ടർ ഉപചാരപൂർവ്വം ചോദിച്ചു.

"അതേപ്പറ്റി വിഷമിക്കേണ്ട," കൊട്ടാരം ഉദ്യോഗസ്ഥൻ ഈർഷ്യയോടെ പറഞ്ഞു.

ഇടുങ്ങിയ ജനാലകളിൽ കൂടി കുറേശ്ശെ വെളിച്ചം അകത്തേക്കു കടന്നു. താമസിയാതെ ഡോക്ടറുടെ കണ്ണുകൾ ഇരുട്ടുമായി ഇടപഴകി കഴിഞ്ഞു. ഉദ്യോഗസ്ഥന്റെ നീണ്ട മൂക്കും പകുതിയടഞ്ഞ കണ്ണുകളും അദ്ദേഹത്തിന് കാണാൻ കഴിഞ്ഞു. സുന്ദരിയായ പെൺകുട്ടിയേയും അവളുടെ മനോഹരമായ ഉടുപ്പും അദ്ദേഹത്തിന്റെ ശ്രദ്ധയിൽപ്പെട്ടു. കുട്ടി വളരെ ദുഃഖിതയായി കാണപ്പെട്ടു. അവൾ വളരെ വിളറിയിരിക്കുകയാണെന്ന് അദ്ദേഹത്തിനു തോന്നി. പക്ഷേ മങ്ങിയ വെളിച്ചത്തിൽ തന്റെ നിഗമനം ശരിയാണോയെന്ന് നോക്കി മനസിലാക്കാൻ അദ്ദേഹത്തിനു കഴിഞ്ഞില്ല.

"പാവം കുട്ടി," ഡോക്ടർ വിചാരിച്ചു.

"അവൾക്കെന്തോ സുഖക്കേടു പിടിച്ചിട്ടുണ്ടെന്നു തോന്നുന്നു."

"ഈ കൊച്ചുപെൺകുട്ടിക്കു സുഖക്കേടായതു കൊണ്ടാണോ നിങ്ങളെന്നെ വിളിച്ചിരിക്കുന്നത്? നിങ്ങൾക്ക് എന്റെ ഉപദേശം ആവശ്യമാണോ ?"

"അതേ," നീണ്ട മൂക്കുള്ള മനുഷ്യൻ പറഞ്ഞു.

"മൂന്നു തടിയന്മാരിലൊരാളുടെ അനന്തരവൾ അനന്തരാവകാശിയായ ടുത്തിയുടെ അതിഥിയോ ആയിരിക്കണം ഈ പെൺകുട്ടി," ഡോക്ടർ വിചാരിച്ചു. " അവൾ വിലപിടിച്ച ഉടുപ്പാണു ധരിച്ചിരിക്കുന്നത്. കൊട്ടാരത്തിൽ നിന്നാണ് വരുന്നത്. മാത്രവുമല്ല, കാവൽഭടന്മാരുടെ ക്യാപ്റ്റനാണ് അവൾക്ക് അകമ്പടി സേവിക്കുന്നത്. വളരെ

ഉന്നതനിലയിലുള്ള പെൺകുട്ടിയാണ് ഇവൾ എന്നു തീർച്ച. ഓ ! ജീവനുള്ള കുട്ടികളെ ഒരിക്കലും തുത്തിയുടെയടു ത്തു പോവാൻ അനുവദിക്കുകയില്ലെ ന്നുള്ള കാര്യം ഞാൻ മറന്നുപോയി. ഈ ഓമനപെൺകിടാവ് കൊട്ടാര ത്തിനുള്ളിൽ എങ്ങനെ കടന്നുകൂടി ?"

"കുട്ടിക്കെന്താണ് കുഴപ്പം ? ഡിഫ്ത്തീരിയ ആണോ?"

"അല്ല, അവളുടെ നെഞ്ചിൽ ഒരു തുളയുണ്ട്."

"അവളുടെ ശ്വാസകോശങ്ങൾക്ക് എന്തെങ്കിലും തകരാർ ഉണ്ടെന്നാണോ നിങ്ങളുദ്ദേശിക്കുന്നത്?"

"അവളുടെ നെഞ്ചിൽ ഒരു തുളയുണ്ട്." ഉദ്യോഗസ്ഥൻ ആവർത്തി ച്ചു.

വിനയശീലനായ ഡോക്ടർ തർക്കിക്കാൻ മുതിർന്നില്ല.

"പാവം കുട്ടി." അദ്ദേഹം പറഞ്ഞു.

"ഇതൊരു കുട്ടിയല്ല. ഇതൊരു പാവയാണ്. ഉദ്യോഗസ്ഥൻ പറഞ്ഞു.

ഈ സമയം വണ്ടി ഡോക്ടറുടെ വീടിന്റെ മുമ്പിലെത്തി. കൊട്ടാരം ഉദ്യോഗസ്ഥനും ക്യാപ്റ്റൻ ബൊാന വെഞ്ചുറയും ഡോക്ടറുടെ കൂടെ അകത്തേക്കു പോയി. അദ്ദേഹം അവരെ തന്റെ പണിശാലയിലേ ക്കാണ് കൂട്ടിക്കൊണ്ടു പോയത്.

"ഇതൊരു പാവയാണെങ്കിൽ പിന്നെ എന്റെ സഹായം തേടുന്നതെ ന്തിനാണ്?"

കൊട്ടാരം ഉദ്യോഗസ്ഥൻ കാര്യ ങ്ങൾ എല്ലാം പറഞ്ഞു. ഡോക്ടർക്ക് സംഗതികൾ മനസിലായി.

രാവിലത്തെ സംഭവങ്ങൾ മൂലം ഉത്ക്കണ്ഠാകുലയായിരുന്ന ഗനിമേദ് അമ്മായി താക്കോൽപ്പഴുതിലൂടെ നോക്കുന്നുണ്ടായിരുന്നു. ഭയങ്കരനായ ക്യാപ്റ്റൻ ബൊനവെഞ്ചുറയെ അവർ കണ്ടു. അയാൾ തന്റെ വാൾ ഊന്നിക്കൊണ്ട് അവിടെ നിന്നിരുന്നു. നീളൻ ബൂട്ട്സ് ധരിച്ചിരുന്ന അയാൾ കാലുകൾ അവയ്ക്കുള്ളിൽ വിറപ്പിച്ചുകൊണ്ടിരുന്നു. അയാളുടെ കുതിമുള്ളുകൾ വാൽനക്ഷത്രങ്ങളെപ്പോലെയിരുന്നു. കൊട്ടാരം ഉദ്യോഗസ്ഥൻ റോസ് നിറത്തിലുള്ള മനോഹരമായ ഉടുപ്പുധരിച്ച ഒരു രോഗിണിയായ പെൺകുട്ടിയെ ഒരു ചാരുകസാലയിൽ ഇരുത്തുന്നത് ഗനിമേദ് അമ്മായി കണ്ടു. ചുരുണ്ട മുടിയോടു കൂടിയ തല കുനിച്ച് അവൾ പനിനീർപ്പൂക്കൾ തുന്നിപ്പിടിപ്പിച്ച് അലങ്കരിച്ചിരുന്ന ഭംഗിയുള്ള തന്റെ സാറ്റിൻ ചെരിപ്പുകളിലേക്ക് നോക്കിയിരിക്കുകയായിരുന്നു.

മുറിയിലെ കിളിവാതിലുകൾ കാറ്റുകൊണ്ടടഞ്ഞ് ശബ്ദമുണ്ടാക്കിക്കൊണ്ടിരുന്നതുകൊണ്ട് അവർ പറയുന്നത് ഗനിമേദ് അമ്മായിക്ക് കേൾക്കാൻ കഴിഞ്ഞില്ല. അവർ പറഞ്ഞതിൽ നിന്നും കുറേ വാക്കുകൾ കേൾക്കാൻ അവർക്ക് കഴിഞ്ഞു,

സ്റ്റേറ്റ്കൗൺസിലർ ഒപ്പിട്ട കല്പന കൊട്ടാരമുദ്യോഗസ്ഥൻ ഡോക്ടറെ കാണിച്ചു. ഡോക്ടർ അതു വായിച്ച് ചിന്താധീനനായി.

“നാളെ രാവിലെ പാവയെ ശരിയാക്കി തിരിച്ചു തരണം.” പോകാൻ എണീറ്റു കൊണ്ട് ഉദ്യോഗസ്ഥൻ പറഞ്ഞു.

ക്യാപ്റ്റൻ ബൊനവെഞ്ചുറയുടെ കുതിമുള്ളുകൾ തിളങ്ങി.

“ശരി.......പക്ഷേ......” ഡോക്ടർ ഗസ്പാർ ചുമലുകൾ കുലുക്കി. “ഞാൻ കഴിവതു ശ്രമിക്കാം. പക്ഷേ അത് ശരിയാക്കാമെന്ന് ഞാൻ ഉറപ്പ് തരികയില്ല. ഈ അത്ഭുതപാവയെ പ്രവർത്തിപ്പിക്കുന്ന സ്പ്രിംഗുകൾ ഏതു വിധമുള്ളവയാണെന്ന് എനിക്കറിഞ്ഞു കൂടാ. എനിക്ക് സൂക്ഷ്മമായി പഠിച്ച് എന്താണ് പൊട്ടിപ്പോയതെന്ന് മനസിലാക്കണം. എന്നിട്ട് കൂട്ടിയിണക്കുവാൻ വേണ്ട പുതിയ ഭാഗങ്ങൾ നിർമ്മിക്കണം. അതിനൊക്കെ ധാരാളം സമയമെടുക്കും. ഒരു പക്ഷേ എന്റെ കഴിവുകൾക്കതീതമായിരിക്കും അത്. അങ്ങനെയാണെങ്കിൽ ഈ പരിക്കു പറ്റിയ പാവയെ പുനർജ്ജീവിപ്പിക്കാൻ എനിക്ക് സാധിക്കുകയില്ല. എനിക്ക് ഉറപ്പ് തോന്നുന്നില്ല. മാന്യരെ...... നിങ്ങളെനിക്ക് വളരെക്കുറച്ചു സമയമേ അനുവദിച്ചിട്ടുള്ളൂ. ഒരു രാത്രി മാത്രം...... എനിക്ക് വാക്ക് തരാൻ നിവൃത്തിയില്ല.”

ഉദ്യോഗസ്ഥൻ വിരൽ ചൂണ്ടിക്കൊണ്ട് ഇടയ്ക്ക് കയറി പറഞ്ഞു.

“അതിൽ കൂടുതൽ താമസിക്കുവാൻ നിർവ്വാഹമില്ല, തുത്തിയുടെ

സങ്കടം അത്രവലുതാണ്. നാളെ രാവിലെത്തന്നെ പാവയെ ജീവിപ്പിച്ചു തരണം. ഇത് മൂന്നു തടിയന്മാരുടെ കല്പനയാണ്! അവരുടെ കല്പനയെ അനുസരിക്കാതിരിക്കാൻ ആരും ധൈര്യപ്പെടുകയില്ല. കേടുമാറ്റി പൂർണ്ണ ആരോഗ്യത്തോടെ പാവയെ നാളെ രാവിലെ മൂന്നു തടിയന്മാരുടെ കൊട്ടാരത്തിൽ കൊണ്ടുവരണം."

"ശരി..... പക്ഷേ..."

"ഒരു പക്ഷേ'യും വേണ്ട! നാളെ രാവിലെ പാവയെ ശരിയാക്കിയിരിക്കണം. നിങ്ങൾ വിജയിച്ചാൽ നല്ല പ്രതിഫലം കിട്ടും. ഇല്ലെങ്കിൽ നിങ്ങൾ കഠിനമായ ശിക്ഷ അനുഭവിക്കേണ്ടി വരും."

ഡോക്ടർ സ്തംഭിച്ചു പോയി.

"ഞാൻ ആവത് ശ്രമിക്കാം." അദ്ദേഹം പറഞ്ഞു. "പക്ഷേ ഇത് വളരെ ഗൗരവമുള്ള ഒരു സംഗതിയാണെന്ന് നിങ്ങൾ മനസിലാക്കണം."

"തീർച്ചയായും !" ഉദ്യോഗസ്ഥൻ കർക്കശമായി പറഞ്ഞുകൊണ്ട് വിരൽ താഴേക്ക് ചൂണ്ടിക്കാട്ടി. "ഞാൻ കല്പന നിങ്ങളെ അറിയിച്ചു.

അത് അനുസരിക്കേണ്ട കടമ നിങ്ങളുടേതാണ്. നമസ്ക്കാരം.!"

ഗനിമേദമ്മായി വാതിലിനടുത്ത് നിന്നും പിന്നോക്കം മാറി തന്റെ മുറിയിലേക്ക് പോയി. അവിടെ എലി ഒരു മൂലയിലിരുന്ന് സംതൃപ്തി യോടെ ചിലയ്ക്കുകയായിരുന്നു. ഭയങ്കരന്മാരായ സന്ദർശകർ പോയി. കൊട്ടാരം ഉദ്യോഗസ്ഥൻ കറുത്ത വണ്ടിയിൽ കയറിയിരുന്നു. ക്യാപ്റ്റൻ ബൊനവെഞ്ചുറ കുതിമുള്ളുകൾ കിലുക്കിക്കൊണ്ട് കുതി രപ്പുറത്ത് ചാടിക്കയറി. കാവൽക്കാർ അവരുടെ തൊപ്പി താഴോട്ട് വലിച്ച് യാത്ര തിരിച്ചു.

തുത്തിയുടെ പാവയെ ഡോക്ടറുടെ പണിശാലയിൽ വച്ചിരുന്നു.

സന്ദർശകരെ യാത്രയാക്കിയതിനുശേഷം ഡോക്ടർ ഗസ്പാർ ഗനിമേദമ്മായിയെ അന്വേഷിച്ചു പോയി. അസാധാരണമായ കർക്കശസ്വരത്തിൽ അദ്ദേഹം പറഞ്ഞു:

"ഗനിമേദ് അമ്മായി ! നിങ്ങൾ ശ്രദ്ധിച്ചു കേൾക്കൂ. ഞാനൊരു ബുദ്ധിശാലിയും നല്ല ഡോക്ടറും നല്ല കരകൗശലവിദഗ്ധനുമായിട്ടാണ് അറിയപ്പെടുന്നത്. എന്റെ പ്രസിദ്ധിയും എന്റെ ശിരസ്സും ഞാൻ വിലമതിക്കുന്ന കാര്യങ്ങളാണ്. നാളെ രാവിലെ എനിക്കതു രണ്ടും നഷ്ടപ്പെട്ടേക്കാം. ഇന്നു രാത്രി എനിക്ക് വളരെ ദുഷ്കരമായ ഒരു ജോലി ചെയ്തുതീർക്കാനുണ്ട്. നിങ്ങൾക്കു മനസിലായോ?" ഇത്രയും പറഞ്ഞിട്ട് അദ്ദേഹം മൂന്നു തടിയന്മാരുടെ സ്റ്റേറ്റ് കൗൺസിലറുടെ കല്പന അവരുടെ മുമ്പിൽ വീശിക്കാണിച്ചു. "ഇന്നു രാത്രി എന്നെ ആരും യാതൊരു കാരണവശാലും ശല്യപ്പെടുത്താൻ ഇടയാകരുത്! ഈ വീട്ടിൽ ഒരു ശബ്ദവും ഉണ്ടായിരിക്കരുത്. പാത്രങ്ങൾ കൂട്ടിമുട്ടി ക്കരുത്. അടുപ്പത്തിരുന്ന ഒന്നും കരിയാനിടയാവരുത്. നിങ്ങളുടെ കോഴികളോ വിളിച്ച് ശബ്ദമുണ്ടാക്കരുത്. എലിയെ പിടിക്കാൻ പോകണ്ട. വറുത്ത മുട്ടയെപ്പറ്റിയോ, മുള്ളങ്കിയെ പറ്റിയോ മധുര പലഹാരങ്ങളെപ്പറ്റിയോ മരുന്നുകളെപ്പറ്റിയോ ഒരക്ഷരം എനിക്കു കേൾക്കണ്ട. നിങ്ങൾക്കു മനസിലായോ?"

ഡോക്ടർ ഗസ്പാർ വല്ലാതെ കോപിച്ചിരുന്നു.

ഗനിമേദമ്മായി അവരുടെ മുറിയിൽക്കയറി മുറി കുറ്റിയിട്ടു.

"വളരെ വിചിത്രമായ സംഭവങ്ങളാണു നടന്നു കൊണ്ടിരിക്കു ന്നത്." അവർ പിറുപിറുത്തു. "എനിക്ക് ഒരു കാര്യവും മനസിലാ കുന്നില്ല. ആദ്യം നീഗ്രോ, പിന്നെ പാവയും ഏതോ ഒരു കല്പനയും. അതെ വിചിത്രമായ സംഭവങ്ങളാണ് നടക്കുന്നത്!"

അല്പം മനശാന്തി ലഭിക്കുന്നതിനുവേണ്ടി അവർ അനന്തര വൾക്ക് ഒരു കത്തെഴുതി തുടങ്ങി. പേന ഉരയുന്ന ശബ്ദം ഡോക്ടർ

കേൾക്കാതിരിക്കാൻ അവർ വളരെ സാവധാനത്തിലാണ് എഴുതിയത്.

ഒരു മണിക്കൂർ കഴിഞ്ഞു. ഗനിമേദമ്മായി അപ്പോഴും എഴുതിക്കൊണ്ടിരിക്കുകയായിരുന്നു. അന്നു രാവിലെ ഒരു നീഗ്രോയെ ഡോക്ടറുടെ മുറിയിൽ കണ്ടുവെന്ന കാര്യമാണ് അവർ അപ്പോൾ എഴുതിയത്.

"അവർ ഒരുമിച്ച് പുറത്തേക്കു പോയി. കുറേക്കഴിഞ്ഞ് ഡോക്ടർ ഒരു കൊട്ടാരം ഉദ്യോഗസ്ഥന്റേയും കുറെ കാവൽഭടന്മാരുടെയുമൊപ്പം തിരിച്ചു വന്നു. അവരുടെ കയ്യിൽ ഒരു ചെറിയ പെൺകിടാവാണെന്നു തോന്നിക്കുന്ന ഒരു പാവയുണ്ടായിരുന്നു. നീഗ്രോ അവരുടെ കൂടെ ഉണ്ടായിരുന്നില്ല .അയാൾക്കെന്തു പറ്റിയെന്ന് എനിക്കറിഞ്ഞുകൂടാ."

നീഗ്രോയ്ക്ക്, അതായത് അഭ്യാസിയായ തിബൂലിന്, എന്തു പറ്റിയെന്ന് ഡോക്ടറും അത്ഭുതപ്പെട്ടു. പാവയുടെ ജോലിയിൽ ഏർപ്പെട്ടിരുന്നപ്പോൾ അദ്ദേഹത്തിന്റെ ചിന്തകൾ തിബൂലിനെപ്പറ്റിയായിരുന്നു. അദ്ദേഹത്തിനു ദേഷ്യം വന്നു. അദ്ദേഹം തന്നെത്താനെ സംസാരിച്ചു.

"അയാളെത്ര പിടിപ്പില്ലാത്തവനാണ് ! ഞാൻ മറ്റാരും തിരിച്ചറിയാതിരിക്കാൻ എത്ര ഭംഗിയുള്ള നിറമാണ് അയാൾക്ക് നൽകിയത്. എന്നിട്ട് അയാൾ പതിന്നാലാം ചന്തയിൽ വച്ച് താനാരാണെന്ന് സ്വയം വെളിപ്പെടുത്തിയിരിക്കുന്നു! ഏതു നിമിഷവും അവർ അയാളെ പിടിക്കും. കഷ്ടം ! അയാൾ എത്ര അലക്ഷ്യമായാണ് പെരുമാറിയത് ! ഒരു ഇരുമ്പു കൂട്ടിൽ അടക്കുന്നത് അയാൾക്കിഷ്ടമാണോ?" ഡോക്ടർ ഗസ്പാർ വളരെ അസ്വസ്ഥനായി. ഒന്നാമതായി തിബൂലിന്റെ അലക്ഷ്യമായ പെരുമാറ്റം, രണ്ടാമത് ഈ പാവയുടെ കാര്യവും തലേ ദിവസത്തെ സംഭവങ്ങളും കച്ചേരിക്കവലയിലെ പത്തു കഴുമരങ്ങളുമെല്ലാം അദ്ദേഹത്തെ അസ്വസ്ഥനാക്കി."

"ഒരു ഭയങ്കര കാലഘട്ടത്തിലാണ് നമ്മൾ ജീവിക്കുന്നത്." ഡോക്ടർ പറഞ്ഞു.

വധശിക്ഷ മാറ്റിവച്ച വിവരം അദ്ദേഹം അറിഞ്ഞില്ല. കൊട്ടാരം ഉദ്യോഗസ്ഥൻ ഒരു വായാടിയായിരുന്നില്ല. അന്നു കൊട്ടാരത്തിൽ നടന്ന സംഭവങ്ങളൊന്നും തന്നെ അയാൾ ഡോക്ടറോടു പറഞ്ഞില്ല. ആ നിർഭാഗ്യയായ പാവയെ പരിശോധിച്ചു കൊണ്ടിരുന്നപ്പോൾ അദ്ദേഹം ഉറക്കെ ചോദിച്ചു പോയി:

"ഇവൾക്ക് ഈ മുറിവുകൾ എങ്ങിനെ പറ്റി ? ഇവ തീർച്ചയായും ഒരായുധം കൊണ്ട് ഉണ്ടായതാണ്. ഒരു വാൾ കൊണ്ടാവാനാണ് സാദ്ധ്യത. ഒരു കുട്ടിയപ്പോലെയിരിക്കുന്ന ഈ മനോഹരമായ പാവ മുഴുവൻ കുത്തിക്കീറിയിരിക്കുന്നു. അനന്തരാവകാശിയായ ടുത്തിയുടെ

പാവ ഇങ്ങിനെ കുത്തിക്കീറാൻ ആരാണ് ധൈര്യപ്പെട്ടത് ?"

കൊട്ടാരം കാവൽക്കാരാണ് അതു ചെയ്തതെന്ന് ഡോക്ടർക്ക് അറിയാൻ പാടില്ലായിരുന്നു. മൂന്നു തടിയന്മാരെ സേവിക്കുവാൻ വിസമ്മതിച്ച് അവരും ജനങ്ങളുടെ പക്ഷത്തു ചേരുമെന്ന് അദ്ദേഹത്തിന് ഊഹിക്കാൻ കഴിഞ്ഞില്ല. അക്കാര്യം മനസിലായിരുന്നുവെങ്കിൽ അദ്ദേഹം എത്ര സന്തോഷിക്കുമായിരുന്നു. !

ഡോക്ടർ പാവയുടെ തല കൈയ്യിൽ പിടിച്ചു. ജനലിൽക്കൂടി വെയിൽ അകത്തേക്കു പ്രവഹിച്ചു. പ്രകാശം പാവയുടെ മേൽ പതിച്ചു. ഡോക്ടർ അതിനെ സൂക്ഷിച്ചു നോക്കി.

"ഇത് വിചിത്രമായിരിക്കുന്നു. ഇത് വളരെ വിചിത്രമായിരിക്കുന്നു." അദ്ദേഹം സ്വയം പറഞ്ഞു. "ഞാനീ മുഖം ഇതിനു മുമ്പ് കണ്ടിട്ടുണ്ട്. തീർച്ചയായും ഞാൻ കണ്ടിട്ടുണ്ട് !എനിക്ക് തിരിച്ചറിയാൻ കഴിയുന്നു. പക്ഷേ എവിടെ വെച്ചാണു കണ്ടത്? എപ്പോഴാണു കണ്ടത്? അതിനു ജീവനുണ്ടായിരുന്നു. ജീവനുള്ള ഒരു പെൺകിടാവിന്റെ മുഖമായിരുന്നു അത്. ആ മുഖം പുഞ്ചിരിച്ചു കൊണ്ടിരുന്നു. സന്തോഷവും സൗന്ദര്യവും സങ്കടവും ആ മുഖത്ത് ഓളം വെട്ടുന്നുണ്ടായിരുന്നു. അതേ, എനിക്ക് തീർച്ചയുണ്ട്. അതേപ്പറ്റി സംശയമേ വേണ്ട! പക്ഷേ ഹ്രസ്വദൃഷ്ടിക്കാരനായ എനിക്ക് മുഖങ്ങൾ ഓർത്തിരിക്കുക പ്രയാസമാണ്."

പാവയുടെ ചുരുണ്ട അളകങ്ങളോടു കൂടിയ തല ഡോക്ടർ കുറേക്കൂടി അടുപ്പിച്ചു പിടിച്ചു പരിശോധിച്ചു.

"എന്തൊരു സുന്ദരമായ പാവ ! ഏതൊരു കരകൗശലവിദഗ്ധനാണ് ഇത് നിർമ്മിച്ചത്! ഇത് സാധാരണ പാവകളെപ്പോലെയല്ല. സാധാരണ പാവകൾക്ക് ഉന്തി നിൽക്കുന്ന നിർജ്ജീവങ്ങളായ കണ്ണുകളാണുള്ളത്. അവയുടെ മൂക്ക് മേൽപോട്ടു വളഞ്ഞതും വായ് വില്ലുപോലെ വളഞ്ഞതും ആയിരിക്കും. അവയുടെ വെളുത്ത തലമുടിച്ചുരുളുകൾ ആട്ടിൻ കുട്ടികളുടെ രോമം പോലെയിരിക്കും. എല്ലാം പാവകളും ആഹ്ലാദഭരിതരായി കാണപ്പെടും. പക്ഷേ വാസ്തവത്തിൽ വെറും വിഡ്ഢികളാണവ. എന്നാൽ ഈ പാവ അങ്ങിനെയൊന്നുമല്ല. ഇത് ഒരു പെൺകിടാവിനെ പാവയാക്കി മാറ്റിയതു പോലെയാണിരിക്കുന്നത്."

തന്റെ ഈ അസാധാരണ രോഗി ഡോക്ടറിൽ മതിപ്പുളവാക്കി. ഇതിനുമുമ്പ് ഈ മുഖം താൻ എവിടെ വച്ചോ കണ്ടിട്ടുണ്ടെന്ന് ഡോക്ടർക്കു തോന്നി. ഈ വിളറിയ മുഖവും ഗൗരവം സ്ഫുരിക്കുന്ന ചാരനിറത്തിലുള്ള കണ്ണുകളും പാറിപ്പറന്നു കിടക്കുന്ന ഈ ചുരുളൻ മുടിയും തനിക്കു സുപരിചിതമാണെന്ന് ഡോക്ടർക്കു തോന്നി. ആ

കുട്ടി തലതിരിച്ച് കുസൃതി നിറഞ്ഞ കണ്ണുകളോടെ തന്നെ ഗൗരവത്തിൽ നോക്കി നിൽക്കുന്നത് അദ്ദേഹം ഓർക്കുന്നുണ്ടായിരുന്നു.

അദ്ദേഹം അറിയാതെ ചോദിച്ചു പോയി: "പാവേ, നിന്റെ പേരെന്താണ് ?"

പക്ഷേ പാവ മറുപടി പറഞ്ഞില്ല. പാവ പൊട്ടിയിരിക്കുകയാണെന്ന് അപ്പോഴാണ് ഡോക്ടർ ഓർമ്മിച്ചത്. അവളുടെ ഒച്ച ശരിയാക്കുക, അവളുടെ ഹൃദയം പ്രവർത്തിപ്പിക്കുക, അവളെ വീണ്ടും മന്ദഹസിക്കുവാൻ പഠിപ്പിക്കുക, നൃത്തം വയ്ക്കാനും ആ പ്രായത്തിലുള്ള മറ്റു പെൺകുട്ടികളെ പോലെ പെരുമാറാനും പഠിപ്പിക്കുക, ഇതെല്ലാം താനാണു ചെയ്യേണ്ടതെന്ന് അദ്ദേഹം ഓർത്തു.

"അവൾക്ക് പന്ത്രണ്ടു വയസ്സുണ്ടെന്നു തോന്നുന്നു."

വെറുതെ കളയാൻ സമയമില്ലായിരുന്നു. ഡോക്ടർ ജോലി തുടങ്ങി.

"എനിക്ക് ഈ പാവയെ പുനർജ്ജീവിപ്പിക്കണം !"

ഗനിമേദ് അമ്മായി എഴുത്തെഴുതിക്കഴിഞ്ഞു. മണിക്കൂർ രണ്ടു കഴിഞ്ഞു. അവർക്ക് മുഷിവു തോന്നി. പിന്നെ അവർക്ക് ജിജ്ഞാസ തോന്നി. "ഡോക്ടറുടെ തിരക്കു പിടിച്ച പണി എന്തായിരിക്കും.? ഏതു പാവയാണ് അവർ കൊണ്ടു വന്നത് ?"

അവർ ശബ്ദമുണ്ടാക്കാതെ നടന്ന് പണിശാലയുടെ വാതിൽക്കലെത്തി ഹൃദയത്തിന്റെ ആകൃതിയിലുള്ള താക്കോൽപ്പഴുതിലൂടെ അകത്തേക്കു നോക്കി. കഷ്ടം! താക്കോൽ പൂട്ടിൽ തന്നെ വച്ചിരുന്നു. അവർക്ക് ഒന്നും കാണാൻ കഴിഞ്ഞില്ല. ആ നിമിഷം കതക് തുറന്ന് ഡോക്ടർ പുറത്തു വന്നു. അതിയായ മനോവൈഷമ്യമുണ്ടായിരുന്നതുകൊണ്ട് അദ്ദേഹം ഗനിമേദ് അമ്മായിയെ ശകാരിക്കാൻ പോലും മറന്നു പോയി. അല്ലെങ്കിൽത്തന്നെ അതിന്റെ ആവശ്യമുണ്ടായിരുന്നില്ല. കാരണം ഗനിമേദമ്മായിക്ക് സ്വന്തം പ്രവൃത്തിയിൽ സ്വയം ലജ്ജ തോന്നി.

"ഗനിമേദമ്മായി, ഞാൻ പോവുകയാണ്. എനിക്ക് പുറത്തു പോകണം. ഒരു വണ്ടി വിളിക്കൂ."

അദ്ദേഹം സംസാരം നിർത്തി നെറ്റി തടവിക്കൊണ്ടിരുന്നു.

"ഞാൻ മൂന്നു തടിയന്മാരുടെ കൊട്ടാരത്തിലേയ്ക്ക് പോവുകയാണ്. തിരിച്ചു വരാതിരിക്കാൻ ഇടയുണ്ട്."

ഗനിമേദമ്മായി ഞെട്ടിപ്പോയി.

"മൂന്നു തടിയന്മാരുടെ കൊട്ടാരത്തിലേക്കോ ?"

"അതെ, സംഗതികൾ ആകെ കുഴപ്പമാണ്. തുത്തിയുടെ പാവ

അവർ എന്നെ ഏല്പിച്ചു. ലോകത്തിലെ ഏറ്റവും ശ്രേഷ്ഠമായ പാവയാണ് അത്. എന്നാൽ അതു പ്രവർത്തിപ്പിച്ചിരുന്ന സ്പ്രിംഗ് പൊട്ടിപ്പോയി. മൂന്നു തടിയന്മാരുടെ സ്റ്റേറ്റ് കൗൺസിലർ , നാളെ പ്രഭാതമാകുമ്പോഴേക്കും അതു ശരിയാക്കി കൊടുക്കണമെന്ന് എനിക്ക് ഉത്തരവു നല്കിയിരിക്കുന്നു. ഞാൻ അതു ശരിയാക്കിയി ല്ലെങ്കിൽ എന്റെ വിധി ഭയങ്കരമായിരിക്കും."

ഗനിമേദമ്മായി കരയാൻ തയ്യാറായി.

"എനിക്ക് ഒരു പാവയെ ശരിയാക്കാൻ പറ്റില്ല. ഞാനത് അഴിച്ച് എങ്ങിനെയാണതു പ്രവർത്തിക്കുന്നത് എന്നു മനസിലാക്കി. എനിക്കത് നേരെയാക്കാൻ പറ്റിയേനെ. പക്ഷേ.........സംഗതി നിസാരമാണ്. ഒരു നിസാരകാരണം കൊണ്ട് എനിക്കതു ശരിയാ ക്കാൻ പറ്റില്ല. അകത്തു ഒരു അതിസൂക്ഷ്മമായ പൽച്ചക്രം ഉണ്ട്. അത് പൊട്ടിയിരിക്കുകയാണ്. ഇനി അതുപയോഗിക്കാൻ കൊള്ളില്ല. പുതിയ ഒന്ന് ഉണ്ടാക്കണം. അതുണ്ടാക്കുവാനുള്ള ലോഹം എന്റെ കയ്യിലുണ്ട്. വെള്ളിപ്പോലെയുള്ള ഒരു ലോഹമാണത്. എന്നാൽ ചക്രം ഉണ്ടാക്കുന്നതിനുമുമ്പായി ആ ലോഹം രണ്ടു ദിവസം വിട്രിയോൺ ലായനിയിൽ കുതിർക്കണം. അതിനു രണ്ടു ദിവസമെടുക്കും. പക്ഷേ നാളെ രാവിലെ പാവ ശരിയാക്കി കൊടുക്കണം!"

"വേറെ തരം ചക്രം അതിനുള്ളിൽ വയ്ക്കാൻ പാടില്ലേ?" ഗനിമേദമ്മായി അറച്ചറച്ചു ചോദിച്ചു.

ഡോക്ടർ വ്യസനത്തോടെ കൈ വീശിക്കാണിച്ചു.

"ഞാനെല്ലാം പരീക്ഷിച്ചു നോക്കി. ഒന്നും ഫലിക്കുന്നില്ല."

അഞ്ചുമിനിട്ടു കഴിഞ്ഞപ്പോൾ ഒരു മൂടിയ വണ്ടി ഡോക്ടറുടെ വീടിന്റെ മുൻപിലെത്തി. ഡോക്ടർ മൂന്നു തടിയന്മാരുടെ കൊട്ടാര ത്തിലേക്കു പോവുകയായിരുന്നു.

"നാളെ രാവിലെ പാവ ശരിയാക്കി കൊടുക്കാൻ നിവൃത്തിയി ല്ലെന്ന് ഞാൻ അവരോടു പറയും. അവരെന്നെ അറസ്റ്റ് ചെയ്യട്ടെ."

ഗനിമേദമ്മായി ഏപ്രന്റെ അഗ്രം കടിച്ചു കൊണ്ട് തലയാട്ടി കൊണ്ടിരുന്നു. തല അടർന്നു പോയേക്കുമോ എന്ന് സംശയം തോന്നിയപ്പോഴാണ് അവർ തലയുടെ ആട്ടം നിർത്തിയത്.

ഡോക്ടർ ഗസ്പാർ പാവ തന്റെ സമീപമുള്ള സീറ്റിൽ വച്ചു യാത്ര തിരിച്ചു.

അദ്ധ്യായം ഏഴ്

അസാധാരണമായ പാവ നഷ്ടപ്പെട്ടു

കാറ്റ് ഡോക്ടറുടെ ചെവിയിൽ ചൂളം വിളിച്ചു. ഒരു കത്തി തേക്കു മ്പോഴുണ്ടാക്കുന്ന ശബ്ദത്തേക്കാൾ ഭയങ്കരമായിരുന്നു കാറ്റിന്റെ ശബ്ദം.

ഡോക്ടർ കോട്ടിന്റെ കോളർ ചെവി മൂടത്തക്കവണ്ണം ഉയർത്തി വച്ച് കാറ്റിന് പുറം തിരിഞ്ഞിരുന്നു.

അപ്പോൾ കാറ്റ് നക്ഷത്രങ്ങളുമായി കളി തുടങ്ങി. കാറ്റ് അവയെ അണയ്ക്കുകയും ഉരുട്ടി മാറ്റുകയും മേൽക്കൂരകളുടെ കറുത്ത ത്രികോണ ങ്ങളുടെ പിന്നിൽ മറച്ചു വയ്ക്കുകയും ചെയ്തു കൊണ്ടിരുന്നു. ഈ കളി മതിയായപ്പോൾ കാറ്റ് മേഘങ്ങളെ അടിച്ചു കൂട്ടി. എന്നാൽ മേഘങ്ങൾ അകന്നുമാറിക്കൊണ്ടിരുന്നു. അപ്പോൾ കാറ്റിന് കലശലായ തണുപ്പു തോന്നി. ദേഷ്യം കൊണ്ടാണ് അത് അങ്ങനെ തണുത്തത്.

ഡോക്ടർ കോട്ടു കൊണ്ട് ദേഹം ശരിക്കു മൂടി. അതിന്റെ പകുതി കൊണ്ട് പാവയെ പുതപ്പിച്ചു.

പ്രത്യേകിച്ച് കാരണമൊന്നുമില്ലാതെ അദ്ദേഹം ഭയാക്രാന്തനായി.

“കുറേക്കൂടി വേഗം ! കുറേക്കൂടി വേഗം ,” അദ്ദേഹം വണ്ടിക്കാരനോടു പറഞ്ഞു.

ചുറ്റുപാടുമുള്ളതെല്ലാം ഭയം തോന്നുന്നവിധം ഇരുട്ടു മൂടിയും വിജനമായും കാണപ്പെട്ടു. വളരെ കുറച്ചു ജനാലകളിൽ നിന്നു മാത്രമേ മഞ്ഞവെളിച്ചം പ്രസരിച്ചിരുന്നുള്ളൂ. ബാക്കിയുള്ളവ കൊട്ടിയടച്ചിരുന്നു. ജനങ്ങൾ ഏതോ ഭയങ്കരവിപത്ത് പ്രതീക്ഷിച്ചിരുന്നുവെന്നു തോന്നി.

ആ സായാഹ്നത്തിലെ പല സംഭവങ്ങളും അപ്പോൾ അസാധാരണവും ആപത്സൂചകവുമായി തോന്നി. ഇരുട്ടത്ത് സുതാര്യമായ രണ്ടു കല്ലുകളെ പോലെ പാവയുടെ കണ്ണുകൾ തിളങ്ങിത്തുടങ്ങുമെന്ന് ഡോക്ടർക്കു തോന്നി. അദ്ദേഹം അങ്ങോട്ടു നോക്കാതെയിരുന്നു.

“മടയത്തരം!” സ്വയം നിയന്ത്രിക്കുവാൻ വേണ്ടി അദ്ദേഹം തന്നത്താനെ പറഞ്ഞു. “എന്റെ ഞരമ്പുകൾ വലിഞ്ഞു മുറുകിയിരിക്കുന്നു. ഇത് ഒരു സാധാരണ സായാഹ്നം മാത്രമാണ്. അധികമാളുകൾ ഇന്നു രാത്രി പുറത്തിറങ്ങിയിട്ടില്ലെന്നേയുള്ളൂ. പുറത്തിറങ്ങിയവരുടെ നിഴലുകൾ ഓരോന്നും കാറ്റിന്റെ ശക്തികൊണ്ട് കറുത്ത തൊപ്പി ധരിച്ച കൊലയാളികളാണെന്നു തോന്നിക്കുന്നുവെന്നേയുള്ളൂ. പക്ഷേ തെരുവിന്റെ മൂലകളിൽ കത്തുന്ന ഗാസ് ലൈറ്റുകൾക്ക് എന്താണ് ഈ മാരകമായ നീലനിറം? ഹാ കൊട്ടാരത്തിൽ ഒന്ന് എത്തിക്കിട്ടിയാൽ മതിയായിരുന്നു.!”

പേടിയുടെ ഏറ്റവും നല്ല മരുന്ന് ഉറക്കമാണ്. തല മൂടി ഒരു പുതപ്പു കൂടിയിട്ടാൽ ഏറെ നന്ന്. ഡോക്ടർ കണ്ട പ്രതിവിധി അതാണ്. പുതപ്പിനു പകരം തൊപ്പി അദ്ദേഹം കണ്ണുകൾക്കു മീതെ വലിച്ചിട്ടു. അദ്ദേഹം ഒന്നു മുതൽ നൂറുവരെ എണ്ണിത്തുടങ്ങി. പക്ഷേ ഫലമുണ്ടായില്ല. അപ്പോൾ അദ്ദേഹം കൂടുതൽ ശക്തിയുള്ള ഒരു മരുന്ന് പ്രയോഗിച്ചു. അദ്ദേഹം മറ്റൊരു രീതിയിൽ എണ്ണിത്തുടങ്ങി.

“ഒരാനയും ഒരാനയും ചേർന്നാൽ രണ്ടാന. രണ്ടാനയും ഒരാനയും ചേർന്നാൽ മൂന്നാന. മൂന്നാമത്തെയും ഒരാനയും ചേർന്നാൽ നാലാന....”

അദ്ദേഹം ഒരു വലിയ പറ്റം ആനകളെ എണ്ണിത്തീർത്തു. നൂറ്റി ഇരുപത്തി മൂന്നാമത്തെ ആന ഒരു ജീവനുള്ള ആനയായിരുന്നു. അത് ഒരാനയായിരുന്നോ അതോ ഉരുക്കുമനുഷ്യനായ ലപിത്തുപ്പായിരുന്നോയെന്ന് പറയാൻ ഡോക്ടർക്കു കഴിയാത്തതു കൊണ്ട് അദ്ദേഹം ഉറങ്ങിപ്പോയെന്നും സ്വപ്നം കാണുകയായിരുന്നെന്നും നമുക്കു വിചാരിക്കാം.

സ്വപ്നത്തിൽ യഥാർത്ഥജീവിതത്തിലുള്ളതിലും വേഗം സമയം കടന്നുപോകും. നല്ലവനായ ഡോക്ടർ സ്വപ്നത്തിൽ മൂന്നുതടിയന്മാരുടെ കൊട്ടാരത്തിലെത്തിക്കഴിഞ്ഞുവെന്നുമാത്രമല്ല, വിസ്താരക്കോടതിയുടെ മുമ്പാകെ ഹാജരാവുകയും ചെയ്തു. മൂന്നു തടിയന്മാർ ഓരോരുത്തരും ഓരോ പാവയുടെ കയ്യിൽപ്പിടിച്ചു കൊണ്ട് അദ്ദേഹത്തിന്റെ മുമ്പിൽ നിന്നിരുന്നു.

ഡോക്ടറുടെ വിശദീകരണം കേൾക്കാൻ പോലും അവർ തയ്യാറായില്ല.

"നിങ്ങൾ ഞങ്ങളുടെ കല്പന അനുസരിച്ചില്ല !" അവർ ഗർജ്ജിച്ചു. "നിങ്ങളെ കഠിനമായി ശിക്ഷിക്കണം ! ഈ പാവയും പിടിച്ചു കൊണ്ട് ഒരു നൂൽപ്പാലത്തിൽ കൂടി നിങ്ങൾ നക്ഷത്രക്കവല കടക്കണം. ആദ്യമായി നിങ്ങൾ കണ്ണട എടുത്തു മാറ്റണം."

സംഗതികൾ കുഴപ്പത്തിലായതിൽ താൻ ഖേദിക്കുന്നുവെന്ന് ഡോക്ടർ പറഞ്ഞു. പാവയുടെ കാര്യത്തിൽ അദ്ദേഹം അതീവതാല്പരനായിരുന്നു. അദ്ദേഹം പറഞ്ഞതിങ്ങനെയാണ്.

"എനിക്ക് താഴെ വീണു നല്ല ശീലമുണ്ട്. എങ്ങിനെയാണു വീഴേണ്ടതെന്ന് എനിക്കറിയാം. ഞാൻ ബാലൻസുതെറ്റി കമ്പിയിൽ നിന്ന് താഴെയുള്ള കുളത്തിലേക്കു വീണാൽ എനിക്കൊന്നും പറ്റുകയില്ല. എനിക്കീവിധത്തിലുള്ള അനുഭവം ഉണ്ടായിട്ടുണ്ട്. പട്ടണത്തിന്റെ കവാടത്തിനടുത്തുള്ള ഗോപുരവും ഞാനും ഒരുമിച്ചാണ് നിലം പതിച്ചത്. പാവയുടെ കാര്യം അങ്ങിനെയല്ല ! പാവം പാവ ! അത് ഛിന്നഭിന്നമായിപ്പോവും. അതിനോടു ദയ കാണിക്കണേ. ഇത് വെറുമൊരു പാവയല്ലെന്ന് എനിക്കുറപ്പുണ്ട്. ഒരു ജീവനുള്ള പെൺകുട്ടിയാണിത്. പക്ഷേ പേരോർമ്മിക്കാൻ കഴിയുന്നില്ല. ഞാനത് മറന്നുപോയി."

"ഇല്ല !" മൂന്നു തടിയന്മാർ വിളിച്ചു പറഞ്ഞു. "ഇല്ല ! നിങ്ങൾക്കു മാപ്പുതരികയില്ല. ഇത് മൂന്നു തടിയന്മാരുടെ കല്പനയാണ് !" അവർ വിളിച്ചു പറഞ്ഞത് വളരെ ഉച്ചത്തിലായിരുന്നതുകൊണ്ട് ഡോക്ടർ ഉണർന്നു.

"ഇത് മൂന്നു തടിയന്മാരുടെ കല്പനയാണ്," ആരോ വിളിച്ചു പറയുന്നുണ്ടായിരുന്നു.

ഇപ്പോൾ ഡോക്ടർ ഉറങ്ങുകയായിരുന്നില്ല. യഥാർത്ഥത്തിൽ ആരോ വിളിച്ചു പറയുന്നുണ്ടായിരുന്നു. ഡോക്ടർ തൊപ്പി മുഖത്തുനിന്നും മാറ്റി ചുറ്റും നോക്കി.

അദ്ദേഹം ഉറങ്ങിയ സമയം കൊണ്ട് രാത്രി വളരെ ഇരുട്ടിയിരുന്നു.

വണ്ടി നിന്നു. കറുത്ത രൂപങ്ങൾ വന്ന് വണ്ടി വളഞ്ഞു. വിളിച്ചു പറഞ്ഞത് അവരായിരുന്നു. ഡോക്ടർ സ്വപ്നവുമായി കൂട്ടിക്കുഴച്ചത് അവരുടെ ശബ്ദമായിരുന്നു. അവരുടെ ആടിക്കൊണ്ടിരുന്ന റാന്തലുകൾ അനങ്ങിക്കൊണ്ടിരിക്കുന്ന നിഴലുകൾ സൃഷ്ടിച്ചു.

"കാര്യമെന്താണ് ?" ഡോക്ടർ ചോദിച്ചു. "നമ്മളെവിടെയാണ്?" നിങ്ങളാരാണ്?"

അവരിലൊരാൾ അടുത്തുവന്ന് റാന്തൽ ഉയർത്തിപ്പിടിച്ചു. അതിന്റെ വെളിച്ചം ഡോക്ടറുടെ മേൽ പതിച്ചു. റാന്തൽ ആടി. അതു പിടിച്ചിരുന്ന കൈ പരുപരുത്ത തുകൽ കൊണ്ടുള്ളതും കൈത്തണ്ടയിൽ അയഞ്ഞു കിടക്കുന്നതുമായ ഒരു കയ്യുറ ധരിച്ചിരുന്നു.

അവർ ആരാണെന്ന് ഡോക്ടർക്കു മനസിലായി. കൊട്ടാരം കാവൽക്കാരായിരുന്നു.

"ഇത് മൂന്നു തടിയന്മാരുടെ കല്പനയാണ്! കാവൽക്കാരൻ പറഞ്ഞു.

അയാളുടെ തിളങ്ങുന്ന മെഴുകുശീലകൊണ്ടുള്ള തൊപ്പി മഞ്ഞ

വെളിച്ചത്തിൽ ഒരു ഉരുക്കുതൊപ്പിയാണെന്നു തോന്നിച്ചു.

"കൊട്ടാരത്തിന്റെ ചുറ്റും ഒരു മൈലിനുള്ളിൽ ആരും വരാൻ പാടില്ല. ഇന്നാണ് ഈ ഉത്തരവ് പുറപ്പെട്ടുവിച്ചത്. പട്ടണത്തിൽ കുഴപ്പങ്ങൾ നടക്കുന്നു. നിങ്ങൾക്കു മുന്നോട്ടു പോകാൻ സാദ്ധ്യമല്ല. !"

"പക്ഷേ എനിക്ക് കൊട്ടാരത്തിൽ എത്തിയേ കഴിയൂ ."

ഡോക്ടർക്കു ദേഷ്യം വന്നു.

ഉരുക്കുപോലുള്ള ശബ്ദത്തിൽ കാവൽക്കാരൻ പറഞ്ഞു.

"കാവൽക്കാരുടെ നേതൃത്വം വഹിക്കുന്ന ക്യാപ്റ്റൻ ബേസറേപ് ആണ് ഞാൻ. ഒരടി മുന്നോട്ടു പോകാൻ സാദ്ധ്യമല്ല. തിരിച്ചു പോകൂ!" അയാൾ വണ്ടിക്കാരന്റെ നേരെ റാന്തൽ വീശിക്കൊണ്ടു പറഞ്ഞു.

ഡോക്ടർ വിഷമിച്ചു. താനാരാണെന്നും എന്തിനാണു താൻ കൊട്ടാരത്തിലേക്കു പോകുന്നതെന്നും മനസിലായാലുടൻ കടന്നു പോകാൻ തന്നെ അവർ അനുവദിക്കുമെന്നാണ് അദ്ദേഹം വിചാരിച്ചത്.

"ഞാൻ ഡോക്ടർ ഗസ്പാർ അർനെറിയാണ്" അദ്ദേഹം പറഞ്ഞു.

കാവൽ ഭടന്മാരെല്ലാവരും ചിരിച്ചു. അവരുടെ വിളക്കുകൾ മുകളിലോട്ടും താഴോട്ടും നൃത്തം ചെയ്തുകൊണ്ടിരുന്നു.

"ഇവിടെ നോക്കണം, മിസ്റ്റർ, ഈ കുഴപ്പം പിടിച്ച കാലത്ത്, രാത്രി അസമയത്ത് തമാശ പറഞ്ഞു രസിക്കാൻ ഞങ്ങൾ ഇഷ്ടപ്പെടുന്നില്ല, " കാവൽക്കാരുടെ ക്യാപ്റ്റൻ പറഞ്ഞു.

"പക്ഷേ ഞാൻ ഡോക്ടർ ഗസ്പാർ അർനെറി തന്നെയാണ്." ക്യാപ്റ്റൻ രോഷാകുലനായി.

"നിങ്ങൾ കൊട്ടാരത്തിൽ കടന്നു കൂടുവാൻ വേണ്ടി കളവു പറയുകയാണ്. ഡോക്ടർ അർനെറി രാത്രി കാലങ്ങളിൽ അലഞ്ഞു തിരിയുകയില്ല. പ്രത്യേകിച്ചും ഇന്നത്തെ രാത്രിയിൽ. അദ്ദേഹം വളരെ തിരക്കിട്ടു പണിയെടുത്തു കൊണ്ടിരിക്കുകയാണ്. ടുത്തിയുടെ പാവയെ ജീവിപ്പിക്കുകയാണ്. അദ്ദേഹം നാളെ പ്രഭാതത്തിനു മുമ്പ് കൊട്ടാരത്തിൽ വരികയില്ല. കളവു പറഞ്ഞതിന് ഞാൻ നിങ്ങളെ അറസ്റ്റ് ചെയ്യാൻ പോവുകയാണ്. "

"എന്ത്!" ഇപ്പോൾ ഡോക്ടറാണ് രോഷാകുലനായത്. "അയാളെന്നെ വിശ്വസിക്കുന്നില്ല. ശരി ഞാനയാളെ കാണിച്ചു കൊടുക്കാം." എന്നു വിചാരിച്ചു കൊണ്ട് അദ്ദേഹം അടുത്ത സീറ്റിൽ തപ്പിത്തുടങ്ങി. പക്ഷേ.......

പാവ അവിടെയില്ലായിരുന്നു

അദ്ദേഹം ഉറങ്ങിക്കിടന്നപ്പോൾ അതു താഴെ വീണുപോയി.

ഡോക്ടറുടെ ഉള്ളിൽക്കൂടി ഒരു മിന്നൽ പാഞ്ഞു.

"ഞാനിപ്പോഴും സ്വപ്നം കാണുകയാണോ?'' അദ്ദേഹം ആലോചിച്ചു.

കഷ്ടം! അതു സ്വപ്നമായിരുന്നില്ല.

"ശരി. പൊയ്ക്കോളൂ !" വിളക്കിന്റെ വളയത്തിന്മേൽ മുഷ്ടി ചുരുട്ടിപ്പിടിച്ചു കൊണ്ട് ക്യാപ്റ്റൻ മുറുമുറുത്തു. "ഒരു വിഡ്ഢിയായ വയസ്സനുവേണ്ടി സമയം കളയാനില്ലാത്തതുകൊണ്ടാണ് ഞാൻ നിങ്ങളെ വിട്ടേക്കുന്നത്. തിരിച്ചു പൊയ്ക്കോളൂ !"

ഡോക്ടർക്കു അതനുസരിക്കേണ്ടി വന്നു. വണ്ടിക്കാരൻ വണ്ടി തിരിച്ചു വിട്ടു. അത് ഞരങ്ങുകയും കുടുങ്ങുകയും ചെയ്തു. കുതിരകൾ മുക്രയിട്ടു. ഇരുമ്പു വിളക്കുകൾ ഒരിക്കൽ കൂടി മിന്നിത്തെളിഞ്ഞു. ഡോക്ടർ പട്ടണത്തിലേക്കു മടങ്ങി.

ഇതും കൂടിയായപ്പോൾ അദ്ദേഹത്തിനു സഹിക്കാൻ കഴിഞ്ഞില്ല. അദ്ദേഹം പൊട്ടിക്കരഞ്ഞു. അവരൊക്കെ അദ്ദേഹത്തോട് അത്ര അപമര്യാദയായിട്ടാണ് പെരുമാറിയത്. അവർ അദ്ദേഹത്തെ ഒരു വിഡ്ഢിയായ വയസൻ എന്നു വിളിച്ചു. തുത്തിയുടെ പാവ നഷ്ടപ്പെട്ടതാണ് ഏറ്റവും ദുസ്സഹം. "എന്റെ തല നഷ്ടപ്പെട്ടുവെന്നാണ് അതിനർത്ഥം." ഇങ്ങിനെ വിചാരിച്ചുകൊണ്ട് അദ്ദേഹം കരഞ്ഞു. കണ്ണടകളിൽ ആവി പറ്റി അദ്ദേഹത്തിന് ഒന്നും കാണാൻ പാടില്ലാതെയായി. ഒരു തലയിണയിൽ മുഖമമർത്തിയതു പോലെ അദ്ദേഹത്തിനു തോന്നി. ഈ സമയമൊക്കെ വണ്ടിക്കാരൻ കുതിരകളെ അതിവേഗം പായിച്ചുകൊണ്ടിരുന്നു. പത്തു മിനിട്ടു സമയം കൂടി ഡോക്ടർ വിലപിച്ചു. അതു കഴിഞ്ഞ് അദ്ദേഹത്തിന് സ്വത്വവേയുള്ള വിവേകം തിരിച്ചു കിട്ടി. "എനിക്ക് പാവയെ ഇനിയും കണ്ടുപിടിക്കാൻ കഴിയും. ഇന്ന് വളരെക്കുറച്ചു പേരെ പുറത്തിറങ്ങിയിട്ടുള്ളൂ. റോഡ് വിജനമായിരുന്നു. ആരും അതിനുശേഷം ഈ വഴിയെ കടന്നുപോയിട്ടില്ലെന്നു വരാം."

വണ്ടി പതുക്കെയോടിച്ച് നിലത്തു ശ്രദ്ധിച്ചു നോക്കണമെന്ന് ഡോക്ടർ വണ്ടിക്കാരനോടു പറഞ്ഞു.

"നിങ്ങളെന്തെങ്കിലും കാണുന്നുണ്ടോ!" ഓരോ മിനിട്ടു കഴിയുമ്പോഴും അദ്ദേഹം ചോദിച്ചു കൊണ്ടിരുന്നു.

"ഒന്നും കാണാനില്ല. ഇല്ല, ഒന്നുമില്ല," വണ്ടിക്കാരൻ ഉത്തരം പറഞ്ഞു.

പിന്നീട് അയാൾ കാണുന്ന പ്രയോജനരഹിതവും വിരസവുമായ സാധനങ്ങളെപ്പറ്റി പറഞ്ഞു തുടങ്ങി.

"ഒരു വീപ്പ"

"അതല്ല നമുക്കാവശ്യം."

"ഒരു കഷണം കണ്ണാടിയാണെന്നു തോന്നുന്നു."

"അതല്ല."

"ഒരു കീറിയ ഷൂ."

"അതുമല്ല." ഡോക്ടർ പറഞ്ഞു. അദ്ദേഹത്തിന്റെ ശബ്ദത്തിൽ സങ്കടം കൂടിക്കൂടി വന്നു.

വണ്ടിക്കാരൻ വളരെ ശ്രമിച്ചു. അയാൾ എല്ലാവശത്തും നോക്കി. ഒരു കുതിരവണ്ടിക്കാരനെപ്പോലെയല്ല മഹാസമുദ്രത്തിലോടുന്ന ഒരു വൻകപ്പലിന്റെ കപ്പിത്താനെപ്പോലെ വ്യക്തമായി അയാൾക്ക് ആ ഇരുട്ടിൽ കാണാൻ കഴിയുമായിരുന്നു.

"പാവയെ ഇപ്പോഴും കാണാൻ കഴിയുന്നില്ലേ? അത് ഒരു ഇളം ചുവപ്പ് ഉടുപ്പാണ് ഇട്ടിരിക്കുന്നത്."

"ഇല്ല. പാവ ഇവിടെയെങ്ങും ഇല്ല, " വണ്ടിക്കാരൻ വിഷാദം ധ്വനിക്കുന്ന കനത്ത ശബ്ദത്തിൽ പറഞ്ഞു.

"ആർക്കെങ്കിലും അതു കിട്ടിയിട്ടുണ്ടെന്നാണ് അതിനർത്ഥം. ഇനി

നോക്കി സമയം കളയുന്നതിലർത്ഥമില്ല. ഇവിടെവച്ചാണ് ഞാൻ ഉറങ്ങിത്തുടങ്ങിയത്. അപ്പോൾ അത് എന്റെ സമീപം ഉണ്ടായിരുന്നു. ഹാ, കഷ്ടം !" ഡോക്ടർ വീണ്ടും കരയാൻ തയ്യാറായി.

സഹതാപം കൊണ്ട് വണ്ടിക്കാരനും മൂക്കു ചുളിച്ചു.

"ഇനി നാമെന്താണു ചെയ്യേണ്ടത് ?"

"എനിക്കറിയില്ല. എനിക്കറിയാനെ പാടില്ല." ഡോക്ടർ കൈപ്പടങ്ങൾ കൊണ്ട് മുഖം പൊത്തിയിരുന്നു. സങ്കടം കൊണ്ടും റോഡിലെ കുണ്ടും കുഴികളും കാരണവും അദ്ദേഹം അങ്ങോട്ടും ഇങ്ങോട്ടും ആടിക്കൊണ്ടിരുന്നു. "എനിക്കറിയാം !" അദ്ദേഹം പറഞ്ഞു. "അതേയതെ, അതു തീർച്ചയാണ് ! അതാണ് നടന്നത്. എനിക്കീ കാര്യം നേരത്തെ തോന്നാതിരുന്നതെന്താണ്. പാവ ഓടിപ്പോയതാണ്. ഞാൻ ഉറങ്ങിക്കിടന്നപ്പോൾ അത് ഒളിച്ചോടിപ്പോയി. അത് തീർച്ചയാണ്. അവൾക്ക് ജീവനുണ്ടായിരുന്നു. എനിക്കത് കണ്ടയുടനെ മനസിലായി. പക്ഷേ അതുകൊണ്ട് മൂന്നു തടിയന്മാരുടെ മുമ്പിൽ എന്റെ കുറ്റം ലഘൂകരിക്കപ്പെടുന്നില്ല."

പെട്ടെന്ന് അദ്ദേഹത്തിന് വിശപ്പു തോന്നി. കുറേ നേരം മിണ്ടാതിരുന്നിട്ട് ഗൗരവത്തിൽ അദ്ദേഹം പറഞ്ഞു:

"ഞാനിന്ന് ഉച്ചഭക്ഷണം കഴിച്ചില്ല ! എന്നെ ഏറ്റവും അടുത്തുള്ള സത്രത്തിലേക്കു കൊണ്ടു പോകൂ."

വിശപ്പ് അദ്ദേഹത്തെ ശാന്തനാക്കി.

ഇരുൾ മൂടിയ തെരുവിൽക്കൂടി വണ്ടി കുറേ ദൂരം സഞ്ചരിച്ചു. സത്രമുടമസ്ഥന്മാരെല്ലാം വാതിലുകൾ പൂട്ടിക്കഴിഞ്ഞിരുന്നു. പട്ടണത്തിലുള്ള തടിയന്മാരായ എല്ലാവരും ആ രാത്രിയിൽ പേടിച്ചിരിക്കുകയായിരുന്നു. അവർ വാതിലുകൾക്ക് പുതിയ താഴുകളിടുകയും അകത്ത് വാതിലുകൾക്കു പിന്നിൽ വലിയ അലമാരകളും പെട്ടികളും മറ്റും കൊണ്ടുവെക്കുകയും ചെയ്തു. ജനാലകൾക്കു പിന്നിൽ അവർ തലയിണകളും കിടക്കകളും അടുക്കി വച്ചു. തടിയന്മാരും പണക്കാരും ആ രാത്രിയിൽ ഒരാക്രമണം നടക്കുമെന്ന് ഭയപ്പെട്ടു. അവരുടെ കാവൽനായ്ക്കളുടെ ശൗര്യം വർദ്ധിക്കുവാൻ വേണ്ടി അവയെ രാവിലെ മുതൽ പട്ടിണിക്കിട്ടു. തടിയന്മാർക്കും പണക്കാർക്കും അതൊരു കാളരാത്രിയായിരുന്നു. ഏതു നിമിഷവും ജനങ്ങൾ ഉയിർത്തെഴുന്നേൽക്കുമെന്ന് അവർ ഭയന്നു. കാവൽഭടന്മാരിൽ അനേകം പേർ മൂന്നു തടിയന്മാർക്കെതിരായി തിരിഞ്ഞെന്നും അവർ അനന്തരാവകാശിയായ തുത്തിയുടെ പാവ വാൾകൊണ്ടു കുത്തിക്കീറിയിട്ട് കൊട്ടാരത്തിൽ നിന്ന് പോയെന്നുമുള്ള വാർത്ത പട്ടണത്തിൽ പരന്നു.

പണക്കാരെയും കുടവയറന്മാരെയും ഇത് കൂടുതൽ പരിഭ്രാന്തരാക്കി.

അവർക്കു കലി കയറി. "ഒന്നാലോചിച്ചു നോക്കൂ !" നമുക്കിനി കാവൽപ്പട്ടാളക്കാരെ വിശ്വസിച്ചിരിക്കാൻ നിവൃത്തിയില്ല. ഇന്നലെ അവർ കലാപകാരികളെ അടിച്ചമർത്തി. പക്ഷേ ഇന്നിതാ അവർ നമുക്കെതിരായി തിരിഞ്ഞിരിക്കുന്നു."

അത്താഴം കഴിച്ച് അല്പം വിശ്രമിക്കാമെന്നുള്ള ഡോക്ടറുടെ പ്രത്യാശ അസ്തമിച്ചു. ജീവനുള്ള ഒന്നിന്റെയും ലക്ഷണം എങ്ങുമുണ്ടായിരുന്നില്ല.

"ഞാൻ വീട്ടിലേക്ക് മടങ്ങേണ്ടി വരുമോ?" അദ്ദേഹം നീരസത്തോടെ ആലോചിച്ചു. "അതു വളരെ ദൂരെയാണ്. വിശപ്പുകൊണ്ട് ഞാൻ മരിച്ചു പോകും."

ആ സമയത്ത് പൊരിച്ച മാംസത്തിന്റെ ഗന്ധം വായുവിൽ പരന്നു. അതേ, മാംസം പൊരിച്ചതു തന്നെ. ആട്ടിറച്ചിയും ഉള്ളിയും പൊരിച്ച മണമായിരുന്നു അത്. ദൂരെ ഒരു ദീപം മങ്ങുകയും പ്രകാശിക്കുകയും ചെയ്യുന്നത് വണ്ടിക്കാരൻ കണ്ടു. അതെന്തായിരിക്കും?"

"അതൊരു സത്രമായിരുന്നെങ്കിൽ !" ഡോക്ടർ ആഹ്ലാദത്തോടെ പറഞ്ഞു.

അവർ അങ്ങോട്ടു വണ്ടിയോടിച്ചു പോയി. പക്ഷേ അതൊരു സത്രമായിരുന്നില്ല.

റോഡിൽ നിന്നു മാറി കുറേ ഇരുണ്ട വീടുകൾക്കപ്പുറമുള്ള ഒരു പുരയിടത്തിൽ ചക്രങ്ങളിന്മേൽ ഒരു വീടിരുന്നിരുന്നു. അതിന്റെ വാതിലിലുള്ള വിടവിൽ കൂടി പ്രകാശത്തിന്റെ ഒരു നേർത്ത പാളി പുറത്തേക്കു കടക്കുന്നുണ്ടായിരുന്നു.

വണ്ടിക്കാരൻ ഇരിപ്പിടത്തിൽ നിന്നിറങ്ങി.

താഴെയിറങ്ങി അതെന്താണെന്ന് നോക്കാൻ പോയി. ഡോക്ടർ തന്റെ അന്നത്തെ ഭയങ്കര അനുഭവങ്ങൾ ഒക്കെ മറന്ന് ആട്ടിറച്ചി പൊരിക്കുന്നതിന്റെ സുഗന്ധം ആസ്വദിച്ചുകൊണ്ടിരുന്നു. അദ്ദേഹം കണ്ണുകളടയ്ക്കുകയും മൂക്കുകൊണ്ട് ശബ്ദമുണ്ടാക്കുകയും ചെയ്തു.

"എനിക്ക് പട്ടികളെ പേടിയാണ് !" വണ്ടിക്കാരൻ വിളിച്ചു പറഞ്ഞു. "അങ്ങോട്ടു കയറാൻ പടികൾ പോലെ എന്തോ ഉണ്ടെന്നു തോന്നുന്നു."

എന്നാൽ എല്ലാം മംഗളമായി കലാശിച്ചു. വണ്ടിക്കാരൻ പടികൾ കയറി വാതിലിൽ മുട്ടി.

"ആരാണവിടെ ?" ചതുരാകൃതിയിൽ പുറത്തേക്കു പ്രകാശം

ചൊരിഞ്ഞു കൊണ്ട് വാതിൽ തുറക്കപ്പെട്ടു. വാതിൽപ്പടിയിൽ ഒരു മനുഷ്യൻ നിന്നിരുന്നു. ആ അന്ധകാരത്തിൽ ശക്തിയായ പ്രകാശത്തിനു പുറം തിരിഞ്ഞു നിൽക്കുന്ന ആ മനുഷ്യൻ മനുഷ്യാകൃതിയിൽ വെട്ടിയെടുത്ത ഒരു കറുത്ത കടലാസാണെന്ന് തോന്നി.

വണ്ടിക്കാരൻ പറഞ്ഞു.

"ഇത് ഡോക്ടർ ഗസ്പാർ അർനെറിയാണ്. നിങ്ങളാരാണ് ?" ചക്രത്തിന്മേലുള്ള ഈ വീട് ആരുടേതാണ്?"

"ബ്രിസാക്ക് അമ്മാവന്റെ കാർണിവൽ വണ്ടിയാണിത്." വാതിൽപ്പടിയിൽ നിന്നിരുന്ന നിഴൽ മറുപടി പറഞ്ഞു. ഉദ്വേഗത്തോടെ അതു കൈകൾ വീശിക്കൊണ്ടിരുന്നു. "മാന്യന്മാരെ, അകത്തു കയറി വരൂ ! ബ്രിസാക്ക് അമ്മാവന്റെ വീട്ടിൽ ഡോക്ടർ ഗസ്പാർ അർനെറി വന്നതിൽ ഞങ്ങൾ അതീവസന്തുഷ്ടരാണ്."

എത്ര സന്തോഷപ്രദമായ പര്യവസാനം ! അവർ ഇരുട്ടത്ത് അതിനകം വളരെ നേരം വണ്ടിയോടിച്ച് കഴിഞ്ഞിരുന്നു. ബ്രിസാക്ക് അമ്മാവന്റെ കാർണിവൽ വണ്ടിക്ക് വിജയാശംസ. ഡോക്ടർക്കും വണ്ടിക്കാരനും കുതിരകൾക്കും ആ ചക്രത്തിന്മേലുള്ള വീട്ടിൽ അഭയവും ആഹാരവും വിശ്രമവും ലഭിച്ചു. അതിലുണ്ടായിരുന്നവർ വളരെ ആതിഥ്യമര്യാദയുള്ളവരായിരുന്നു. ബ്രിസാക്ക് അമ്മാവന്റെ കാർണിവർ സംഘത്തിലെ അംഗങ്ങളായിരുന്നു അതിലുണ്ടായിരുന്നവർ.

ബ്രിസാക്ക് അമ്മാവനെപ്പറ്റി കേട്ടിട്ടില്ലാത്ത ആരാണുള്ളത് ! അദ്ദേഹത്തിന്റെ കാർണിവൽ വണ്ടിയേ പറ്റി കേൾക്കാത്ത ആരാണുള്ളത്. ആണ്ടോടാണ്ട് അവർ ചന്തകളിലും മേള സ്ഥലങ്ങളിലും മാറി മാറി പ്രദർശനങ്ങൾ നടത്തുന്നു. അവർ എത്ര നല്ല നടന്മാരാണ്. അവരുടെ കളികൾ എത്ര രസകരമാണ് ! അഭ്യാസിയായ തിബൂലിന്റെ പ്രകടനമായിരുന്നു. അവയിൽ ഏറ്റവും മുന്തിനിന്നത്.

രാജ്യത്തെ ഏറ്റവും നല്ല ഞാണിന്മേൽക്കളിക്കാരൻ അയാളാണെന്ന് നമുക്കറിയാം. വെടിയുണ്ടകൾ വർഷിച്ചുകൊണ്ടിരിക്കെ ഒരു കമ്പിയിൽ കൂടി തിബൂൽ നക്ഷത്രക്കവല കടക്കുന്നത് നാം നേരിട്ടു കണ്ടതാണ്.

തിബൂൽ ചന്തസ്ഥലങ്ങളിൽ പ്രത്യക്ഷപ്പെട്ടുമ്പോൾ കയ്യൊടിയുന്നതുവരെ ജനങ്ങൾ കൈ കൊട്ടുമായിരുന്നു. കടയുടമകളും പിച്ചക്കാരികളും സ്ക്കൂൾകുട്ടികളും പട്ടാളക്കാരും അയാളുടെ പ്രകടനങ്ങൾ കണ്ട മറ്റെല്ലാവരും ആവർത്തിച്ചു കരഘോഷം മുഴക്കിയിരുന്നു. തങ്ങൾ അങ്ങിനെ കയ്യടിച്ചതിൽ കടയുടമകളും മേനിക്കണ്ടപ്പന്മാരും

ഇപ്പോൾ പശ്ചാത്തപിക്കുന്നു. "നാം അവന് കയ്യടിച്ചു. എന്നിട്ടിപ്പോൾ അവൻ നമുക്കെതിരായി തിരിഞ്ഞിരിക്കുകയാണ്!" അവർ പറഞ്ഞു.

ഇപ്പോൾ തിബൂൽ അതിലില്ലാത്തതുകൊണ്ട് ബ്രിസാക്ക് അമ്മാവന്റെ കാർണിവൽ വണ്ടിശോകമൂകമായിരുന്നു.

തിബൂലിന് എന്താണ് സംഭവിച്ചത് എന്നതിനെപ്പറ്റി ഡോക്ടർ ഗസ്പാർ ഒരക്ഷരം ഉരിയാടിയില്ല. തുത്തിയുടെ പാവയെപ്പറ്റിയും അദ്ദേഹം ഒന്നും സംസാരിച്ചില്ല.

കാർണിവെൽ വണ്ടിയുടെ, അതായത് ചക്രത്തിന്മേലുള്ള വീടിന്റെ ഉള്ളിൽ ഡോക്ടർ ഗസ്പാർ എന്തെല്ലാമാണ് കണ്ടത്. ?

അദ്ദേഹത്തിന് ഇരിക്കാൻ ഒരു വലിയ തുർക്കിച്ചെണ്ട ഇട്ടു കൊടുത്തു. ചെണ്ട സ്വർണ്ണക്കമ്പികൾ കൊണ്ട് വരിഞ്ഞു കെട്ടിയിരുന്നു. ചുവന്ന ത്രികോണങ്ങൾ കൊണ്ട് അത് അലങ്കരിക്കപ്പെട്ടിരുന്നു.

ഒരു ട്രെയിനിലെ മുറി പോലെയാണ് വീട് ഉണ്ടാക്കിയിരുന്നത്. ക്യാൻവാസു കൊണ്ടുള്ള കർട്ടനുകൾ അതിനെ പല മുറികളായി തിരിച്ചിരുന്നു.

നേരം വളരെ വൈകിയിരുന്നതുകൊണ്ട് കാർണിവൽ വണ്ടിയിൽ താമസിച്ചിരുന്നവർ ഉറക്കമായിരുന്നു. വാതിൽ തുറന്ന മനുഷ്യൻ - കറുത്ത കടലാസു കൊണ്ടുള്ള പാവയാണെന്നു തോന്നിച്ച മനുഷ്യൻ വാസ്തവത്തിൽ ഒരു പ്രായം ചെന്ന വിദൂഷകനായിരുന്നു. ആഗസ്റ്റ് എന്നായിരുന്നു അയാളുടെ പേര്. അന്നു രാത്രി അയാൾക്ക് ജോലിയുണ്ടായിരുന്നു. തനിക്കായി അയാൾ കുറച്ച് അത്താഴം പാകം ചെയ്യുമ്പോഴാണ് ഡോക്ടറുടെ വണ്ടി വന്നു നിന്നത്. ആട്ടിറച്ചിയും ഉള്ളിയും പൊരിച്ചതു തന്നെയായിരുന്നു അയാളുടെ അത്താഴം,

ഡോക്ടർ ചെണ്ടയുടെ മുകളിൽ ഇരുന്നുകൊണ്ട് ചുറ്റും കണ്ണോടിച്ചു. ഒരു മരപ്പെട്ടിയുടെ പുറത്ത് ഒരു മണ്ണെണ്ണ വിളക്ക് കത്തുന്നുണ്ട്. ഭിത്തിയിലുള്ള കൊളുത്തുകളിൽ നിന്ന് ചുവപ്പും വെളുപ്പും കടലാസു കളൊട്ടിച്ച വളയങ്ങൾ തൂങ്ങിക്കിടക്കുന്നുണ്ടായിരുന്നു. തിളങ്ങുന്ന ലോഹപ്പിടികളുള്ള നീണ്ട ചാട്ടകൾ, സ്വർണ്ണനിറമുള്ള കിന്നരിയും മുത്തുകളും പതിച്ചതും പുഷ്പങ്ങളും നിറമുള്ള തുണിക്കഷ്ണങ്ങളും തുന്നിപ്പിടിപ്പിച്ചതുമായ വേഷവിധാനങ്ങൾ മുതലായവയും അവിടെ തൂക്കിയിട്ടിരുന്നു. പൊയ്മുഖങ്ങളും അവിടെയുണ്ടായിരുന്നു. അവയിൽ ചിലതിന് കൊമ്പുകളും മറ്റു ചിലതിന് നീണ്ട മൂക്കുകളും ഇനിയും ചിലതിന് ഇളിച്ചു കൊണ്ടിരിക്കുന്ന വായും ഉണ്ടായിരുന്നു. അവയിലൊന്നിന് യഥാർത്ഥമെന്നു തോന്നുന്ന രണ്ടു ചെവികളുണ്ടായിരുന്നു. പക്ഷേ അവ വളരെ വലുതായിരുന്നുവെന്നു മാത്രം.

ഒരു മൂലയിൽ വച്ചിരുന്ന കൂട്ടിൽ ചെറിയതും വിചിത്രവുമായ ഒരു ജന്തു കിടന്നു.

ഒരു ഭിത്തിയോടു ചേർന്ന് ഒരു നീണ്ട മേശ കിടന്നിരുന്നു. അതിനു മുകളിൽ പത്തു കണ്ണാടികൾ ഘടിപ്പിച്ചിരുന്നു. ഓരോ കണ്ണാടിയുടേയും മുമ്പിൽ മേശപ്പുറത്ത് ഓരോ കത്തിക്കാത്ത മെഴുകുതിരി വച്ചിരുന്നു. അവയ്ക്കു ചുറ്റും മെഴുക് ഉരുകിക്കിടന്നു.

പെട്ടികൾ, പെയിന്റടിക്കാനുള്ള ബ്രഷുകൾ, പൗഡർ പഫുകൾ, കൃത്രിമമുടികൾ , ഇളം ചുവപ്പ് പൗഡറിന്റെ കൂനകൾ, നനഞ്ഞ പാട്ടുകൾ എന്നിവ ഓരോ കണ്ണാടിയുടെ മുമ്പിലും ഉണ്ടായിരുന്നു.

'കാവൽഭടന്മാരുടെയടുത്തു നിന്ന് ഞങ്ങൾക്ക് ഒളിച്ചോടേണ്ടതായി വന്നു." വിദൂഷകൻ പറഞ്ഞു. "അഭ്യാസിയായ തിബൂൽ ഞങ്ങളുടെ കളിക്കാരിൽ ഒരാളായിരുന്നു. ഞങ്ങൾ അയാളെ ഒളിച്ചു വച്ചിട്ടുണ്ട് എന്നു വിചാരിച്ച് കാവൽഭടന്മാർ ഞങ്ങളെ പിൻതുടർന്നു." വൃദ്ധനായ വിദൂഷകൻ വളരെ ദുഃഖിതനായി കാണപ്പെട്ടു. "പക്ഷേ അയാൾ എവിടെയാണെന്നു പോലും ഞങ്ങൾക്കറിയില്ല. അയാളെ വധിക്കുകയോ ഇരുമ്പുകൂട്ടിലടയ്ക്കുകയോ ചെയ്തിട്ടുണ്ടാവും."

നെടുവീർപ്പിട്ടു കൊണ്ട് ആഗസ്റ്റ് നരച്ച തല കുലുക്കി. കൂട്ടിൽ കിടന്ന ജന്തു പൂച്ചയുടേതു പോലുള്ള കണ്ണുകൾ കൊണ്ട് ഡോക്ടറെ നോക്കി.

"അങ്ങ് നേരത്തെ എത്തിയിരുന്നുവെങ്കിൽ കൊള്ളാമായിരുന്നു." വിദൂഷകൻ തുടർന്നു. "ഞങ്ങൾക്കു അങ്ങയെ വളരെ കാര്യമാണ്. ഞങ്ങളെ ആശ്വസിപ്പിക്കുവാൻ അങ്ങേയ്ക്കു കഴിഞ്ഞേനെ. പാവപ്പെട്ടവരുടെയും ബഹുജനങ്ങളുടെയും ഒരു സുഹൃത്താണ് അങ്ങെന്ന് എല്ലാവർക്കും അറിയാം. വളരെ മുമ്പു നടന്ന ഒരു സംഭവം ഓർക്കുന്നുണ്ടോ? കാളക്കരൾച്ചന്തയിൽ ഞങ്ങളൊരു പ്രദർശനം നടത്തുകയായിരുന്നു. കഴിഞ്ഞ വസന്തത്തിലായിരുന്നു അത്. എന്റെ കൊച്ചുമകൾ ഒരു പാട്ടുപാടി."

"അതേയതേ, ഞാനോർക്കുന്നു." ഡോക്ടർ പറഞ്ഞു. അദ്ദേഹം എന്തുകൊണ്ടോ ഉദ്വേഗഭരിതനായി.

"ഓർക്കുന്നുണ്ടോ? അന്ന് അങ്ങ് ചന്തയിലുണ്ടായിരുന്നു. അങ്ങ് ഞങ്ങളുടെ പ്രദർശനം കണ്ടു കൊണ്ടു നിന്നു. ഉന്നതകുലജാതനായ ഒരു തടിയന്റെ വയറ്റിലെത്തുന്നതിലും ഭേദം അടുപ്പത്തിരുന്നു കരിഞ്ഞു പോകുന്നതാണ് എന്നു വിചാരിക്കുന്ന ഒരു അപ്പത്തെപ്പറ്റിയുള്ള പാട്ടു പാടുകയായിരുന്നു അവൾ."

"അതേ, അതേ, ഞാനോർക്കുന്നു ! പിന്നീടെന്താണ് സംഭവിച്ചത്?"

"~ഒരു മാന്യമഹിളക്ക് അതു കേട്ടിട്ടു സഹിച്ചില്ല. നീണ്ട മൂക്കുള്ള തന്റെ പരിചാരകനോട് എന്റെ മകളുടെ ചെവിക്കു പിടിക്കാൻ അവർ ആജ്ഞാപിച്ചു."

"ഞാനവരെ ഓടിച്ചു." ഡോക്ടർ പറഞ്ഞു. "വൃദ്ധയായ ആ സ്ത്രീ എന്നെ തിരിച്ചറിഞ്ഞു. അവർക്കു സ്വന്തം പ്രവൃത്തിയിൽ ലജ്ജ തോന്നി. ശരിയല്ലേ?"

"അതെ, അങ്ങു പൊയ്ക്കഴിഞ്ഞപ്പോൾ എന്റെ മോളു പറഞ്ഞത് ആ വേലക്കാരൻ അവളുടെ ചെവിക്കു പിടിച്ചിരുന്നെങ്കിൽ അവൾ അപമാനം സഹിക്കവയ്യാതെ മരിച്ചു പോയേനെ എന്നാണ്. അങ്ങാണ് അവളെ രക്ഷിച്ചത്. അങ്ങയെ അവൾ ഒരിക്കലും മറക്കു കയില്ല."

"നിങ്ങളുടെ മകളെവിടെ ?" ഡോക്ടർ ചോദിച്ചു. അദ്ദേഹത്തിന് കലശലായ ഉത്കണ്ഠയുണ്ടായിരുന്നു.

വൃദ്ധനായ വിദൂഷകൻ മറയ്ക്കു പിന്നിൽ ചെന്ന് ആരെയോ വിളിച്ചു.

അസാധാരണമായ ഒരു പേരാണ് അയാൾ വിളിച്ചത്. മുറുക്കി യടയ്ക്കപ്പെട്ട ഒരു മരപ്പെട്ടി ഒരു ഞരക്കത്തോടെ തുറക്കപ്പെടുമ്പോ ളുണ്ടാകുന്ന ശബ്ദം പോലെയാണ് അയാൾ ആ പേര് ഉച്ചരിക്കുന്ന ശബ്ദം പുറത്തു കേട്ടത്.

"സുവോക്ക് !" അയാൾ വിളിച്ചു. കുറേ നിമിഷങ്ങൾ കഴിഞ്ഞു. കർട്ടന്റെ ഒരു മൂല പൊക്കി ചുരുണ്ട് പറന്നു കിടക്കുന്ന തലമുടിയോ ടുകൂടിയ ഒരു പെൺകുട്ടി തല പുറത്തേക്കു നീട്ടി. വളരെ ഗൗരവം സ്ഫുരിക്കുന്നതും എന്നാൽ കുസൃതിയുടെ ലാഞ്ചന കലർന്നതുമായ ചാരനിറത്തിലുള്ള കണ്ണുകൾ ഉയർത്തി അവൾ ഡോക്ടറെ നോക്കി.

ഡോക്ടർ അവളെ കണ്ടയുടൻ അത്ഭുതസ്തബ്ധനായി: അത് തുത്തിയുടെ പാവയായിരുന്നു.

മൂന്നാം ഭാഗം

സുവോക്ക്

അദ്ധ്യായം എട്ട്

യുവനടിക്കു പ്രയാസമുള്ള ഒരു ഭാഗം

അതേ അതവളായിരുന്നു !

പക്ഷേ അവൾ എങ്ങിനെ അവിടെയെത്തി ! അത്ഭുതശക്തി കൊണ്ടാണോ? തീർച്ചയായിട്ടുമല്ല. അത്ഭുതങ്ങൾ സംഭവിക്കാറി ല്ലെന്ന് ഡോക്ടർ ഗസ്പാർക്ക് നന്നായറിയാം. അത് തനിക്ക് പറ്റിയ ഒരബദ്ധം മാത്രമായിരുന്നുവെന്ന് അദ്ദേഹത്തിനു തോന്നി. ആ പാവയ്ക്ക് വാസ്തവത്തിൽ ജീവനുണ്ടായിരുന്നു. താൻ ഒരു മടയനെ പോലെ വണ്ടിയിൽ ഉറങ്ങിക്കിടന്ന സമയത്ത് അവൾ ഒരു കുസൃ തിക്കുട്ടക്കയെപ്പോലെ ഓടിപ്പൊയ്ക്കളഞ്ഞു.

"എന്നോട് പുഞ്ചിരിച്ചു കാണിച്ചിട്ട് ഒരു കാര്യവുമില്ല ! നിന്റെ നിഷ്ക്കളങ്കമായ പുഞ്ചിരി കണ്ട് നീ ചെയ്തത് ഞാൻ മറക്കുമെന്നു വിചാരിക്കണ്ട." ഡോക്ടർ നിർദ്ദയം പറഞ്ഞു. "ഇപ്പോൾത്തന്നെ നീ ശിക്ഷിക്കപ്പെട്ടു കഴിഞ്ഞിരിക്കുന്നു.ഞാൻ നിന്നെ കണ്ടുപിടി ക്കരുതെന്നു നീ വിചാരിച്ചു. പക്ഷേ യാദൃഛികമായി ഞാൻ നിന്നെ കണ്ടുപിടിച്ചു."

പാവ അദ്ദേഹത്തെ അത്ഭുതത്തോടെ തുറിച്ചു നോക്കി. പിന്നെ അവൾ ഒരു കൊച്ചു മുയൽക്കുട്ടിയെപ്പോലെ കണ്ണുകൾ ചിമ്മിക്കൊണ്ടിരുന്നു. അമ്പരന്ന് അവൾ വിദൂഷകന്റെ നേരെ നോക്കി. ആഗസ്റ്റ് നെടുവീർപ്പിട്ടു.

"നീ ആരാണ് ? ഉത്തരം പറയ് !"

വളരെ പരുഷമായി സംസാരിക്കണം എന്ന് അദ്ദേഹം ആഗ്രഹിച്ചു. പക്ഷേ എത്ര ശ്രമിച്ചിട്ടും അദ്ദേഹത്തിന് കോപം വന്നില്ല. ആ പാവയ്ക്ക് അത്ര ഭംഗിയുണ്ടായിരുന്നു.

"അങ്ങ് എന്നെ ഓർക്കുന്നു കൂടിയില്ല. ഞാൻ സുവോക്കാണ്."

"സു - വോക്ക്," ഡോക്ടർ ആവർത്തിച്ചു. "പക്ഷേ തുത്തിയുടെ പാവ നീ തന്നെയാണ് !"

"ഞാനൊരു പാവയല്ല ! ഞാനൊരു പെൺകുട്ടിയാണ്. !"

"എന്ത് ? നീ അഭിനയിക്കുകയാണ് !"

പാവ കർട്ടന്റെ പിന്നിൽ നിന്ന് പുറത്തു വന്നു. വിളക്കിന്റെ പ്രകാശം അവളുടെ മേൽ പതിച്ചു. പാറിപ്പറന്ന തല ഒരു വശത്തേക്കു ചരിച്ചു പിടിച്ച് അവൾ പുഞ്ചിരിച്ചുകൊണ്ടിരുന്നു. ഒരു പക്ഷിക്കുഞ്ഞിന്റെ ഇളം ചാരനിറത്തിലുള്ള പൂടയുടെ നിറമായിരുന്നു അവളുടെ മുടിക്ക്.

കൂട്ടിൽക്കിടന്ന ബഹളക്കാരനായ ജന്തു അവളെത്തന്നെ നോക്കിക്കൊണ്ടിരുന്നു.

ഡോക്ടർ ഗസ്പാർക്ക് എന്താണു വിചാരിക്കേണ്ടത് എന്ന് തീർച്ചയില്ലായിരുന്നു. പ്രിയപ്പെട്ട വായനക്കാരെ, കുറച്ചു സമയം കഴിഞ്ഞ് ഞാൻ നിങ്ങളോടൊരു രഹസ്യം പറയാം. എന്നാൽ ഡോക്ടർ ഗസ്പാർ അർനെറി ശ്രദ്ധിക്കാതിരുന്ന ഒരു പ്രധാന സംഗതിയെക്കുറിച്ച് ഇപ്പോൾ തന്നെ ഞാൻ മുന്നറിയിപ്പ് തരാം. ക്ഷോഭിച്ചിരിക്കുന്ന ഒരാൾ സ്പഷ്ടമായി പലതും കാണാതിരിക്കും.

കാര്യമിതാണ്: കാർണിവൽ വണ്ടിയിൽ പാവ വളരെ വ്യത്യാസമുള്ളതായി കാണപ്പെട്ടു. അവളുടെ ചാരക്കണ്ണുകൾ സന്തോഷം കൊണ്ട് തിളങ്ങി. അവൾ ഗൗരവത്തോടെയും ശ്രദ്ധയോടെയുമാണ് പെരുമാറിയത്. പക്ഷേ പാവയുടെ സങ്കടഭാവം തീരെ അവശേഷിച്ചിരുന്നില്ല. പക്വത വന്നവരെപ്പോലെ പെരുമാറാൻ ശ്രമിക്കുന്ന ഒരു കുസൃതിക്കാരി പെൺകുട്ടിയാണ് അവൾ എന്നാണ് അവളെക്കണ്ടാൽ തോന്നുന്നത്.

അവളുടെ ഇളംചുവപ്പുനിറമുള്ള മനോഹരമായ ഉടുപ്പെവിടെ? സ്വർണ്ണപ്പനിനീർപ്പൂക്കൾ പിടിപ്പിച്ച ഷൂസെവിടെ? റേന്തകളും കിന്നരികളും വച്ചുപിടിപ്പിച്ച, യക്ഷിക്കഥകളിലെപ്പോലെ സുന്ദരമായ

വസ്ത്രങ്ങളെവിടെ? അത്തരം ഉടുപ്പുകൾ ഏതു പെൺകുട്ടിയേയും ഒരു രാജകുമാരിയായോ ചുരുങ്ങിയ പക്ഷം ക്രിസ്തുമസ് മരത്തിലെ ഒരലങ്കാരവസ്തുവായോ മാറ്റും. ഇവിടെ പാവ വളരെ ലളിതമായ വസ്ത്രങ്ങളാണ് ധരിച്ചിരുന്നത്. ഒരു നാവികബ്ലൗസും പാവാടയും. കാലിൽ കാലുറകളില്ല. ഒരു കാലത്ത് വെളുത്തതായിരുന്നെങ്കിലും ഇപ്പോൾ ചാരനിറമായ ഒരു ജോഡി ചെരുപ്പുകൾ മാത്രമേയുള്ളൂ. ഈ ലളിതമായ വേഷം അവളുടെ സൗന്ദര്യത്തിന് അല്പമെങ്കിലും കുറവുവരുത്തിയെന്നു വിചാരിക്കുന്നതു ശരിയല്ല. അവൾക്ക് ആ വേഷം നന്നായി ഇണങ്ങി. കീറിയ വസ്ത്രങ്ങണിഞ്ഞ ഒരു പെൺകുട്ടിയെ നിങ്ങൾ ശ്രദ്ധിക്കാതെ കടന്നുപോകും. ഒന്നു രണ്ടടി മുന്നോട്ടു പോയിക്കഴിഞ്ഞാണ് അവൾ ഒരു രാജകുമാരിയേക്കാൾ

സുന്ദരിയായിരുന്നുവെന്ന് നിങ്ങൾ ഓർമ്മിക്കുന്നത്.

ഇതിലുമൊക്കെ പ്രധാനമായ മറ്റൊരു സംഗതിയുണ്ട്. ത്തുത്തിയുടെ പാവയ്ക്ക് നെഞ്ചിൽ ഭയങ്കരമായ തുളകളുണ്ടായിരുന്നു. ഇപ്പോൾ അവ അപ്രത്യക്ഷമായിരിക്കുന്നു.

ഈ പാവ ആരോഗ്യവതിയും ആഹ്ലാദഭരിതയുമായിരുന്നു.

എന്നാൽ ഈ വക കാര്യങ്ങളൊന്നും ഡോക്ടർ ഗസ്പാറുടെ ശ്രദ്ധയിൽ പെട്ടില്ല. ഒന്നുരണ്ടു നിമിഷങ്ങൾ കൂടി കഴിഞ്ഞെങ്കിൽ അദ്ദേഹം ഒരു പക്ഷേ അതു ശ്രദ്ധിക്കുമായിരുന്നേനെ. എന്നാൽ ആ സമയത്ത് ആരോ കതകിൽ മുട്ടി. സംഗതികൾ വീണ്ടും കൂടിക്കുഴഞ്ഞു. കാർണിവൽ വണ്ടിയിൽ ഒരു നീഗ്രോ പ്രവേശിച്ചു. പാവ മേൽപോട്ടു ചാടി. കൂട്ടിലുണ്ടായിരുന്ന ജന്തു ഒരു പൂച്ചയല്ലായിരുന്നുവെങ്കിലും അത് ചീറി.

നീഗ്രോ ആരാണെന്ന് നമുക്കറിയാം. തിബൂൽ പാവയെ പൊക്കിയെടുത്തു.

ഇപ്പോൾ പാവയാണ് തിബൂലിനെ ചുംബിച്ചു തുടങ്ങിയത്.

"ദൈവമേ !" ശ്വാസം വിടാൻ വിഷമിച്ചു കൊണ്ട് അവൾ പറഞ്ഞു. "നിങ്ങൾ ഇത്ര കറുത്തത് എങ്ങിനെയാണ് ? എനിക്ക് തിരിച്ചറിയാൻ പോലും പറ്റിയില്ല."

"സുവോക്ക് !" തിബൂൽ കർക്കശനായി വിളിച്ചു.

അവൾ തിബൂലിന്റെ കഴുത്തിൽ നിന്ന് വിട്ട് പട്ടാളമട്ടിൽ അറ്റൻഷനായി നിന്നു.

"എന്താണ്?" ഒരു സ്കൂൾ കുട്ടിയുടെ ശബ്ദത്തിൽ അവൾ ചോദിച്ചു.

തിബൂൽ അവളുടെ തലയിൽ കൈകൾ വച്ചു. അവൾ തിളങ്ങുന്ന കണ്ണുകളോടെ അയാളെ നോക്കി.

"ഡോക്ടർ ഗസ്പാർ പറഞ്ഞതെന്താണെന്ന് നീ കേട്ടോ?"

"കേട്ടു. ത്തുത്തിയുടെ പാവയെ നന്നാക്കി കൊടുക്കണമെന്ന് മൂന്നു തടിയന്മാർ അദ്ദേഹത്തോട് പറഞ്ഞിട്ടുണ്ടെന്നാണ് ഡോക്ടർ പറഞ്ഞത്. പാവ വണ്ടിയിൽ നിന്നും ഒളിച്ചോടിപ്പോയെന്നും ഞാനാണ് ആ പാവയെന്നും അദ്ദേഹം പറഞ്ഞു."

"അദ്ദേഹത്തിനു തെറ്റു പറ്റിയതാണ്." തിബൂൽ പറഞ്ഞു. "ഡോക്ടർ ഗസ്പാർ, ഇതൊരു പാവയല്ലെന്ന് ഞാൻ ഉറപ്പു തരുന്നു. ഇത് എന്റെ യുവ സുഹൃത്തായ നർത്തകി സുവോക്കാണ്. എന്റെ യഥാർത്ഥമിത്രവും, സർക്കസിലെ എന്റെ സഹനടിയും ഇവളാണ്."

"ശരിയാണ് !" പാവ സന്തോഷത്തോടെ പറഞ്ഞു. " ഞങ്ങൾ

ഒരുമിച്ചാണ് കയറിന്മേൽക്കൂടി നടന്നിരുന്നത്. “ തിബൂൽ അവളെ തന്റെ യഥാർത്ഥമിത്രമെന്നും സഹനടിയെന്നും വിളിച്ചതുകൊണ്ട് അവൾ വളരെ സന്തുഷ്ടയായി.

“പ്രിയപ്പെട്ട തിബൂൽ” എന്നു വിളിച്ചു കൊണ്ട് അവൾ അയാളുടെ കൈ അവളുടെ കവിളിലമർത്തിപ്പിടിച്ചു.

“എന്ത് ?!” ഡോക്ടർ ചോദിച്ചു. “ഇവൾ വാസ്തവത്തിൽ ഒരു ജീവനുള്ള പെൺകുട്ടിയാണോ? ഇവളുടെ പേര് സുവോക്ക് എന്നാണെന്നാണോ നിങ്ങൾ പറയുന്നത്? ശരി, ശരി ! ഇപ്പോൾ ഞാനോർക്കുന്നു. ഞാനിവളെ ഇതിനുമുമ്പ് ഒരിക്കൽ കണ്ടിട്ടുണ്ട്. ശരി ശരി! ഞാൻ ഒരു വൃദ്ധയുടെ വേലക്കാരുടെ പ്രഹരത്തിൽ നിന്ന് ഇവളെ രക്ഷിച്ചു. “ ഈ സമയം ഡോക്ടർ കൈ കൊട്ടി. “അതു ശരി ! അതാണ് തുത്തിയുടെ പാവ എനിക്ക് സുപരിചിതമാണെന്നു തോന്നിയത്.

ഇവർ തമ്മിലുള്ള സാമ്യം അതിശയകരമായിരിക്കുന്നു."

എല്ലാവർക്കും കാര്യങ്ങൾ വ്യക്തമായി തുടങ്ങി.

പുറത്ത് വെളിച്ചം കൂടിക്കൂടി വന്നു. അടുത്തെവിടെയോ ഒരു പൂങ്കോഴി കൂവി.

ഡോക്ടർ വീണ്ടും ദുഃഖിതനായി.

"ഇതൊക്കെ ശരിയാണ്. പക്ഷേ ഇതിനർത്ഥം എനിക്ക് പാവയെ കിട്ടിയില്ല. അതു നഷ്ടപ്പെട്ടുവെന്നാണ്."

"ഇതിന്നർത്ഥം പാവയെ കിട്ടിയെന്നാണ്." സുവോക്കിനെ കെട്ടിപ്പിടിച്ചു കൊണ്ട് തിബൂൽ പറഞ്ഞു.

"എന്താണ് നിങ്ങൾ പറയുന്നതിന്റെ അർത്ഥം.?"

"ഞാൻ പറഞ്ഞതു തന്നെ. ഞാനുദ്ദേശിക്കുന്നതെന്താണെന്ന് നിനക്കു മനസിലായോ, സുവോക്ക്?"

"മനസിലായെന്ന് തോന്നുന്നു." അവൾ മൃദുസ്വരത്തിൽ ഉത്തരം പറഞ്ഞു.

"സമ്മതിച്ചോ?" തീബൂൽ ചോദിച്ചു.

"തീർച്ചയായും," എന്നു പറഞ്ഞുകൊണ്ട് പാവ മന്ദഹസിച്ചു.

ഡോക്ടർക്ക് ഒന്നും മനസിലായില്ല.

"ഞായറാഴ്ച ദിവസങ്ങളിൽ നാം ജനക്കൂട്ടത്തിനു മുമ്പിൽ പ്രകടനങ്ങൾ നടത്തുമ്പോൾ നീ എപ്പോഴും എന്നെ അനുസരിക്കാറുണ്ടായിരുന്നു. നീ വരകളിട്ടിട്ടുള്ള വേദിയിൽ നില്ക്കും, ഞാൻ അല്ലെസ്! എന്നു പറയും. അപ്പോൾ നീ കമ്പിയിൽ കയറി അതിൽ കൂടി എന്റെയടുത്തേക്കു നടന്നു വരും. ഞാൻ ജനങ്ങളുടെ മുകളിൽ ഉയരത്തിൽ വലിച്ചു കെട്ടിയിരുന്ന കമ്പിയുടെ മദ്ധ്യഭാഗത്ത് നിന്നെ കാത്തു നിൽക്കും. ഞാൻ എന്റെ ഒരു മുട്ടു മടക്കിക്കൊണ്ട് വീണ്ടും അല്ലെസ്! എന്നു പറയുമ്പോൾ നീ എന്റെ മുട്ടിന്മേൽച്ചവിട്ടി തോളിലേക്ക് കയറും. നിനക്കപ്പോൾ ഭയം തോന്നിയിരുന്നോ?"

"ഇല്ല, അല്ലെസ് എന്നു നിങ്ങൾ പറഞ്ഞാൽ അതിനർത്ഥം ഞാൻ ശാന്തമായിരിക്കണമെന്നും ഒന്നിനെപ്പറ്റിയും ഭയപ്പെടേണ്ടെന്നുമാണ്."

"ശരി,' തിബൂൽ പറഞ്ഞു. "ഞാനിപ്പോൾ അല്ലെസ് എന്നു പറയുന്നു. നീയൊരു പാവയായിരിക്കണം."

"സമ്മതിച്ചു, ഞാനൊരു പാവയാകും."

"ഒരു പാവയോ ?" ഡോക്ടർ ഗസ്പാർ ചോദിച്ചു. "എന്താണു നിങ്ങൾ

പറയുന്നത്.?"

പ്രിയപ്പെട്ട വായനക്കാരെ, നിങ്ങൾക്കു കാര്യം മനസിലായി എന്ന് ഞാൻ വിശ്വസിക്കുന്നു. ഡോക്ടർ ഗസ്പാർക്കുണ്ടായിരുന്നതുപോലെയുള്ള ഉൽക്കണ്ഠയോ മനോവൈഷമ്യമോ നിങ്ങൾക്കില്ലാത്തതുകൊണ്ട് നിങ്ങൾ ശാന്തരാണ്. അതുകൊണ്ട് നിങ്ങൾക്ക് കാര്യങ്ങൾ വേഗം മനസിലാകും.

ഡോക്ടർ രണ്ടു ദിവസമായിട്ട് ഒരു മണിക്കൂർ പോലും ഉറങ്ങിയിട്ടില്ലെന്ന് നിങ്ങളോർക്കണം. അദ്ദേഹത്തിന്റെ ശക്തിയിൽ അത്ഭുതം തോന്നുകയാണു വേണ്ടത്.

രണ്ടാമത്തെ പൂവൻകോഴി ഉണരുന്നതിനു മുമ്പ് കാര്യങ്ങൾ എല്ലാം തീരുമാനിക്കപ്പെട്ടു. തിബൂൽ ഒരു കർമ്മപരിപാടിയുടെ വിശദാംശങ്ങൾ ആസൂത്രണം ചെയ്തു.

"നീ കേവലം ബാലികയാണെങ്കിലും, ഒരു നല്ല നടിയാണ്. 'വിഡ്ഢിയായ രാജാവ്' എന്ന നാടകം നമ്മൾ അഭിനയിച്ചപ്പോൾ നീ സ്വർണ്ണമുട്ടക്കൂസ് കുറ്റിയായി എത്ര ഭംഗിയായി അഭിനയിച്ചു.

"പിന്നെ നീ ഒരു ബാലേയിൽ ഒരു ഒട്ടുപടമായി അഭിനയിച്ചു. ഒരു മില്ലുടമ ഒരു ഛായപ്പാത്രമായി മാറുന്ന ഭാഗം നീ വളരെ നന്നായി അഭിനയിച്ചു. നീ മറ്റാരെക്കാളും നന്നായി പാടുകയും ആടുകയും ചെയ്യുന്നു. നിനക്ക് നല്ല ഭാവനാശക്തിയുണ്ട്. ഇതിലൊക്കെ ഉപരിയായി നീ ഒരു ധൈര്യശാലിയും ബുദ്ധിമതിയുമായ പെൺകുട്ടിയാണ്."

സുവോക്കിന്റെ മുഖം സന്തോഷം കൊണ്ട് വികസിച്ചു. ഇത്രയേറെ പ്രശംസകൾ കേട്ട് അവൾ നാണിച്ചു പോയി.

"ഇപ്പോൾ നീ തുത്തിയുടെ പാവയുടെ ഭാഗം അഭിനയിക്കണം."

സുവോക്ക് കയ്യടിക്കുകയും എല്ലാവരേയും മാറിമാറി ചുംബിക്കുകയും ചെയ്തു. തിബൂലിനെയാണ് അവൾ ആദ്യം ചുംബിച്ചത്. പിന്നെ വൃദ്ധനായ ആഗസ്റ്റിനെ, പിന്നെ ഡോക്ടർ ഗസ്പാറെ.

"നിൽക്ക്," തിബൂൽ പറഞ്ഞു. "ഇത് മാത്രമല്ല, തോക്കുണ്ടാക്കുന്ന പ്രൊസ്പേറൊയെ മൂന്ന് തടിയന്മാരുടെ കൊട്ടാരത്തിൽ ഒരു ഇരുമ്പുകൂട്ടിൽ അടച്ചിരിക്കുകയാണെന്ന് നിനക്കറിയാമല്ലോ. അയാളെ മോചിപ്പിക്കുന്നത് നിന്റെ ചുമതലയാണ്."

"ഞാൻ കൂട്ടു തുറന്നു കൊടുക്കണോ?"

"അതേ, കൊട്ടാരത്തിൽ നിന്ന് അയാൾക്ക് പുറത്ത് കടക്കാനുള്ള ഒരു രഹസ്യം എനിക്കറിയാം."

"ഒരു രഹസ്യമോ ?"

"അതേ, അവിടെ ഒരു ഗൂഢമാർഗമുണ്ട്."

തിബൂൽ അവരോട് ബലൂൺകാരന്റെ കഥ പറഞ്ഞു.

"കൊട്ടാരത്തിലെ അടുക്കളയിലെവിടെയോ ഉള്ള ഒരു കുടത്തിന്റെ ഉള്ളിൽ നിന്നുമാണ് ആ തുരങ്കം തുടങ്ങുന്നത്. അതെവിടെയാണെന്ന് നീ കണ്ടുപിടിക്കണം."

"ശരി."

സൂര്യൻ ഉദിച്ചിരുന്നില്ല. എന്നാൽ പക്ഷികൾ ഉണർന്നു കഴിഞ്ഞു. കതകിന് വെളിയിലുള്ള ചെറുമുറ്റത്തെ പുല്ല് പച്ചനിറത്തിൽ കാണപ്പെട്ടു. ഇപ്പോൾ വെളിച്ചം നല്ലവണ്ണം ഉണ്ടായിരുന്നതുകൊണ്ട് കൂട്ടിൽ കിടന്ന വിചിത്രജന്തു വെറുമൊരു സാധാരണ കുറുക്കനാണെന്ന് തെളിഞ്ഞു.

"സമയം തീരെയില്ല ! നമുക്ക് വളരെ ദൂരം സഞ്ചരിക്കാനുണ്ട്."

"പക്ഷേ ആദ്യമായി നീ നിന്റെ ഏറ്റവും നല്ല ഉടുപ്പ് ധരിക്കണം" ഡോക്ടർ ഗസ്പാർ പറഞ്ഞു.

സുവോക്ക് അവൾ സർക്കസിൽ ധരിക്കാറുള്ള എല്ലാ വേഷങ്ങളും എടുത്തു കൊണ്ടു വന്നു. അവ വളരെ മനോഹരങ്ങളായിരുന്നു. കാരണം അവ തുന്നിയത് അവൾ തന്നെയാണ്. അനുഗൃഹീതയായ ഏതൊരു നടിയേയും പോലെ അവൾക്കും നല്ല കലാബോധമുണ്ടായിരുന്നു.

ഡോക്ടർ ഗസ്പാർ വർണ്ണപ്പകിട്ടുള്ള ഉടുപ്പുകളുടെ കൂമ്പാരം ചികഞ്ഞു നോക്കി.

"ഇതുമതിയെന്ന് തോന്നുന്നു." അവസാനം അദ്ദേഹം പറഞ്ഞു. "പൊട്ടിപ്പോയ പാവയുടെ ഉടുപ്പിനേക്കാൾ ഒട്ടും മോശമില്ല ഇത്. ഇതിട്ടോളൂ."

സുവേക്ക് ആ ഉടുപ്പിട്ടു. ഏതൊരു പിറന്നാൾക്കാരിയേക്കാളും സുന്ദരിയായി അവൾ പ്രഭാത സൂര്യന്റെ ആദ്യത്തെ കിരണങ്ങളേറ്റു കൊണ്ട് അവിടെ നിന്നു. ഉടുപ്പിന്റെ നിറം ഇളം ചുവപ്പായിരുന്നു. എന്നാൽ അവൾ അനങ്ങുമ്പോൾ അതിൽ സ്വർണ്ണനിറത്തിലുള്ള മഴത്തുള്ളികൾ പറ്റിപ്പിടിച്ചിരുപ്പുണ്ടെന്ന് തോന്നി. ഉടുപ്പ് തിളങ്ങുകയും ഉലഞ്ഞു ശബ്ദമുണ്ടാക്കുകയും സുഗന്ധം വമിക്കുകയും ചെയ്തു.

"ഞാൻ തയ്യാറായി," സുവോക്ക് പറഞ്ഞു.

യാത്ര പറയാൻ ഒരു മിനിട്ടേ എടുത്തുള്ളൂ. സർക്കസുകാർക്ക് കണ്ണുനീർ ഇഷ്ടമല്ല. അവർ എല്ലായ്പ്പോഴും ജീവൻ പണയപ്പെടുത്തിക്കൊണ്ടിരിക്കുന്നു. മാത്രവുമല്ല, അവളുടെ ഉടുപ്പ് ഉടഞ്ഞു

പോകുമെന്നുള്ളതുകൊണ്ട് അവളെ കെട്ടിപ്പിടിക്കാൻ നിർവ്വാഹമുണ്ടായിരുന്നുമില്ല.

"വേഗം തിരിച്ചു വാ !" വൃദ്ധനായ ആഗസ്റ്റ് ഇങ്ങനെ പറഞ്ഞുകൊണ്ട് നെടുവീർപ്പിട്ടു.

"ഞാൻ തൊഴിലാളികൾ താമസിക്കുന്നിടത്തേക്ക് പോവുകയാണ്. എത്ര പേർ ശേഷിച്ചിട്ടുണ്ടെന്ന് നോക്കണം. തൊഴിലാളികൾ എന്നെ കാത്തിരിക്കുകയാണ്. ഞാൻ ജീവിച്ചിരിപ്പുണ്ടെന്നും സ്വതന്ത്രനാണെന്നും അവർ അറിഞ്ഞു." ഇങ്ങനെ പറഞ്ഞു കൊണ്ട് തിബൂൽ ഒരു വലിയ തൊപ്പിയും കറുത്ത കണ്ണടയും ഒരു വലിയ കൃത്രിമ മൂക്കും ധരിച്ചു. "കെയ്റോയിലേക്കൊരു യാത്ര" എന്ന ആംഗ്യനാടകത്തിലെ തുർക്കിയുടെ വേഷമായിരുന്നു അത്. ആ വലിയ മൂക്ക് മഹാവൃത്തികേടായിരുന്നു. പക്ഷേ ആർക്കും അയാളെ ആ വേഷത്തിൽ തിരിച്ചറിയാൻ കഴിയുകയില്ല.

വൃദ്ധനായ ആഗസ്റ്റ് വാതിൽപ്പടിയിന്മേൽ നിന്നു. ഡോക്ടറും തിബൂലും സുവോക്കും കാർണിവൽ വണ്ടിയുടെ പടികൾ ഇറങ്ങി.

നേരം വെളുത്തു കഴിഞ്ഞിരുന്നു.

"വേഗം ! വേഗം !" ഡോക്ടർ പറഞ്ഞു.

ഒരു മിനിട്ടിനു ശേഷം ഡോക്ടറും സുവോക്കും വണ്ടിയിൽ കയറിയിരുന്നു.

"നിനക്ക് ഭയമുണ്ടോ?" ഡോക്ടർ ചോദിച്ചു.

ഉത്തരമായി സുവോക്ക് പുഞ്ചിരിച്ചു. ഡോക്ടർ അവളുടെ നെറ്റിയിൽ ചുംബിച്ചു.

തെരുവ് വിജനമായിരുന്നു. പറയത്തക്ക യാതൊരു ശബ്ദവും കേൾക്കാനുണ്ടായിരുന്നില്ല. പെട്ടെന്ന് ഒരു പട്ടി ഉറക്കെക്കുരയ്ക്കുന്നതു കേട്ടു. പിന്നെ ആരോ അതിന്റെ എല്ലുകഷ്ണം തട്ടിയെടുക്കുവാൻ ശ്രമിച്ചതുപോലെ അത് മുറുമുറുത്ത് തുടങ്ങി.

ഡോക്ടർ വണ്ടിയുടെ ജനലിൽ കൂടി പുറത്തേക്ക് നോക്കി.

ശക്തനായ ലപിത്തുപ്പിനെ കടിച്ച അതേ പട്ടിയായിരുന്നു അത്.! എന്നാൽ അതു മാത്രമായിരുന്നില്ല.

ഡോക്ടർ മറ്റൊരു കാര്യം കൂടി കണ്ടു. ചെറിയ തലയുള്ള ഒരു നീണ്ടു മെലിഞ്ഞ മനുഷ്യൻ പട്ടി കടിച്ചു പിടിച്ചിരുന്ന ഇളം ചുവപ്പു നിറമാർന്ന ഭംഗിയുള്ള എന്തോ സാധനം വലിച്ചെടുക്കുവാൻ ശ്രമിക്കുകയായിരുന്നു. അയാൾ ഒരു പച്ചക്കുതിരയെപ്പോലെയിരുന്നു. ഇളംചുവപ്പുനിറമുള്ള കഷ്ണങ്ങൾ നാലുപാടും ചിതറി.

അവസാനം ആ മനുഷ്യൻ ജയിച്ചു. അയാൾ ആ സാധനം എടുത്ത് മാറോടണച്ചു പിടിച്ചു. ഡോക്ടറുടെ വണ്ടിയുടെ നേർക്ക് അയാൾ പാഞ്ഞു. അയാൾ വണ്ടിയുടെ ഒപ്പമെത്തിയപ്പോൾ പുറത്തേക്ക് നോക്കിക്കൊണ്ടിരുന്ന സുവോക്ക്ഒരു ഭയങ്കര കാഴ്ച കണ്ടു. ആ വിചിത്ര മനുഷ്യൻ ഓടുകയായിരുന്നില്ല, ഒരു ബാലേ നർത്തകനെ പോലെ നിലം തൊട്ടുതൊട്ടില്ലെന്ന മട്ടിൽ അനായാസമായി കുതിച്ചു ചാടി കൊണ്ട് പറക്കുകയാണെന്ന് തോന്നി. അയാളുടെ കോട്ടിന്റെ അറ്റം ഒരു കാറ്റാടിമില്ലിന്റെ കൈകൾ പോലെ ആടിക്കൊണ്ടിരുന്നു. അയാളുടെ കയ്യിൽ....അയാളുടെ കയ്യിൽ നെഞ്ചിൽ പരുക്കുകൾ പറ്റിയ ഒരു പെൺകുട്ടിയുണ്ടായിരുന്നു.

“അത് ഞാനാണ്!” സുവോക്ക് കരഞ്ഞു. അവൾ സീറ്റിലേക്ക് ചാരിയിരുന്ന് കുഷ്യനുകളിൽ മുഖം ഒളിച്ചു.

അവളുടെ കരച്ചിൽ കേട്ട് ഓടിക്കൊണ്ടിരുന്ന മനുഷ്യൻ തിരിഞ്ഞു നോക്കി. ഡോക്ടർ ഗസ്പാർ അയാളെ തിരിച്ചറിഞ്ഞു. അത് നൃത്താധ്യാപകൻ വൺ - ടൂ - ത്രീ ആയിരുന്നു.

അദ്ധ്യായം ഒമ്പത്

പാവയ്ക്ക് നല്ല വിശപ്പുണ്ട്

അനന്തരാവകാശിയായ തുത്തി ബാൽക്കണിയിൽ നിൽക്കുകയാണ്. അവന്റെ ഭ്രമി ശാസ്ത്രാദ്ധ്യാപകൻ ഒരു ദൂരദർശിനിയിൽ കൂടി നോക്കുന്നുണ്ട്. അയാളൊരു വടക്കു നോക്കി യന്ത്രം കൂടി എടുക്കണമെന്നാണ് തുത്തിയുടെ മോഹം. പക്ഷേ നേരിൽ അതിന്റെ ആവശ്യമില്ല.

തന്റെ പാവയുടെ വരവും കാത്ത് നിൽക്കുകയാണ് തുത്തി.

ബഹളമെല്ലാം കഴിഞ്ഞ് രാത്രിയിൽ അവൻ ശരിക്കൊന്നുറങ്ങിയിട്ടുണ്ടായിരുന്നു.

ബാൽക്കണിയിൽ നിന്ന് നോക്കിയാൽ നഗര കവാടങ്ങൾ മുതൽ കൊട്ടാരം വരെയുള്ള റോഡിന്റെ നല്ലൊരു ദൃശ്യം ലഭിക്കും. പട്ടണത്തിലെ വീടുകളുടെ മേൽക്കൂരകളുടെ പിന്നിൽ നിന്ന് ഉയർന്നു കൊണ്ടിരുന്ന സൂര്യൻ അവന്റെ കണ്ണുകളെ വേദനിപ്പിച്ചു. അവൻ കൈകൊണ്ട് മറച്ചു പിടിച്ചു. തുമ്മാൻ ഭാവിക്കുന്നതു പോലെ അവ ചെറുതാക്കുകയും മൂക്ക് ചുളിക്കുകയും ചെയ്തു.

“ഞാനാരേയും കാണുന്നില്ല,” അദ്ധ്യാപകൻ പറഞ്ഞു.

ആൾ വരുന്നുണ്ടോ എന്നു നോക്കുകയെന്ന സുപ്രധാന ചുമതല അയാൾക്കു നൽകിയിരുന്നു. കാരണം, അയാളുടെ തൊഴിൽ , ദൂരങ്ങളേയും ചക്രവാളങ്ങളേയും ചലിക്കുന്ന വസ്തുക്കളേയും മറ്റും കുറിച്ചു തീരുമാനിക്കാനുള്ള അർഹത അയാൾക്ക് ഏറ്റവുമധികം നൽകിയിരുന്നു,

“അവിടെ ഒന്നുമില്ലെന്നു തീർച്ചയാണോ?” ത്തുത്തി ചോദിച്ചുകൊണ്ടിരുന്നു.

“തർക്കിക്കരുത്. ഈ ദൂരദർശിനിക്കു പുറമെ എനിക്ക് അറിവും വസ്തുക്കളെ കുറിച്ച് സൂക്ഷ്മമായ ധാരണയുമുണ്ട്. എനിക്ക് ഒരു മുല്ലക്കൂട്ടം കാണാം. ലത്തീൻ ഭാഷയിൽ വളരെ സുന്ദരവും വിഷമം പിടിച്ചതുമായ പേരാണതിനുള്ളത്. അതിനപ്പുറത്ത് പാലങ്ങളും പാറാവുകാരും അവർക്കു വട്ടമിട്ടു പറക്കുന്ന ചിത്രശലഭങ്ങളുമുണ്ട്. അതിനുമപ്പുറത്ത് വീണ്ടും റോഡാണ്. നിൽക്ക്, നിൽക്ക്!”

അയാൾ ചില്ലുകൾ തിരിച്ചു. അനന്തരാവകാശിയായ ത്തുത്തി പെരുവിരലിൽ നിന്നു. അവന്റെ ഹൃദയം ഊക്കോടെ മിടിക്കുന്നുണ്ടായിരുന്നു.

“വരുന്നുണ്ട് !” അദ്ധ്യാപകൻ പറഞ്ഞു.

അ നിമിഷം തന്നെ മൂന്നു പേർ കൊട്ടാരം വക പാർക്കിൽ നിന്നു റോഡിലേക്ക് കുതിരയോടിച്ചു പോയി. അകലെ കണ്ട വണ്ടിയെ സ്വീകരിക്കാൻ പുറപ്പെട്ട ക്യാപ്റ്റൻ ബൊനവെഞ്ചുറയും കൂട്ടരുമായിരുന്നു അത്.

“ഹുറാ!” എന്നുള്ള ത്തുത്തിയുടെ അത്യുച്ചത്തിലുള്ള ആർപ്പ് കേട്ട് അകലെയുള്ള ഗ്രാമങ്ങളിലെ വാത്തകൾ മറുപടിയായി ഒച്ചയിട്ടു.

അനന്തരാവകാശി ഉദ്വേഗം നിമിത്തം കൽത്തിണ്ണയ്ക്കു മുകളിലൂടെ താഴെ വീഴുകയാണെങ്കിൽ പിടിക്കാനായി വാൾപ്പയറ്റദ്ധ്യാപകൻ ബാൽക്കണിയുടെ ചുവട്ടിൽ നിന്നു.

അങ്ങനെ ഡോക്ടർ ഗസ്പാറിന്റെ വണ്ടി കൊട്ടാരത്തിലേക്കു നീങ്ങിക്കൊണ്ടിരുന്നു. ഇപ്പോൾ ദൂരദർശിനിയോ ഭൂമിശാസ്ത്രാദ്ധ്യാപകന്റെ ശാസ്ത്രീയ ജ്ഞാനമോ വേണ്ടി വന്നില്ല . വണ്ടിയേയും വെളുത്ത കുതിരയേയും ആർക്കും കാണാമായിരുന്നു.

എത്ര ആഹ്ലാദപ്രദമായ ഒരു നിമിഷമായിരുന്നു അത് ! അവസാനത്തെ പാലത്തിൽ വണ്ടി നിന്നപ്പോൾ പാറാവുകാർ വഴിമാറിക്കൊടുത്തു. തന്റെ സ്വർണ്ണ മുടിച്ചുരുളുകൾ ഇളക്കിക്കൊണ്ട് അനന്തരാവകാശിയായ ത്തുത്തി കൈവീശി അങ്ങോട്ടുമിങ്ങോട്ടും ചാടി നടന്നു.

അവസാനം, താൻ കാത്തുനിന്നിരുന്നത് എന്തിനു വേണ്ടിയോ അതവൻ കണ്ടു. വലിപ്പം കുറഞ്ഞ ഒരു വൃദ്ധൻ വിഷമിച്ച് വണ്ടിയിൽ നിന്ന് ഇറങ്ങി. കാവൽഭടന്മാർ ആദരപൂർവ്വം അറ്റൻഷനായി നിന്നു. ആ കൊച്ചു മനുഷ്യൻ സുന്ദരിയായ പാവയെ വണ്ടിയിൽ നിന്നെടുത്തു. പുതുതായി പറിച്ചെടുത്ത റോസാപ്പൂക്കൾ റിബൺ കൊണ്ടു കെട്ടിയുണ്ടാക്കിയ ഒരു പൂച്ചെണ്ടുപോലാണ് അതിരുന്നത്.

പ്രഭാതത്തിലെ ആകാശത്തിൻ കീഴിൽ സൂര്യന്റെയും പുൽക്കൊടികളുടേയും തിളക്കത്തിനിടയിൽ മനോഹരമായൊരു കാഴ്ചയായിരുന്നു അത്.

ഒരു മിനിട്ടു കഴിഞ്ഞപ്പോൾ പാവ കൊട്ടാരത്തിനകത്തെത്തി.

അത് തനിയെ നടന്നു.

സുവോക്ക് അവളുടെ ഭാഗം എത്ര ഭംഗിയായിട്ടാണ് അഭിനയിച്ചത്! പെട്ടെന്ന് അവൾ പാവകളുടെ നടുവിൽ അകപ്പെട്ടിരുന്നെങ്കിൽ അവയും അവളെ തങ്ങളെപ്പോലൊരു പാവയായി കരുതുമായിരുന്നു.

അവളുടെ മനസ് വളരെ ശാന്തമായിരുന്നു. തന്റെ ഭാഗം നന്നായി അഭിനയിക്കുന്നുണ്ടെന്ന് അവൾക്കു തോന്നി.

"ഇതിലും പ്രയാസമുള്ള കാര്യങ്ങൾ വേറെയുണ്ട്." അവൾ

വിചാരിച്ചു. കത്തുന്ന വിളക്കുകൾ കൊണ്ട് അമ്മാനമാട്ടുകയോ ഇരട്ട കരണം മറിച്ചിലോ ഒക്കെ."

സർക്കസിലായിരുന്നപ്പോൾ ഇതുരണ്ടും അവൾ ചെയ്തിട്ടുള്ളതാണ്.

അതുകൊണ്ട് അവൾക്കു ഭയം തോന്നിയില്ല. തന്റെ ഈ കളി അവൾക്കിഷ്ടപ്പെടുകപോലും ചെയ്തു. മനഃക്ലേശം മുഴുവൻ ഡോക്ടർ ഗസ്പാറിനായിരുന്നു. അദ്ദേഹം സുവോക്കിന്റെ പുറകെ അകത്തു കയറി. ഒരു ബാലേ നർത്തകി പെരുവിരലിൽ നടക്കുന്നതു പോലെ അവൾ തന്റെ കൊച്ചു പാദങ്ങൾ മെല്ലെമെല്ലെ വച്ചു നടന്നു. ഓരോ ചുവടിലും അവളുടെ വസ്ത്രം ഇളകുകയും ഉലയുകയും ചെയ്തു.

തേച്ചുമിനുക്കിയ തറ തിളങ്ങുന്നുണ്ടായിരുന്നു. ആ കൊച്ചു ബാലിക ഇളം ചുവപ്പു നിറത്തിലുള്ള മേഘശകലം പോലെ അതിൽ പ്രതിബിംബിച്ചു. തിളങ്ങുന്ന തറ കാരണം കൂടുതൽ ഉയരവും നിലക്കണ്ണാടികൾ മൂലം കൂടുതൽ വലിപ്പവും തോന്നിച്ച ആ വിസ്തൃതമായ ഹാളുകളിൽ അവൾ വളരെ ചെറുതായി കാണപ്പെട്ടു.

നിശ്ചലമായ ജലപ്പരപ്പിനു മുകളിൽ ഒഴുകി നടന്ന ഒരു കൊച്ചു പൂക്കുടയാണവൾ എന്നു തോന്നി.

അവളെ അത്ഭുതത്തോടെ നോക്കി നിന്ന തൂകലും ഇരുമ്പുമണിഞ്ഞ പാറാവുകാരേയും ജീവിതത്തിൽ ആദ്യമായി പുഞ്ചിരിക്കുന്ന കൊട്ടാരം ഉദ്യോഗസ്ഥന്മാരേയും കടന്ന് അവൾ സസന്തോഷം മന്ദഹസിച്ചു കൊണ്ട് നടന്നുപോയി.

പുതുതായി താമസമാക്കാൻ വന്ന കൊട്ടാരത്തിന്റെ യഥാർത്ഥ അവകാശിയാണെന്ന മട്ടിൽ അവൾ കടന്നുപോവുമ്പോൾ അവർ ആദരപൂരസ്സരം പുറകോട്ടു മാറി.

ഒരു പൂവിതൾ വീഴുമ്പോഴത്തേക്കാൾ ഉച്ചത്തിലല്ലാതിരുന്ന അവളുടെ പതിഞ്ഞ കാലൊച്ച പോലും കേൾക്കത്തക്കവണ്ണം നിശബ്ദമായിരുന്നു ഹാൾ.

ആ സമയത്ത് അവളെപ്പോലെത്തന്നെ പ്രസന്നമുഖത്തോടെ ഒരു ബാലൻ വീതിയേറിയ കോവണിയിലൂടെ താഴോട്ട് ഓടിയിറങ്ങുന്നുണ്ടായിരുന്നു. അനന്തരാവകാശിയായ തുത്തിയായിരുന്നു അത്.

രണ്ടുപേർക്കും ഒരേ പൊക്കമായിരുന്നു.

സുവോക്ക് നടപ്പു നിർത്തി.

"അപ്പോളിതാണ് അനന്തരാവാശിയായ തുത്തി!" അവൾ വിചാരിച്ചു.

ഒരു കൊച്ചു ശാഠ്യക്കാരി പെണ്ണിനെ പോലെ തോന്നിച്ച ശോഷിച്ച

ഒരു ബാലനാണ് അവളുടെ മുന്നിൽ നിന്നിരുന്നത്. ചാരനിറത്തിലുള്ള കണ്ണുകളോടു കൂടിയ അവൻ ദുഃഖിതനായി കാണപ്പെട്ടു. മുടി അലങ്കോലപ്പെട്ടു കിടന്നിരുന്നു. തല ഒരു വശത്തേക്കു ചരിച്ചു പിടിച്ചിരുന്നു.

അനന്തരാവകാശിയായ തുത്തി ആരാണെന്ന് സുവോക്കിന് അറിയാമായിരുന്നു. മൂന്നു തടിയന്മാർ ആരാണെന്നും സുവോക്കിനറിയാമായിരുന്നു. രാജ്യത്തെ പട്ടിണി പാവങ്ങൾ ഉല്പാദിപ്പിക്കുന്ന എല്ലാ ഇരുമ്പും കൽക്കരിയും ധാന്യവും മൂന്നു തടിയന്മാർ പിടിച്ചു പറിച്ചെടുത്തിരുന്നുവെന്ന് അവൾക്ക് അറിയാമായിരുന്നു. തന്റെ പിന്നാലെ ഭൃത്യന്മാരെ ഓടിച്ച മാന്യമഹിളയെ അവൾക്കു നല്ല ഓർമ്മയുണ്ടായിരുന്നു. മൂന്നു തടിയന്മാരും മാന്യമഹിളകളും മേനിക്കണ്ടെപ്പന്മാരും ഷാപ്പുടമകളും കാവൽഭടന്മാരും - തോക്കുണ്ടാക്കുന്ന പ്രൊസ്പേറൊയെ ഇരുമ്പു കൂട്ടിലടയ്ക്കുകയും ഇപ്പോൾ തന്റെ സുഹൃത്തായ അഭ്യാസിയായ തിബൂലിനെ പിടികൂടാൻ നടക്കുകയും ചെയ്യുന്ന ഇവരെല്ലാം - ഒറ്റക്കയ്യാണെന്ന് അവൾക്കറിയാമായിരുന്നു.

അനന്തരാവകാശിയായ തുത്തി ഒരു ഭയങ്കരനായിരിക്കുമെന്നും നീണ്ട നാക്കു വായിൽ നിന്നു തൂങ്ങിക്കിടക്കുന്ന തൊഴിച്ചാൽ മറ്റെല്ലാം കൊണ്ടും പണ്ടത്തെ മാന്യമഹിളയെപ്പോലെയിരിക്കുമെന്നുമാണ്

കൊട്ടാരത്തിലേക്കു പുറപ്പെടുന്നതിന് മുമ്പ് അവൾ വിചാരിച്ചിരുന്നത്.

പക്ഷേ കണ്ടപ്പോൾ അവൾക്ക് അവനോട് അശേഷം വെറുപ്പു തോന്നിയില്ല. വാസ്തവത്തിൽ അവനെ കണ്ടതിൽ അവൾക്കു സന്തോഷമാണു തോന്നിയത്.

ചാരനിറമാർന്ന അവളുടെ കണ്ണുകൾ അവനെ സന്തോഷത്തോടെ നോക്കി.

"ഇതു നീ തന്നെയാണോ, പാവേ?" അവളുടെ കൈ സ്പർശിച്ചു കൊണ്ട് തുത്തി ചോദിച്ചു.

"ഭഗവാനോ, ഞാനെന്താണു ചെയ്യേണ്ടത്?" സുവോക്കിനു സത്യത്തിൽ പേടിയായി. "പാവകൾ സംസാരിക്കുമോ? ഹാ! ഞാൻ എന്തു ചെയ്യണമെന്ന് ആരും എന്നോട് പറഞ്ഞില്ല !കാവൽക്കാർ പൊട്ടിച്ച പാവ എന്തെല്ലാം ചെയ്യുമായിരുന്നു വെന്ന് എനിക്കറിഞ്ഞു കൂടാ."

ഡോക്ടർ ഗസ്പാർ അവളുടെ രക്ഷയ്ക്കെത്തി.

"തിരുമനസ്സേ!" അദ്ദേഹം തുത്തിയോടു പറഞ്ഞു. "ഞാൻ നിങ്ങളുടെ പാവയെ ശരിയാക്കി ! അങ്ങയ്ക്കു കാണാവുന്നതു പോലെ ഞാൻ അവൾക്കു വീണ്ടും ജീവൻ നൽകുകമാത്രമല്ല അവളെ കൂടുതൽ മികച്ചതാക്കിത്തീർക്കുക കൂടി ചെയ്തു. പാവ ഇപ്പോൾ മുമ്പത്തേതിലും സുന്ദരിയാണ്. മനോഹരമായ ഒരു പുതിയ ഉടുപ്പുണ്ട്. അതിലൊക്കെ പ്രധാനമായി, ഞാൻ അങ്ങയുടെ പാവയെ സംസാരിക്കാനും പാടാനും ആടാനും പഠിപ്പിച്ചു."

"എത്ര നന്നായിരിക്കുന്നു!" തുത്തി പതുക്കെ പറഞ്ഞു.

"എനിക്ക് തുടങ്ങാനുള്ള സമയമായി," സുവോക്ക് തീർച്ചയാക്കി.

ബ്രിസാക്ക് അമ്മാവന്റെ കാർണിവൽ വണ്ടിയിലെ കൊച്ചു നടി പുതിയൊരു വേദിയിൽ അരങ്ങേറി.

കൊട്ടാരത്തിലെ നൃത്തശാലയായിരുന്നു പ്രസ്തുത വേദി. പ്രേക്ഷകരുടെ വലിയൊരു സമൂഹം അവൾ ചെയ്യുന്നതു കാണാൻ കൂടിയിരുന്നു. നാലുവശത്തും അവർ തിങ്ങിക്കൂടി. കോവണി മുകളിലും ഇടനാഴികളിലും ബാൽക്കണിയിലുമെല്ലാം ആളുകൾ നിന്നു. അവർ വൃത്താകൃതിയിലുള്ള ജനാലകളിലൂടെ എത്തി നോക്കുകയും കൂടുതൽ നന്നായി കാണാൻ വേണ്ടി തൂണുകളുടെ മീതെ ചാടിക്കയറുകയും ചെയ്തു.

അനേകം ശിരസുകളും ചുമലുകളും സൂര്യപ്രകാശമേറ്റ് വിവിധ വർണ്ണങ്ങളിൽ വെട്ടിത്തിളങ്ങി.

തന്റെ നേരെ നോക്കുന്ന എല്ലാ മുഖങ്ങളിലും പുഞ്ചിരി

പരന്നിട്ടുള്ളതായി സുവോക്ക് കണ്ടു.

മധുരമുള്ള പഞ്ചസാരക്കുഴമ്പുകളും കൊഴുപ്പുള്ള കറികളും വിരലു കളിൽ നിന്നു മരക്കറ പോലെ ഇറ്റുവീണു കൊണ്ടിരുന്ന അടുക്ക ളപ്പയ്യന്മാർ മയിലുകളാവാനായി ചമഞ്ഞൊരുങ്ങിയ കുരങ്ങന്മാരെ അനുസ്മരിപ്പിക്കുമാറ് പകിട്ടുള്ള ഫ്രോക്ക് കോട്ടിട്ട് മന്ത്രിമാർ, ഞെരു ങ്ങിക്കിടക്കുന്ന നീണ്ട കോട്ടുകൾ ധരിച്ച കൊഴുത്തുരുണ്ട പാട്ടുകാർ, കൊട്ടാരം സേവകർ, മാന്യമഹിളകൾ, കൂനുള്ള വൈദ്യന്മാർ, മൂക്കു നീണ്ട പണ്ഡിതന്മാർ, മുടി ചുരുണ്ട ദൂതന്മാർ, മന്ത്രിമാരെപ്പോലെ മോടിയോടെ വസ്ത്രം ധരിച്ച ഭൃത്യന്മാർ, ഇവരെല്ലാമുണ്ടായിരുന്നു. ആ ആൾക്കൂട്ടമാകെ കയ്യെത്താവുന്ന താങ്ങുകളിലെല്ലാം തൂങ്ങിപ്പിടിച്ചു നിന്നു.

എല്ലാവരും നിശബ്ദരായിരുന്നു. ഇളം ചുവപ്പു വസ്ത്രമണിഞ്ഞിരുന്ന ആ കൊച്ചു പാവയെ അവർ ശ്വാസമടക്കി നോക്കിനിന്നു. പന്ത്രണ്ടു വയസുള്ള ആ നടി തികഞ്ഞ അക്ഷോഭ്യതയോടും അന്തസ്സോടും കൂടിയാണ് അവരുടെ കണ്ണുകളിലേക്ക് നോക്കിയത്. അവൾക്കു ലവലേശം ലജ്ജ തോന്നിയില്ല. ഏതാണ്ടെല്ലാ ദിവസവും ചന്തക്ക ലവകളിൽ നൃത്തം ചെയ്തിരുന്നപ്പോഴുണ്ടായിരുന്ന കാണികളേക്കാൾ കൂടുതൽ ബുദ്ധിമുട്ടുണ്ടാവാൻ വഴിയില്ല അവരെ തൃപ്തിപ്പെടുത്താൻ. മടി യന്മാരും പട്ടാളക്കാരും നടന്മാരും സ്കൂൾ കുട്ടികളും ആക്രിക്കച്ചവടം ചെയ്യുന്ന പിള്ളേരുമെല്ലാം അടങ്ങുന്ന അന്നത്തെ കാണികളെ തൃപ്തി പ്പെടുത്തുകയെന്നത് അത്ര എളുപ്പമായിരുന്നില്ല. പക്ഷേ സുവോക്കിന് അവരോട് ഒരിക്കലും ഭയം തോന്നിയിരുന്നില്ല. അവർ പറയും : സുവോക്കാണ് ലോകത്തിലേക്കു വച്ച് ഏറ്റവും നല്ല നടി! തങ്ങളുടെ അവസാനത്തെ ചെമ്പുതുട്ട് അവളുടെ കൊച്ചു വിരിപ്പിലേക്ക് അവർ എറിഞ്ഞു കൊടുക്കും. ആ ചെമ്പു തുട്ടു കൊടുത്താൽ കിട്ടുന്ന അപ്പമാ യിരിക്കും ഒരു പാവപ്പെട്ട തുണിക്കച്ചവടക്കാരന് പ്രാതലും ഉച്ചഭക്ഷ ണവും അത്താഴവുമെല്ലാമായിട്ടുള്ളത്. എങ്കിലും അവർ അതവൾക്കു കൊടുത്തു.

അങ്ങിനെ സുവോക്ക് പാവയുടെ ഭാഗം അഭിനയിച്ചു തുടങ്ങി.

അവൾ തന്റെ കാലുകൾ അടുപ്പിച്ചു പിടിച്ചു. പെരുവിരലിൽ നിന്നു കൊണ്ട് കൈകൾ മടക്കി മേലോട്ടുയർത്തി ചീനയിലെ അധികാ രിയെപ്പോലെ ചെറുവിരലുകൾ ആട്ടി. പിന്നീടവൾ പാടാൻ തുടങ്ങി. പാട്ടിന്റെ താളത്തിനൊപ്പിച്ച് അവൾ തല ഇടത്തോട്ടും വലത്തോട്ടും ആട്ടി.

ഓമനത്തവും കുസൃതിയും അടങ്ങുന്നതായിരുന്നു അവളുടെ പുഞ്ചിരി. എങ്കിലും ശരിക്കുള്ള പാവയുടേതുപോലെ തന്റേതും

വട്ടത്തിലുള്ള വലിയ കണ്ണുകളാക്കാൻ അവൾ ശ്രമിച്ചു.

ഇതാണ് അവൾ പാടിയ പാട്ട്

നല്ലവനായൊരു ഡോക്ടർ ഗസ്പാർ
എന്നുടെ മേൽ കാരുണ്യം തോന്നി
ശാസ്ത്രീയാത്ഭുതസിദ്ധികളാലേ
ജീവൻ നൽകി വീണ്ടുമെനിക്ക്.
നോക്കു, എന്നുടെ നടയും ചിരിയും
കിട്ടീ വീണ്ടും ജീവനെനിക്ക്
എന്നും നിന്നോടൊപ്പം വാഴാ -
നെത്തീ നിന്നുടെ കുഞ്ഞനിയത്തി.
നിന്നെ കാണാനൊപ്പമിരിക്കാ-
നെത്ര കൊതിച്ചു ഞാനെൻ ചേട്ടാ!
നിന്നുടെ കൊച്ചുസഹോദരിയാകും
സുവോക്കിന്നെ മറന്നീടല്ലെ !
നിന്നനിയത്തി മരിച്ചില്ലവളോ
നീണ്ടൊരു നിദ്രയിലാണ്ടു കിടന്നു
ചേട്ടൻ കണ്ണീർതൂകുന്നതു ഞാൻ
സ്വപ്നം കണ്ടു നൊന്തെൻ മനവും
എന്നാലിപ്പോൾ നിദ്രയുണർന്നു
നോക്കു, എന്നുടെ ചിരിയും മൊഴിയും
എത്തീ ഞാനെൻ സോദരനരികിൽ
ചേട്ടാ ! നിന്നുടെ പൊന്നനിയത്തി.

“സുവോക്ക്” , തുത്തി പതുക്കെ പറഞ്ഞു. അവന്റെ കണ്ണു നിറഞ്ഞിരുന്നു.

പാവ പാട്ടു നിർത്തി വന്ദിച്ചു. എല്ലാവരും സന്തോഷത്തോടെ നെടുവീർപ്പിട്ടു. അവർ അനങ്ങാനും തലയാട്ടാനും നാവുകൊണ്ടു ഒച്ചയുണ്ടാക്കാനും തുടങ്ങി.

വാസ്തവത്തിൽ ആ ഗാനം ശ്രുതി മധുരമായിരുന്നു. ഇത്രയേറെ കുട്ടിത്തവും നിഷക്കളങ്കതയും സ്ഫുരിക്കുന്ന ശബ്ദത്തിനു ചേരുന്നതിനേക്കാൾ വിഷാദാത്മകമായിപ്പോയെന്നു മാത്രം.

“ഒരു സ്വർഗകന്യകയെപ്പോലെയാണവൾ പാടുന്നത്.” പാട്ടിന്റെ കണ്ടക്റ്റർ പറഞ്ഞു.

“പക്ഷേ അതിലെ വാക്കുകൾ കുറെ സാധാരണമായിരിക്കുന്നു.”

കൊട്ടാരം ഉദ്യോഗസ്ഥന്മാരിലൊരാൾ പറഞ്ഞു. അയാളുടെ നെഞ്ചിലെ മെഡലുകൾ കിലുങ്ങി.:

ഇതാണ് ആകെക്കൂടി നടന്ന വിമർശനം. മൂന്നു തടിയന്മാർ ഹാളിൽ പ്രവേശിച്ചു. ഇങ്ങനെ ആൾ കൂടി നിൽക്കുന്നതു കണ്ടാൽ അവർ കോപിക്കാനിടയുള്ളതുകൊണ്ട് എല്ലാവരും ധൃതിയിൽ കതകുകളുടെ നേരേ ഓടി. തുടർന്നു നടന്ന ബഹളത്തിൽ അടുക്കളപ്പയ്യന്മാരിൽ ഒരുവൻ കൊട്ടാരത്തിലെ ഒരു സുന്ദരിയുടെ പുറത്ത് പഞ്ചസാരക്കുഴമ്പു പുരണ്ട തന്റെ കൈ കൊണ്ടടിച്ചു. അവർ നിലവിളിച്ചു. അവരുടെ പല്ലുകൾ വായിൽ നിന്നും താഴെ വീഴുകയും അങ്ങിനെ അവ കൃത്രിമദന്തങ്ങളാണെന്ന് എല്ലാവർക്കും പെട്ടെന്ന് മനസിലാവുകയും ചെയ്തു. കാവൽഭടന്മാരുടെ ഒരു തടിച്ച ക്യാപ്റ്റൻ തന്റെ വൃത്തികെട്ട ബൂട്ട്സുകൊണ്ടും സുന്ദരമായ ആ കൃത്രിമദന്തങ്ങളിൽ ചവുട്ടി. ഞെരിഞ്ഞു പൊടിയുന്ന ശബ്ദം കേട്ടു. തൊട്ടുപുറകിലുണ്ടായിരുന്ന ആഘോഷസൂത്രധാരൻ മുറുമുറുത്തു.

"ഈ നിലത്തു കിടക്കുന്ന അണ്ടിപ്പരിപ്പുകൾ നോക്കൂ ! എന്തൊരു ശബ്ദമാണ് ! ലജ്ജാകരം!"

പല്ലു നഷ്ടപ്പെട്ട സുന്ദരിക്ക് പ്രതിഷേധിക്കണമെന്നുണ്ടായിരുന്നു. അവർ കൈ പൊക്കുക പോലും ചെയ്തു. പക്ഷേ, കഷ്ടം !എന്തോ പിറുപിറുക്കാൻ മാത്രമേ അവർക്കു കഴിഞ്ഞുള്ളൂ. അത് ആർക്കും മനസിലായതുമില്ല.

ഒരു നിമിഷം കഴിഞ്ഞപ്പോൾ നൃത്തശാലയിൽ അന്യരാരും ഇല്ലാതായി. ഏറ്റവും ഉയർന്ന ഉദ്യോഗസ്ഥന്മാർ മാത്രമേ ശേഷിച്ചുള്ളൂ.

അങ്ങിനെ സുവോക്കും ഡോക്ടർ ഗസ്പാറും മൂന്നും തടിയന്മാരെ മുഖദാവിൽ കണ്ടു.

തലേന്നു നടന്ന സംഭവങ്ങൾ മൂന്നു തടിയന്മാരെ വിഷമിപ്പിച്ചതായി തോന്നിയില്ല. ചുമതലപ്പെട്ട ഡോക്ടറുടെ ജാഗരൂകമായ മേൽനോട്ടത്തിൽ പാർക്കിൽ വച്ച് പന്തു കളിച്ചു കൊണ്ടിരിക്കുകയായിരുന്നു അവർ. ആരോഗ്യകരമായ വ്യായാമമാണത്. അവർ വളരെ ക്ഷീണിച്ചിരുന്നു. വിയർപ്പൊഴുകിക്കൊണ്ടിരിക്കുന്ന അവരുടെ മുഖങ്ങൾ തിളങ്ങി. വിയർപ്പു കാരണം അവരുടെ ഷർട്ടുകൾ പുറത്തോടൊട്ടിക്കിടന്നു. അവരുടെ പുറം കാറ്റടിച്ചു നിൽക്കുന്ന കപ്പൽപ്പായ പോലെ തോന്നിച്ചു. അവരിൽ ഒരാൾക്ക് കണ്ണിനു താഴെ, ഭംഗിയില്ലാത്ത റോസാപ്പൂവിന്റേയോ ഭംഗിയുള്ള തവളയുടേയോ ആകൃതിയിൽ ഒരു പരിക്ക് ഏറ്റിട്ടുണ്ട്. മറ്റൊരു തടിയൻ വിഷണ്ണനായി അതിലേക്കു നോക്കി.

"അയാൾ പന്തു മറ്റേയാളിന്റെ മുഖത്തടിച്ചു കണ്ണു കലക്കിയതായിരിക്കണം." സുവോക്ക് തീരുമാനിച്ചു.

പരുക്കേറ്റ തടിയൻ ദേഷ്യത്തോടെ കിതയ്ക്കുന്നുണ്ടായിരുന്നു. മൂന്നു തടിയന്മാർ പാവയെ തുറിച്ചു നോക്കിയപ്പോൾ ഡോക്ടർ ഗസ്പാർ ശങ്കയോടെ പുഞ്ചിരിച്ചു. അനന്തരാവകാശിയായ തുത്തിയുടെ ആഹ്ലാദഭരിതമായ മുഖം കണ്ടപ്പോൾ അവർ പ്രസന്നരായി.

"ശരി," അവരിലൊരാൾ പറഞ്ഞു. "അപ്പോൾ നിങ്ങളാണ് ഡോക്ടർ ഗസ്പാർ അർനെറി, അല്ലേ?"

ഡോക്ടർ വന്ദിച്ചു.

"പാവ എങ്ങിനെ ? മറ്റൊരാൾ തിരക്കി.

"ഒന്നാന്തരം !" തുത്തി വിളിച്ചു പറഞ്ഞു.

അവൻ ഇത്രയേറെ സന്തോഷവാനായി മുമ്പൊരിക്കലും അവർ കണ്ടിട്ടില്ല.

"അതു വളരെ നന്നായി ! വാസ്തവത്തിൽ കാണാൻ നല്ല ചന്തമുണ്ട്."

ഒന്നാമത്തെ തടിയൻ നെറ്റിയിൽ നിന്നു വിയർപ്പുവടിച്ചു കളഞ്ഞു. ദേഷ്യത്തിൽ മുരണ്ടുകൊണ്ട് അയാൾ പറഞ്ഞു.

“ഡോക്ടർ ഗസ്പാർ, ഞങ്ങളുടെ കല്പന നിറവേറ്റിയതു കൊണ്ട് നിങ്ങൾക്കു പ്രതിഫലമായി വേണ്ടതെന്താണെന്നു ചോദിക്കാം.”

ഒരു നിമിഷത്തേക്ക് എല്ലാവരും നിശബ്ദരായിരുന്നു.

ചുവന്ന കൃത്രിമ മുടി വച്ച വലിപ്പം കുറഞ്ഞ ഒരു സെക്രട്ടറി ഡോക്ടറുടെ ആഗ്രഹം കുറിച്ചെടുക്കാൻ പേനയും പിടിച്ചു നിന്നു.

ഡോക്ടർ ഇങ്ങനെ പറഞ്ഞു.

“ഇന്നലെ കലാപകാരികളെ വധിക്കാനായി പത്തു കഴുമരങ്ങൾ കച്ചേരിക്കവലയിൽ പണിയുകയുണ്ടായല്ലോ.”

“അവരെയെല്ലാവരേയും ഇന്നു വധിക്കും.” തടിയന്മാരിലൊരാൾ ഇടയ്ക്കു കയറിപ്പറഞ്ഞു.

“അതേപ്പറ്റിത്തന്നെയാണു ഞാൻ പറയുന്നത്. എന്റെ അപേക്ഷ യിതാണ്. എല്ലാ തടവുകാർക്കും ജീവനും സ്വാതന്ത്ര്യവും അനുവ ദിക്കണം. വധശിക്ഷ റദ്ദാക്കുകയും കഴുമരങ്ങൾ കത്തിച്ചു കളയുകയും വേണം.”

ഈ വാക്കുകൾ കേട്ട് പരിഭ്രാന്തനായ ചുവന്ന കൃത്രിമ മുടിയോടു കൂടി സെക്രട്ടറി പേന താഴെയിട്ടു. അങ്ങേയറ്റംമൂർച്ചയുള്ളതായിരു ന്നതിനാൽ അത് രണ്ടാമത്തെ തടിയന്റെ കാലിലൂടെ തുളച്ചു കയറി. നിലവിളിച്ചു കൊണ്ട് അയാൾ മറ്റേ കാലിൽ നിന്നു കറങ്ങി. വിത്രു പമാംവണ്ണം മുഖത്തു പരുക്കേറ്റ ഒന്നാമത്തെ തടിയൻ പകയോടെ ചിരിച്ചു. കാരണം മറ്റേയാളോടു കണക്കുതീർത്തത് ഇപ്പോഴാണ്.

“എന്തൊരു നാശം !” പേന വലിച്ചൂരിയെടുത്തുകൊണ്ട് രണ്ടാ മത്തെ തടിയൻ അട്ടഹസിച്ചു. “കുറ്റകരമായ ഒരപേക്ഷയാണത്! ഇത്തരം കാര്യങ്ങൾ ചോദിക്കാൻ നിങ്ങൾ എങ്ങിനെ ധൈര്യപ്പെട്ടു.?”

ചുവന്ന കൃത്രിമമുടിക്കാരനായ സെക്രട്ടറി പ്രാണരക്ഷാർത്ഥം ഓടി. ഓടുന്ന വഴി അയാൾ തട്ടിയിട്ട പൂച്ചട്ടി ഒരു ബോംബു പൊട്ടിയതു പോലെ തറയിൽ പതിച്ചു. സ്ഥിതിഗതികൾ വളരെ മോശമാവാൻ തുടങ്ങി. കാലിൽ നിന്നു പേന വലിച്ചെടുത്തു ശേഷം രണ്ടാമത്തെ തടിയൻ അത് ഓടിമറയുന്ന സെക്രട്ടറിയുടെ നേർക്കെറിഞ്ഞു. അത് ഒരു കാവൽക്കാരന് കൊണ്ടു. പക്ഷേ നല്ലൊരു പട്ടാളക്കാരനായതു കൊണ്ട് അയാൾ ഇളകിയില്ല. ആ കാവൽഭടൻ തവണ മാറുന്നതു വരെ പേന തറച്ചയിടത്തു തന്നെ ഇരുന്നു.

“വധശിക്ഷയ്ക്കു വിധിച്ച എല്ലാ തൊഴിലാളികളേയും മോചിപ്പി ക്കണമെന്നു ഞാൻ ആവശ്യപ്പെടുന്നു. എല്ലാ കഴുമരങ്ങളും ചുട്ടെരിച്ചു കളയണമെന്നു ഞാൻ ആവശ്യപ്പെടുന്നു.” താണതെങ്കിലും ഉറച്ച സ്വരത്തിൽ ഡോക്ടർ ആവർത്തിച്ചു.

“ഇല്ലയില്ല ! ഒരിക്കലുമില്ല ! അവരെ എല്ലാവരേയും വധിക്കും !” മൂന്നു തടിയന്മാർ മറുപടിയായി കൂവി വിളിച്ചു. മരപ്പലകകൾ അടർത്തിയെടുക്കുന്ന ശബ്ദം പോലെയാണതു തോന്നിച്ചത്.

“മരിക്കാൻ പോവുന്നതു പോലെ ഭാവിക്ക്.” ഡോക്ടർ പാവയോടു മന്ത്രിച്ചു.

സുവോക്ക് ഉടൻ അനുസരിച്ചു. പെരുവിരലിൽ നിന്നു കൊണ്ട് അവൾ ദയനീയമായി നീട്ടി വിളിച്ച് അങ്ങോട്ടുമിങ്ങോട്ടും ആടി. പിടികൂടിയ ഒരു പൂമ്പാറ്റയുടെ ചിറകുകൾ പോലെ അവളുടെ വസ്ത്രം പടപടെ അടിച്ചു. തല താഴോട്ടായി. അവൾ തറയിൽ വീഴാൻ ഭാവിച്ചു.

തുത്തി അവളുടെയടുത്തേക്ക് ഓടി വന്നു.

“സഹായിക്കണേ ! സഹായിക്കണേ !” അവൻ വിളിച്ചു പറഞ്ഞു.

സുവോക്കിന്റെ നിലവിളി കൂടുതൽ ദയനീയമായി.

“കണ്ടോ ? “ ഡോക്ടർ പറഞ്ഞു. “പാവയുടെ ജീവൻ വീണ്ടും നഷ്ടപ്പെടും. അതിനകത്തെ സ്പ്രിങുകൾ വളരെ ലോലമാണ്. ഞാൻ പറയുന്നതുപോലെ കേട്ടില്ലെങ്കിൽ അത് എന്നെന്നേക്കുമായി കേടുവന്നു പോകും. തന്റെ പാവ ഉപയോഗമില്ലാത്ത ഒരു ഇളം ചുവപ്പു തുണിക്കഷണമായിത്തീരുന്നത് അനന്തരാവകാശിയായ തുത്തി തിരുമനസിന് വളരെ ഇഷ്ടപ്പെടുമെന്നു തോന്നുന്നില്ല.”

തുത്തിക്കു കോപം വന്നു. അവൻ ഒരു കുട്ടിയാനയെപ്പോലെ കാൽ ആഞ്ഞു ചവിട്ടി. കണ്ണിറുക്കി അടച്ചു കൊണ്ട് തലയാട്ടി.

“വേണ്ട ! വേണ്ട !” അവൻ നിലവിളിച്ചു. “ഡോക്ടർ പറയുന്നതു പോലെ ചെയ്യൂ ! എന്റെ പാവ മരിക്കാൻ എനിക്കിഷ്ടമില്ല ! സുവോക്ക്! സുവോക്ക് ! അവൻ വിലപിച്ചു.

സ്വാഭാവികമായും മൂന്നു തടിയന്മാർക്കു വഴിപ്പെടേണ്ടി വന്നു. അവർ അപ്പോൾത്തന്നെ ഒരു കല്പന പുറപ്പെടുവിച്ചു. മാപ്പു പ്രഖ്യാപിക്കപ്പെട്ടു. തികഞ്ഞ ചാരിതാർത്ഥ്യത്തോടെയാണ് ഡോക്ടർ ഗസ്പാർ വീട്ടിലേക്കു മടങ്ങിയത്.

“പകലും രാത്രിയും മുഴുവൻ ഞാൻ ഉറങ്ങും.” അദ്ദേഹം വഴിക്ക് ആലോചിച്ചു.

കച്ചേരിക്കവലയിൽ കഴുമരങ്ങൾ കത്തിയെരിഞ്ഞുകൊണ്ടിരിക്കുകയാണെന്നും പാവങ്ങളെ വധിക്കുന്നതു വേണ്ടെന്നു വച്ചതു കൊണ്ട് പണക്കാർ ക്ഷോഭിച്ചിരിക്കുകയാണെന്നു പട്ടണത്തിലേക്കു വണ്ടിയോടിച്ചു പോകുന്ന വഴി ആളുകൾ പറയുന്നതു കേട്ടു.

ആ സമയം സുവോക്ക് മൂന്നു തടിയന്മാരുടെ കൊട്ടാരത്തിൽ

തന്നെയായിരുന്നു.

ഉത്തി അവളോടൊപ്പം തോട്ടത്തിൽ പോയി.

അനന്തരാവകാശിയായ ബാലൻ പൂത്തടങ്ങളുടെ മീതേ കൂടി നടക്കുകയും മുള്ളുകമ്പിയിൽ ചവിട്ടുകയും കുളത്തിൽ വീഴാൻ ഭാവിക്കുകയും ചെയ്തു. സന്തോഷാധിക്യത്താൽ എങ്ങോട്ടാണു പോകുന്നതെന്ന് അവൻ അറിഞ്ഞില്ല.

"ഞാൻ ജീവനുള്ള ഒരു ബാലികയാണെന്ന് ഇവനു കാണാൻ വയ്യേ?" സുവോക്ക് അത്ഭുതപ്പെട്ടു. "ആർക്കും എന്നെ ഇങ്ങനെ പറ്റിക്കാനൊക്കില്ല."

താമസിയാതെ പ്രാതൽ വിളമ്പി. മധുരപലഹാരങ്ങളിരിക്കുന്നതു സുവോക്ക് കണ്ടു. കഴിഞ്ഞ ശരൽക്കാലത്ത് ജീവിതത്തിലാദ്യമായി ഒരു കഷ്ണം മധുരപലഹാരം തിന്ന കാര്യം അവൾ ഓർത്തു. അപ്പോൾപ്പോലും വൃദ്ധനായ ആഗസ്റ്റ് പറഞ്ഞത് അത് മധുരപലഹാരമല്ല ബൺ റൊട്ടിയാണെന്നാണ്. ഉത്തിക്കു വിളമ്പിയ പലഹാരങ്ങളാകട്ടെ ഒന്നാന്തരമായിരുന്നു. അവ പൂക്കളാണെന്നു ധരിച്ച് തേനീച്ചകൾ അവയുടെ ചുറ്റും മൂരണ്ടു പറന്നു.

"ഞാനെന്തു ചെയ്യണം?" സുവോക്ക് വ്യസനത്തോടെ ആലോചിച്ചു. "പാവകൾ തിന്നുകയില്ലെന്നാണു വയ്പ്. എങ്കിലും പാവകൾ എന്തെല്ലാം തരമുണ്ട്. ....ദൈവമേ, മധുരപലഹാരത്തിൽ ഒരു കഷ്ണം കിട്ടിയെങ്കിൽ !"

പ്രലോഭനം സഹിക്കവയ്യാതായി.

"എനിക്കൊരു കൊച്ചു കഷ്ണം വേണം." അവൾ വളരെ പതുക്കെ പറഞ്ഞു. അവളുടെ കവിളുകൾ ചുവന്നു തുടുത്തു.

"ഭേഷ് !" ഉത്തി പുഞ്ചിരിച്ചു. "നീ മുമ്പൊരിക്കലും തിന്നാൻ ഇഷ്ടപ്പെട്ടിരുന്നില്ലല്ലോ. ഒറ്റയ്ക്കു തിന്നാൻ ഒരു രസവുമില്ലായിരുന്നു. ഓ, എന്തു നന്നായി, നിനക്കിപ്പോൾ വിശപ്പുണ്ട്."

സുവോക്ക് ചെറിയൊരു കഷ്ണം കടിച്ചു തിന്നു. പിന്നെ ഒന്നുകൂടി. വീണ്ടും ഒന്നു കൂടി. പെട്ടെന്ന് , ദൂരെ അനന്തരാവകാശിക്കു കാവൽ നിന്നിരുന്ന ഭൃത്യൻ തന്റെ നേരെ തന്നെ നോക്കുന്നത് അവൾ കണ്ടു. അയാൾ നോക്കുകയല്ല, ഭയന്ന കണ്ണുകളോടെ തുറിച്ചു നോക്കുകയായിരുന്നു.

അയാളുടെ വായ് തുറന്നുപോയി.

അതിൽ അത്ഭുതപ്പെടാനില്ല.

ഒരു പാവ തിന്നുന്നത് ഇതിനുമുമ്പൊരിക്കലും അയാൾ കണ്ടിട്ടില്ല.

സുവോക്കിന് പേടിയായി. പഞ്ചസാരയിൽ പൊതിഞ്ഞ മുന്തിരിങ്ങ മുകളിൽ വച്ച, ഏറ്റവും സ്വാദുള്ള പലഹാരം അവൾ താഴെയിട്ടു.

എങ്കിലും എല്ലാം മംഗളമായി കലാശിച്ചു. ഭൃത്യൻ കണ്ണുതിരുമ്മിക്കൊണ്ട് വായടച്ചു.

"ഞാൻ അതുമിതും കാണുകയാണ്." അയാൾ സ്വയം പറഞ്ഞു. "ചൂടുകൊണ്ടാവണം."

തുത്തി ഓരോന്നും പറഞ്ഞുകൊണ്ടിരുന്നു. അവസാനം, ക്ഷീണിച്ച് അവൻ സംസാരം നിർത്തി.

ആ ചൂടുള്ള സമയത്ത് സർവ്വതും ശാന്തമായിരുന്നു. ഇന്നലത്തെ കാറ്റ് അടിച്ചുപൊയ്ക്കഴിഞ്ഞു. ഇപ്പോൾ എല്ലാം നിശ്ചലമാണ്. പക്ഷികൾ പോലും എവിടെയോ ഒളിച്ചിരിക്കുന്നു.

അപ്പോഴാണ് തുത്തിയുടെ സമീപം പുല്ലിൽ ഇരുന്നിരുന്ന സുവോക്ക് ഒരു അസാധാരണശബ്ദം കേട്ടത്. പഞ്ഞിയിൽ പൊതിഞ്ഞ ഒരു ഘടികാരം അടിച്ചു കൊണ്ടിരിക്കുന്നതുപോലെ അതു തുടരെത്തുടരെ കേട്ടു. ഘടികാരം "ടിക്ടിക്" എന്നടിക്കുമ്പോൾ ഇപ്പോൾ കേൾക്കുന്ന ശബ്ദം "ഠിം ഠിം" എന്നായിരുന്നുവെന്നു മാത്രം.

"എന്താണത്?"

"എന്ത്?" ഒരു മുതിർന്ന പുരുഷനെപ്പോലെ അത്ഭുതത്തോടെ കണ്ണുകളുയർത്തിക്കൊണ്ട് തുത്തി ചോദിച്ചു.

"ഠിം ഠിം എന്ന ശബ്ദം. ഘടിക്കാരമാണോ? നിനക്കു ഘടികാരമുണ്ടോ?"

വീണ്ടും നിശബ്ദത. പിന്നെയും എന്തോ അടിച്ചു കൊണ്ടിരിക്കുന്നത് അവൾ കേട്ടു. സുവോക്ക് വിരലുയർത്തി. തുത്തിയെ ശ്രദ്ധിച്ചു.

"അതു ഘടികാരമല്ല." അവൻ വിഷാദപൂർവ്വം പറഞ്ഞു. "എന്റെ ഇരുമ്പുഹൃദയം അടിക്കുന്ന ശബ്ദമാണത്."

അദ്ധ്യായം പത്ത്

മൃഗശാലയിൽ

രണ്ടുമണിക്ക് തുത്തിയെ ക്ലാസുമുറിയിലേക്കു വിളിച്ചു. പഠിത്തത്തിനുള്ള സമയമാണത്. സുവോക്ക് ഒറ്റക്കായി.

തീർച്ചയായും അവൾ ഒരു ജീവനുള്ള പെൺകുട്ടിയാണെന്ന് ആരും സംശയിച്ചില്ല. ഒരു പക്ഷേ തുത്തിയുടെ വകയായിരുന്നതും ഇപ്പോൾ നൃത്താദ്ധ്യാപകനായ വൺ - ടൂ - ത്രി യുടെ കൈവശമുള്ളതുമായ ശരിക്കുള്ള പാവയും ഇത്രതന്നെ ജീവനുള്ളതുപോലെ തോന്നിച്ചിരിക്കാം. യഥാർത്ഥത്തിൽ സമർത്ഥനായ ഒരു കൗശലക്കാരനാവണം അതു നിർമ്മിച്ചത്. അതു പലഹാരം തിന്നിരുന്നില്ലെന്നതു ശരി തന്നെ. ഒരുപക്ഷേ തുത്തി പറഞ്ഞതു വാസ്തവമായിരിക്കും. അതിനു വിശപ്പുണ്ടായിരുന്നിരിക്കില്ല. ഏതായാലും ഇപ്പോൾ സുവോക്ക് ഒറ്റക്കായി.

അന്തമില്ലാത്ത ഇടനാഴികളും വാതിലുകളും കോവണികളും ബാൽക്കണികളുമായി നിൽക്കുന്ന കൂറ്റൻ കൊട്ടാരം, ഭയമുളവാക്കുന്ന കാവൽഭടന്മാർ, നിറമുള്ള കൃത്രിമമുടികൾ ധരിച്ച് ഗൗരവത്തിൽ നടക്കുന്ന അപരിചിതർ, എവിടെയും കാണാവുന്ന നിശബ്ദതയും

തിളക്കവും - ഇതെല്ലാം അവളുടെ മനസിനെ കുഴക്കി.

ആരും അവളെ ശ്രദ്ധിച്ചില്ല.

അവൾ തുത്തിയുടെ കിടപ്പുമുറിയുടെ ജനലിന്നരികിൽ നിൽക്കു കയായിരുന്നു.

"എനിക്കൊരു ഉപായം ആലോചിക്കേണ്ടിയിരിക്കുന്നു." അവൾ തീരുമാനിച്ചു. "പ്രൊസ്പേറൊയുടെ ഇരുമ്പു കൂട് തുത്തിയുടെ മൃഗ ശാലയിലാണ്. അപ്പോൾ ആദ്യം മൃഗശാല കണ്ടുപിടിക്കണമെന്നാ ണർത്ഥം."

ജീവനുള്ള ഒരൊറ്റ കുട്ടിയെപ്പോലും കാണാൻ തുത്തിയെ ഒരിക്കലും അനുവദിച്ചിരുന്നില്ലെന്ന് അറിയാമല്ലോ. അവനെ അടച്ചു മൂടിയ കുതിരവണ്ടിയിൽ പോലും പട്ടണത്തിൽ കൊണ്ടു പോയി ട്ടില്ല. കൊട്ടാരത്തിൽ തന്നെയാണ് അവൻ വളർന്നത്. അവനെ പല വിഷയങ്ങളും പഠിപ്പിച്ചു. അവന്റെ അദ്ധ്യാപകർ ക്രൂരന്മാരായ രാജാക്കന്മാരേയും യുദ്ധവീരന്മാരേയും കുറിച്ചുള്ള പുസ്തകങ്ങൾ അവനെ വായിച്ചു കേൾപ്പിച്ചു. അവന്റെ അടുത്തു ചെല്ലുന്ന ആരെയും ചിരിക്കാൻ അനുവദിച്ചിരുന്നില്ല. അമർത്തിപ്പിടിച്ച് നേർത്ത ചുണ്ടു കളോടും കളിമണ്ണിന്റെ നിറത്തിലുള്ള മുഖത്തോടു കൂടിയ, മെലിഞ്ഞു പൊക്കത്തിലുള്ള വൃദ്ധന്മാരായിരുന്നു അവന്റെ എല്ലാ അദ്ധ്യാപകരും ഗുരുക്കന്മാരും, കൂടാതെ അവർക്കെല്ലാവർക്കും ദഹനക്കേടുമുണ്ടായി രുന്നു. ദഹനക്കേടുള്ള ഒരാൾക്ക് ചിരിക്കാൻ സമയമില്ലല്ലോ.

അനന്തരാവകാശിയായ തുത്തി സന്തുഷ്ടമായ ചിരിയുടെ ശബ്ദം കേട്ടിട്ടില്ല. ചിലപ്പോൾ, കൊട്ടാരത്തിൽ വരുന്ന തടിച്ച കശാപ്പുകാര ന്റേയോ മൂന്നു തടിയന്മാരുടെ തന്നെയോ കുടിച്ചു ലക്കില്ലാതെ തൊള്ള തുറന്ന ചിരികൾ അവൻ കേട്ടിട്ടുണ്ട്. പക്ഷേ യഥാർത്ഥത്തിൽ ചിരി ആയിരുന്നോ? അല്ല. ആ ഭയങ്കര അട്ടഹാസം കേൾക്കുമ്പോൾ അവനു സന്തോഷമല്ല, ഭയമാണ് തോന്നാറ്.

കൊട്ടാരത്തിൽ ആകെക്കൂടി ചിരിച്ചത് പാവയാണ്. പക്ഷേ മൂന്നു തടിയന്മാർ അതിന്റെ ചിരി അപകടകരമായി കരുതിയില്ല. മാത്രമല്ല, പാവയ്ക്കു സംസാരിക്കാൻ പറ്റില്ലല്ലോ. കൊട്ടാരത്തിലെ പാർക്കും പെരുമ്പറകൾ പിടിച്ച് ഇരുമ്പു പാലങ്ങളിൽ കാവൽനിന്നി രുന്ന പാറാവുകാരും അവന്റെ കൺമുൻപിൽ നിന്നു മറച്ചു വച്ചിരുന്ന പലതിനേയും കുറിച്ച് തുത്തിയോടു പറയാൻ ആ പാവയ്ക്കു കഴിയുകയി ല്ലല്ലൊ. അതുകൊണ്ടാണ്. ജനങ്ങളെക്കുറിച്ചും ദാരിദ്ര്യത്തെക്കുറിച്ചും വിശന്നു പൊരിയുന്ന പലതിനെക്കുറിച്ചും അവൻ ഒന്നും അറിയാതി രുന്നത്. പണക്കാർ തങ്ങൾക്കു വേണ്ടി പാവങ്ങളെ പണിയെടുപ്പിക്കു ന്നതും അതുകഴിഞ്ഞ് പണി ചെയ്തു തളർന്ന പാവങ്ങളുടെ കൈകൾ

കൊണ്ടുണ്ടാക്കിയതു മുഴുവൻ അവരെടുത്തു കൊണ്ടു പോകുന്നതും അവൻ അറിഞ്ഞിരുന്നില്ല.

തങ്ങളുടെ അനന്തരാവകാശി ക്രൂരനും അല്പനുമായി വളരണ മെന്നായിരുന്നു മൂന്നു തടിയന്മാരുടെ ആഗ്രഹം. കുട്ടികളോടൊപ്പം കളിക്കാൻ അവന് അനുവാദമില്ലായിരുന്നു പകരം അവർ അവനായി ഒരു മൃഗശാല കൊടുത്തു.

"അവൻ മൃഗങ്ങളെ നോക്കട്ടെ," അവർ തീരുമാനിച്ചു. "ജീവനി ല്ലാത്ത ഒരു പാവയാണ് അവനുള്ളത്. ഇനി അവന് കുറെ ക്രൂരജന്തു ക്കളും കൂടി കാണണം. കടുവകൾ പച്ചമാംസം തിന്നുന്നതും പെരുമ്പാമ്പ് മുയലുകളെ വിഴുങ്ങുന്നതും അവൻ കാണട്ടെ. അവൻ രക്തദാഹികളായ ഹിംസ്രജന്തുക്കളുടെ ഗർജ്ജനം കേൾക്കട്ടെ. അവയുടെ ചുവന്നു ജ്വ ലിക്കുന്ന കണ്ണുകളിലേക്കു നോക്കട്ടെ. അപ്പോൾ അവൻ ക്രൂരനാകാൻ പഠിക്കും."

പക്ഷേ മൂന്നു തടിയന്മാർ ഉദ്ദേശിച്ച പോലല്ല കാര്യങ്ങൾ കലാ ശിച്ചത്.

അനന്തരാവകാശിയായ തുത്തി പാഠങ്ങൾ ശരിക്കു പഠിച്ചു, ക്രൂരരായ രാജാക്കന്മാരേയും യോദ്ധാക്കളേയും കുറിച്ചുള്ള ഭയങ്കര കഥകൾ കേട്ടു. തന്റെ ഗുരുക്കന്മാരുടെ നീണ്ട മൂക്കുകൾ വെറുപ്പോടെ നോക്കി, എങ്കിലും ക്രൂരനായില്ല.

മൃഗശാലയിലെ എല്ലാ ജന്തുക്കളേക്കാളും തന്റെ പാവയെയാണ് അവൻ ഇഷ്ടപ്പെട്ടത്.

പന്ത്രണ്ടു വയസുള്ള ഒരു ബാലന് പാവയുമായി കളിക്കാനുള്ള പ്രായം കഴിഞ്ഞെന്ന് നിങ്ങൾ പറയുമായിരിക്കും. അവന്റെ പ്രായ ത്തിലുള്ള പല ബാലന്മാരും കടുവയെ വേട്ടയാടാൻ പോകാനായിരി ക്കും കൂടുതൽ ഇഷ്ടപ്പെടുക. എന്നാൽ അവന് ഈ പാവയോട് ഇഷ്ടം വരാൻ ഒരു കാരണമുണ്ട്. അതു നിങ്ങൾ വഴിയെ അറിയും.

നമുക്ക് സുവോക്കിന്റേയടുത്തേക്കു മടങ്ങാം.

രാത്രിയാവുന്നതുവരെ കാക്കാൻ അവൾ തീരുമാനിച്ചു. ഒരു പാവ പട്ടാപ്പകൽ കൊട്ടാരത്തിനുള്ളിൽ ചുറ്റി നടക്കുന്നതു വിചിത്രമായി രിക്കുമല്ലോ.

പഠിത്തം കഴിഞ്ഞ് തുത്തി മടങ്ങി വന്നു.

"നിനക്കറിയാമോ" സുവോക്ക് പറഞ്ഞു. "ഡോക്ടർ ഗസ്പാറിന്റെ വീട്ടിൽ സുഖമില്ലാതെ കിടക്കുമ്പോൾ ഞാൻ ഒരു വിചിത്ര സ്വപ്നം കണ്ടു. ഞാൻ ജീവനുള്ള ഒരു പെണ്ണായിത്തീർന്നെന്നും ഒരു സർക്കസ് കളിക്കാരിയായെന്നുമാണ് സ്വപ്നം കണ്ടത്. മറ്റു കളിക്കാരോടൊപ്പം

ഒരു കാർണിവൽ വണ്ടിയിലായിരുന്നു എന്റെ താമസം. ഞങ്ങൾ പല സ്ഥലങ്ങളിലും ചുറ്റി നടന്നു, മേളകളിലും ചന്തക്കവലകളിലും ഞങ്ങളുടെ കളി പ്രദർശിപ്പിച്ചു. ഞാൻ ഞാണിന്മേൽ നടക്കുകയും നൃത്തം ചെയ്യുകയും പലതരം അഭ്യാസങ്ങൾ കാണിക്കുകയും ആംഗ്യ നാടകങ്ങളിൽ പല ഭാഗങ്ങളും അഭിനയിക്കുകയും ചെയ്തു."

ത്തുത്തി ഇതെല്ലാം അത്ഭുതത്തോടെ കണ്ണുമിഴിച്ചു കേട്ടുകൊണ്ടിരുന്നു.

"ഞങ്ങൽ വളരെ സാധുക്കളായിരുന്നു. പലപ്പോഴും ഭക്ഷണം കഴിക്കാൻ സാധിച്ചിട്ടില്ല. ഞങ്ങൾക്ക് അന്റ് എന്നു പേരുള്ള വലിയൊരു വെളുത്ത കുതിരയുണ്ടായിരുന്നു. ഞാൻ അതിനെ ഓടിക്കുകയും അതിന്റെ വലിയ ജീനിയുടെ പുറത്തു കയറി നിന്നുകൊണ്ട് അമ്മാനമാടുകയും ചെയ്തിട്ടുണ്ട്. പക്ഷേ അന്റ ചത്തു പോയി. കാരണം ഒരു മാസം മുഴുവനും അതിനു വേണ്ടത്ര തീറ്റ കൊടുക്കാനുള്ള പണം ഞങ്ങൾക്കില്ലായിരുന്നു."

"സാധുക്കളായിരുന്നെന്നോ?" ത്തുത്തി ചോദിച്ചു. "എനിക്കു മനസിലാകുന്നില്ല. നിങ്ങൾ എന്തുകൊണ്ടാണു സാധുക്കളായത്.?"

"ഞങ്ങൾ സാധുക്കൾക്കു വേണ്ടി കളി നടത്തി. അവർക്ക് ഏതാനും ചെമ്പുതുട്ടുകളേ തരാൻ കഴിഞ്ഞുള്ളു. ചിലപ്പോൾ കളി കഴിഞ്ഞ് ആഗസ്റ്റ് എന്ന വിദൂഷകൻ ആൾക്കൂട്ടത്തിന്റെ നേരെ തൊപ്പി നീട്ടുമ്പോൾ അതിൽ ഒന്നും കാണുകയില്ല.

എന്നിട്ടും അവൾ പറയുന്നത് ത്തുത്തിക്കു മനസിലായില്ല.

അങ്ങിനെ രാത്രിയാകുന്നതുവരെ സുവോക്ക് അവനോടു സംസാരിച്ചു കൊണ്ടിരുന്നു. പാവങ്ങളുടെ നരകജീവിതത്തെപ്പറ്റിയും വലിയ പട്ടണത്തെപ്പറ്റിയും അവൾ പറഞ്ഞു. അവളെ അടിക്കാൻ തുടങ്ങിയ മാന്യമഹിളയെക്കുറിച്ചും കൊച്ചു കുട്ടികളുടെ നേർക്കു പട്ടികളെ അഴിച്ചു വിടുന്ന പണക്കാരെക്കുറിച്ചു അവൾ പറഞ്ഞു. അഭ്യാസിയായ തിബൂലിനെയും തോക്കുണ്ടാക്കുന്ന പ്രൊസ്പേറോയെയും പറ്റി പറഞ്ഞു. തൊഴിലാളികളും ഖനിപ്പണിക്കാരും നാവികരും പണക്കാരുടേയും തടിയന്മാരുടേയും ഭരണം അവസാനിപ്പിക്കാൻ ആഗ്രഹിക്കുന്നതായി അവൾ പറഞ്ഞു.

എങ്കിലും സർക്കസിനെ പറ്റിയാണ് അവൾ കൂടുതലും സംസാരിച്ചത്. ഒടുവിൽ അവൾ സംസാരത്തിൽ ലയിച്ച്, തന്റെ സ്വപ്നത്തെക്കുറിച്ചാണ് അവനോടു പറയുന്നതെന്ന കാര്യം പാടേ മറന്നു പോയി.

"ഞാൻ വളരെ നാളായി ബിസാക്ക് അമ്മാവന്റെ കാർണിവൽ വണ്ടിയിലാണു താമസം. നൃത്തം വയ്ക്കാനും കുതിരയോടിക്കാനും

ട്രപ്പീസിലാടാനും പഠിച്ചതെന്നാണെന്ന പോലും എനിക്കോർമ്മ യില്ല. എനിക്കെന്തെല്ലാം അറിയാമെന്നോ !" അവൾ കയ്യടിച്ചു. "കഴിഞ്ഞ ഞായറാഴ്ചത്തെ കാര്യം തന്നെ എടുക്കാം. ഞങ്ങൾ തുറമുഖത്ത് കളിക്കുകയായിരുന്നു. ഞാൻ ആപ്രിക്കോട്ടണ്ടികളിൽ നൃത്തസ്വരം വായിച്ചു."

"ആപ്രിക്കോട്ടണ്ടികളിലോ ? അതെങ്ങിനെ ?"

"അറിഞ്ഞുകൂടേ ആപ്രിക്കോട്ടണ്ടി കൊണ്ടുണ്ടാക്കിയ പീപ്പി കണ്ടിട്ടില്ലേ? വളരെ എളുപ്പമാണ്. ഞാൻ പന്ത്രണ്ട് അണ്ടിയെ ടുത്ത് പീപ്പിയാക്കി. ഓരോന്നും ഒരു കല്ലിൽ ഉരച്ച് ഓരോ കൊച്ചു തുളയുണ്ടാക്കി."

"വളരെ രസകരമായിരിക്കുന്നു. !"

"പന്ത്രണ്ട് അണ്ടികളിൽ നൃത്തസ്വരം വായിക്കാൻ എനിക്കറി യാം. കൂടാതെ മറ്റു പലതിലും. താക്കോലിൽ പോലും വിസിലൂതാൻ എനിക്കു കഴിയും."

"താക്കോലിലോ ? എങ്ങിനെ ? കാണട്ടെ! എന്റെ കയ്യിൽ നല്ലൊരു താക്കോലുണ്ട്."

ഇത്രയും പറഞ്ഞുകൊണ്ട് അനന്തരാവകാശിയായ തുത്തി ഷർട്ടിന്റെ കോളറിലെ കുടുക്കഴിച്ച് കഴുത്തിൽ നിന്ന് നേർത്ത ഒരു മാലയെടുത്തു. മാലയിൽ ഒരു ചെറിയ വെളുത്ത താക്കോൽ തൂങ്ങി ക്കിടന്നിരുന്നു.

"ഇതാ !"

"പക്ഷേ ഇതെന്തിനാണു കഴുത്തിലിട്ടിരിക്കുന്നത് ?" സുവോക്ക് ചോദിച്ചു.

"കൊട്ടാരം കൗൺസിലർ എനിക്കു തന്നതാണ്. കൂടുകളിലൊ ന്നിന്റെ താക്കോലാണിത്."

"എല്ലാം കൂടുകളുടേയും താക്കോലുകൾ കഴുത്തിലിടാറുണ്ടോ?

"ഇല്ല. ഇതാണ് ഏറ്റവും പ്രധാനപ്പെട്ട താക്കോലെന്ന് അവർ പറഞ്ഞു. ഞാനത് വളരെ സൂക്ഷിച്ചു വയ്ക്കണം."

തനിക്ക് അറിയാവുന്നതെന്താണെന്ന് സുവോക്ക് തുത്തിക്ക് കാണിച്ചു കൊടുത്തു. താക്കോൽ തിരിച്ചു പിടിച്ചു ദ്വാരം വായോടു ചേർത്തു പിടിച്ചു കൊണ്ട് അവൾ ഇമ്പമുള്ള ഒരു സ്വരം അതിലൂടെ കേൾപ്പിച്ചു.

സന്തോഷാധിക്യത്താൽ തുത്തി താൻ വളരെ സൂക്ഷിച്ചു വയ്ക്കേ ണ്ട താക്കോലിന്റെ കാര്യമേ മറന്നു. വിസിലൂതലും പാട്ടും കഴിഞ്ഞ്

സുവോക്ക് അത് അശ്രദ്ധമായി അവളുടെ ലേസ്പോക്കറ്റിലിട്ടു.

അപ്പോഴേക്കും രാത്രിയായി.

പാവയ്ക്കായി ഒരു പ്രത്യേക മുറി ഒരുക്കിയിരുന്നു. തുത്തിയുടെ കിടപ്പുമുറിയുടെ തൊട്ടടുത്ത മുറി.

തുത്തി നല്ല ഉറക്കമായിരുന്നു. നീണ്ട മൂക്കോടു കൂടിയ കൗതുക കരമായ മുഖം മൂടികളെക്കുറിച്ച് വളരെ വിചിത്രമായ ഒരു സ്വപ്നം കാണുകയായിരുന്നു അവൻ. മഞ്ഞച്ചിരുന്ന നഗ്നമായ മുതുകത്ത് ഒരാൾ വലിയൊരു ഉരുളൻ കല്ല് ചുമന്നു കൊണ്ടു പോകുന്നതും ഒരു തടിയൻ അയാളെ കറുത്ത ചാട്ട കൊണ്ടടിക്കുന്നതും കീറിപ്പറിഞ്ഞ വസ്ത്രങ്ങളോടു കൂടിയ ഒരു ബാലൻ ഒരു ഉരുളക്കിഴങ്ങു തിന്നുന്നതും പട്ടുവസ്ത്രങ്ങളും ലേസും ധരിച്ച ഒരു മാന്യമഹിള ഒരു വെള്ളക്കു തിരയുടെ പുറത്തിരുന്നുകൊണ്ട് പന്ത്രണ്ട് ആപ്രിക്കോട്ടണ്ടികളിൽ അസഹ്യമായൊരു നൃത്തരംഗം വായിക്കുന്നതുമെല്ലാം അവൻ സ്വപ്നത്തിൽ കണ്ടു.

അതേസമയം ആ ചെറിയ കിടപ്പുമുറിയിൽ നിന്നു വളരെ അകലെ, കൊട്ടാരത്തിലെ പാർക്കിന്റെ ഒരു വിദൂരകോണിൽ, അസാധാരണമായ പലതും നടക്കുകയായിരുന്നു. വിഷമിക്കണ്ട, വായനക്കാരേ, ഭയങ്കരമായ ഒന്നുമായിരുന്നില്ല അത്. ആ രാത്രി അനന്തരാവകാശിയായ തുത്തി മാത്രമല്ല വിചിത്രമായ സ്വപ്നം കണ്ടത്. തുത്തിയുടെ മൃഗശാലയ്ക്കു കാവൽനിന്നിരുന്ന ഒരു കൊട്ടാരം കാവൽക്കാരൻ ഉറങ്ങിപ്പോയി. വളരെ വിചിത്രമായ ഒരു സ്വപ്നം അയാളും കണ്ടു.

കല്ലുകൊണ്ടുള്ള ഒരു ബഞ്ചിൽ ഇരുന്നുകൊണ്ട് കമ്പിയിൽ തല ചായ്ച്ച് സംതൃപ്തിയോടെ ഉറങ്ങുകയായിരുന്നു അയാൾ. തിളങ്ങുന്ന ഉറയിലിട്ട വാൾ കാൽമുട്ടുകൾക്കിടയിലുണ്ട്.. കറുത്ത് പട്ടുകൊണ്ടുള്ള അരപ്പട്ടയിൽ കൈത്തോക്ക് ശാന്തമായി ഇരിപ്പുണ്ട്. തൊട്ടെടുത്ത്, ചരൽ വിരിച്ചിട്ടുള്ള പാതയിൽ ഒരു വിളക്കിരിക്കുന്നു. അതിലെ വെളിച്ചം അയാളുടെ ബൂട്ട്സിലും മുകളിലുള്ള ഇലകളിൽ നിന്ന് അയാളുടെ കുപ്പായക്കയ്യിന്റെ പുറത്തു വീണ ഒരു പുഴുവിന്റെ മേലും അടിക്കുന്നുണ്ട്.

തികച്ചും ശാന്തമായൊരു രംഗം.

അങ്ങിനെ പാറാവുകാരൻ ഗാഢനിദ്രയിലാണ്. തികച്ചും അസാധാരണമായ ഒരു സ്വപ്നമാണ് അയാൾ കണ്ടത്. അനന്തരാവകാശിയായ തുത്തിയുടെ പാവ തന്റെയടുക്കൽ വന്നുവെന്ന് അയാൾ സ്വപ്നം കണ്ടു. അന്നു രാവിലെ ഡോക്ടർ ഗസ്പാർ അനർനെറി അതിനെ കൊട്ടാരത്തിൽ തിരിച്ചു കൊണ്ടു വന്നപ്പോൾ ഇരുന്ന പോലെ

തന്നെയാണ് ഇപ്പോഴും അതിരിക്കുന്നത്. ഇളം ചുവപ്പുടുപ്പും നാടകളും ലേസും കസവുമെല്ലാം അതു തന്നെ. അയാളുടെ സ്വപ്നത്തിൽ പാവ ജീവനുള്ള ഒരു ബാലികയായി മാറി എന്നതായിരുന്നു ഒരേയൊരു വ്യത്യാസം. ഇടയ്ക്കിടെ തിരിഞ്ഞു നോക്കി കൊണ്ട് തികച്ചും സ്വാഭാവികതയോടാണ് അവൾ നടന്നത്.

വിളക്കിന്റെ വെളിച്ചം അവളുടെ മേൽ അടിമുടി പതിച്ചു.

കാവൽക്കാരൻ ഉറക്കത്തിൽ പുഞ്ചിരിക്കുക പോലും ചെയ്തു.

പിന്നീടയാൾ നെടുവീർപ്പിട്ടു കൊണ്ട് കുറേക്കൂടി സുഖകരമായ നിലയിലേക്കു മാറിയിരുന്നു. തോൾ കമ്പിയിലേക്കു ചായ്ച്ച് മൂക്ക് ജാലപ്പണിയിലെ ഇരുമ്പു കൊണ്ടുള്ള ഒരു റോസാപ്പൂവിൽ അമർത്തിക്കൊണ്ടാണ് ഇപ്പോൾ അയാൾ ഉറങ്ങിയത്.

കാവൽക്കാരൻ ഉറക്കമാണെന്നു കണ്ടപ്പോൾ സുവോക്ക് വിളക്കെടുത്തുകൊണ്ട് മൃഗശാലയുടെ വേലിയുടെ പിന്നിലേക്ക് ഒച്ചവയ്ക്കാതെ നടന്നു.

കാവൽക്കാരൻ ഉറക്കെ കൂർക്കം വലിക്കുകയായിരുന്നു. കടുവകൾ കൂട്ടിൽ കിടന്ന് അലറുകയാണെന്ന് ഉറക്കത്തിൽ അയാൾക്ക് തോന്നി.

വാസ്തവത്തിൽ യാതൊരു ശബ്ദവുമില്ലായിരുന്നു. മൃഗങ്ങളെല്ലാം ഉറക്കമാണ്.

വിളക്കിൽ നിന്നു വളരെക്കുറച്ചു വെളിച്ചമേ പുറത്തു വന്നുള്ളൂ. സുവോക്ക് സാവധാനം രണ്ടു വശത്തും സൂക്ഷിച്ചു നോക്കിക്കൊണ്ട് നടന്നു. ഭാഗ്യവശാൽ വലിയ ഇരുട്ടില്ലായിരുന്നു. നക്ഷത്രങ്ങൾ മിന്നിക്കൊണ്ടിരുന്നു. പാർക്കിലെ വിളക്കുകളിൽ നിന്നുള്ള വെളിച്ചത്തിൽ മരങ്ങളും മേൽക്കൂരകളുടെ മുകൾ ഭാഗങ്ങളും കാണാമായിരുന്നു.

സുവോക്ക് വെളുത്ത പൂക്കളുടെ രണ്ടു നിരകൾക്കിടയിലുള്ള ചെറിയൊരു പാതയിലൂടെ നടന്നു.

പെട്ടെന്ന് അവൾക്ക് മൃഗങ്ങളുടെ മണം അനുഭവപ്പെട്ടു. അവൾക്ക് സുപരിചിതമായിരുന്നു ആ മണം. ഒരിക്കൽ സിംഹങ്ങളെ മെരുക്കുന്ന ഒരാൾ അയാളുടെ മൂന്നു സിംഹങ്ങളുമായി അവരുടെ സംഘത്തിൽ ചേരുകയുണ്ടായി.

സുവോക്ക് ചെറിയൊരു വെളിപ്രദേശത്തെത്തി. ചുറ്റുമുള്ള കരിനിഴലുകൾ കൊച്ചുവീടുകളെ പോലെ തോന്നിച്ചു.

“അവയാണു കൂടുകൾ “ അവൾ ആത്മഗതം ചെയ്തു.

അവളുടെ ഹൃദയം ഉച്ചത്തിൽ മിടിച്ചു. മൃഗങ്ങളെ അവൾക്കു

ഭയമില്ലായിരുന്നു. സർക്കസ് കളിക്കാർ ഭീരുക്കളല്ല. തന്റെ കാലടി ശബ്ദവും വിളക്കിലെ വെളിച്ചവും ഏതെങ്കിലും മൃഗത്തെ ഉണർത്തുകയും അതിന്റെ മുറുമുറുപ്പ് കേട്ട് കാവൽക്കാരൻ ഉണരുകയും ചെയ്യുമോ എന്നായിരുന്നു അവളുടെ ഭയം.

അവൾ കൂട്ടുകളുടെ അടുത്തേക്കു നീങ്ങി.

പ്രൊസ്പേറോ എവിടെയായിരിക്കും ? അവൾ സംഭ്രമത്തോടെ ആലോചിച്ചു.

സുവോക്ക് വിളക്കു പൊക്കി കൂട്ടുകളിൽ നോക്കി. എല്ലാം ശാന്തമായിരുന്നു. ഒരനക്കവുമില്ല. വിളക്കിന്റെ വെളിച്ചം കൂടിന്റെ അഴികളിൽ തട്ടി ഉറങ്ങിക്കിടക്കുന്ന മൃഗങ്ങളുടെ മേൽ പാളികളായി വന്നു വീണു.

അവിടവിടെ രോമം മൂടിയ തടിച്ച ചെവികളും കാൽപ്പത്തിയും വരയുള്ള മുതുകും അവൾ കണ്ടു. ചിറകുകൾ വിടർത്തിപ്പിടിച്ചുറങ്ങുന്ന കഴുകന്മാർ പുരാതന വംശമുദ്രകളെപ്പോലെ തോന്നിച്ചു. ചില കൂട്ടുകളുടെ പിറകിൽ വിചിത്രരൂപങ്ങൾ ഉയർന്നു നിന്നു.

ഒരു കൂടിന്റെ അഴികൾ നേർത്ത വെള്ളിക്കമ്പികളായിരുന്നു. കൊച്ചു മരക്കൊമ്പുകളിലിരിക്കുന്ന തത്തകളായിരുന്നു അത് നിറയെ. സുവോക്ക് കൂടിനടുത്തു നിന്നപ്പോൾ, അഴികൾക്കേറ്റവും അടുത്തിരുന്ന നീണ്ട ചുവന്ന താടിയുള്ള ഒരു വയസൻ തത്ത ഒരു കണ്ണു തുറന്ന് തന്നെ നോക്കുന്നതായി അവൾക്കു തോന്നി. ചെറുനാരങ്ങയുടെ കുരു പോലിരുന്നു ആ കണ്ണ്.

അതു മാത്രവുമല്ല, ഉറക്കം നടിക്കുകയാണെന്നു തോന്നുമാറ് അത് വേഗം ആ കണ്ണടച്ചു. അത് ചുവന്ന താടിക്കു പിന്നിൽ ചിരി ഒതുക്കിയെന്നു പോലും സുവോക്കിനു തോന്നി.

"എനിക്കു വെറുതെ തോന്നുകയാണ്." സുവോക്ക് സ്വയം പറഞ്ഞു. എങ്കിൽ പോലും അവൾക്ക് പേടി തോന്നി.

ആ നിശബ്ദതയിൽ ഇടയ്ക്കിടെ എന്തെങ്കിലുമൊന്ന് ഞരങ്ങുകയോ മൂളുകയോ ചെയ്തു കൊണ്ടിരുന്നു.

രാത്രി ഒരു തൊഴുത്തിനകത്തു പോവുകയോ ഒരു കോഴിക്കൂടിനടുത്തുകൂടി നടക്കുകയോ ചെയ്താൽ അവിടുത്തെ നിശബ്ദത കണ്ട് നിങ്ങൾ അത്ഭുതപ്പെട്ടു പോകും. എങ്കിൽ പോലും ഒരു ചിറക് അനങ്ങുന്ന ശബ്ദം, ഒരു ഞരക്കം, ഒരു പലക ഞെരിയുന്ന ശബ്ദം, ഉറങ്ങുന്ന പിടക്കോഴിയുടെ തൊണ്ടയിൽ നിന്നു വരുന്ന നേരിയ ഒരു ശബ്ദം തുടങ്ങിയ പലതരം ചെറുശബ്ദങ്ങൾ നിങ്ങൾക്കു കേൾക്കാം.

"എവിടെയായിരിക്കും പ്രൊസ്പേറൊ?" അവളുടെ സംഭ്രമം വർദ്ധിച്ചു. "അദ്ദേഹത്തെ ഇന്നു വധിച്ചു കഴിഞ്ഞെന്നു വരുമോ?

പകരം ആ കൂട്ടിൽ ഒരു കഴുകനെ ഇട്ടിരിക്കുമോ?"

അപ്പോഴാണ് ഒരു പരുപരുത്ത ശബ്ദം മന്ത്രിച്ചത്.

"സുവോക്ക് !"

വിമ്മിഷ്ടപ്പെട്ടു കിതയ്ക്കുന്ന ശബ്ദവും രോഗം പിടിപ്പെട്ട വലിയൊരു പട്ടിയുടെ മോങ്ങൽ പോലെ തോന്നിച്ച മറ്റു ശബ്ദങ്ങളും കേട്ടു.

"ഓ !" അവൾ ഞെട്ടി.

ശബ്ദം വന്ന ഇടത്തേക്ക് അവൾ വിളക്കു തിരിച്ചു. ഇരുട്ടിൽ രണ്ടു ചുവന്ന കുത്തുകൾ തിളങ്ങുന്നുണ്ടായിരുന്നു. ഒരു കരടിയെപ്പോലെ അഴികളിൽപ്പിടിച്ച്, തല അവയോടമർത്തിക്കൊണ്ട് വലിയൊരു കറുത്ത സത്വം നിൽക്കുന്നുണ്ടായിരുന്നു.

"പ്രൊസ്പേറൊ!" അവൾ പതുക്കെ വിളിച്ചു.

അവളുടെ മനസിലൂടെ പല ചിന്തകളും പാഞ്ഞു. "ഇയാളെന്താണ് ഇത്ര വിരൂപിയായിരിക്കുന്നത് ? കരടിയെപ്പോലെ ദേഹം രോമം കൊണ്ടു മൂടിയിരിക്കുന്നു. കണ്ണുകളിൽ ചുവന്ന തിളക്കം കാണാം. നീണ്ടു വളഞ്ഞ നഖങ്ങളുമുണ്ട്. ഇതൊരു മനുഷ്യനല്ല, മനുഷ്യക്കരടിയാണ്.

അവൾക്ക് കരച്ചിൽ വന്നു.

"നീ ഒടുവിൽ വന്നു. സുവോക്ക്," ആ ഭയങ്കരസത്വം പറഞ്ഞു.

“നിന്നെ വീണ്ടും കാണുമെന്ന് എനിക്കറിയാമായിരുന്നു. “

“ഞാൻ നിങ്ങളെ തുറന്നുവിടാൻ വന്നതാണ്. “ വിറയാർന്ന സ്വരത്തിൽ സുവോക്ക് പറഞ്ഞു.

“എനിക്ക് ഈ കൂട്ട വിടാൻ പറ്റില്ല. ഞാൻ മരിക്കാൻ പോവുകയാണ്”

ഭയങ്കര ഞരക്കങ്ങൾ വീണ്ടും കേട്ടു. ആ സത്വം കാലിടറി വീണു. വീണ്ടു എഴുന്നേറ്റ് അഴികളോട് ചേർന്നു നിന്നു.

“കുറേക്കൂടി, അടുത്തുവാ, സുവോക്ക്”

സുവോക്ക് അടുത്തു ചെന്നു. ഒരു ഭയങ്കരമുഖം അവളെ തുറിച്ചു നോക്കുകയായിരുന്നു. അല്ല ഇതൊരു മനുഷ്യമുഖമല്ല. ഒരു ചെന്നായയുടെ മുഖം പോലാണത്. പക്ഷേ ഈ ചെന്നായ്ക്ക് മനുഷ്യരുടെ ചെവികളുണ്ടായിരുന്നതാണ് അവളെ ഏറ്റവും ഭയപ്പെടുത്തിയ സംഗതി. അവ ചകിരി പോലത്തെ കുറ്റിരോമങ്ങൾ കൊണ്ടു മൂടിയിരുന്നുവെന്നു മാത്രം.

സുവോക്കിനു കണ്ണടയ്ക്കണമെന്നുണ്ടായിരുന്നു. അവളുടെ വിറയ്ക്കുന്ന കയ്യിൽ വിളക്കു കിടന്നോടി. മഞ്ഞവെളിച്ചത്തിന്റെ ശകലങ്ങൾ വായുവിലൂടെ നാലുപാടും ചിതറി.

“നിനക്കെന്നെ പേടിയാണ്. സുവോക്ക്. എന്നെ കണ്ടാൽ ഇപ്പോൾ മനുഷ്യനാണെന്നു തോന്നുകയില്ല. പേടിക്കണ്ട ! അടുത്തുവാ. നീ എത്ര വളർന്നിരിക്കുന്നു. ശോഷിച്ചു പോയി. നിന്റെ മുഖം വാടിയിരിക്കുന്നു.”

വളരെ വിമ്മിട്ടപ്പെട്ടാണ് അയാൾ സംസാരിച്ചത്. അയാൾ താഴോട്ട് ഊർന്നുപൊയ്ക്കൊണ്ടിരുന്നു. അവസാനം അയാൾ കൂട്ടിന്റെ പലകയടിച്ച തറയിൽ കിടന്നു കിതച്ചു കൊണ്ടാണ് ശ്വാസം വിട്ടത്. വായ് തുറന്നിരുന്നു. നീണ്ട മഞ്ഞ പല്ലുകളുടെ രണ്ടു നിരകൾ പുറത്തു കണ്ടു.

“ഞാൻ മരിക്കുകയാണ്. എങ്കിലും മരിക്കുന്നതിനുമുമ്പ് നിന്നെ വീണ്ടും കാണുമെന്ന് എനിക്കറിയാമായിരുന്നു.”കുരങ്ങന്റേതുപോലെ രോമാവൃതമായ കൈ നീട്ടി അയാൾ എന്തോ തപ്പി. ഇരുട്ടിൽ അയാൾ എന്തോ തിരയുകയായിരുന്നു. ഒരു പലകയിൽ നിന്ന് ആണി വലിച്ചൂരുന്ന ശബ്ദം കേട്ടു. പിന്നീട് ആ ഭയങ്കര കൈ അഴികൾക്കിടയിലൂടെ പുറത്തേക്കു നീട്ടപ്പെട്ടു.

ആ സത്വം ചെറിയൊരു പലകക്കഷ്ണം പൊക്കിപ്പിടിച്ചിരുന്നു.

“ഇതാ ഇതെടുത്തോ. അതിലെല്ലാം പറഞ്ഞിട്ടുണ്ട്.”

സുവോക്ക് അത് അവളുടെ പോക്കറ്റിൽ ഒളിച്ചു വച്ചു.

“പ്രൊസ്പേറൊ ! അവൾ മെല്ലെ വിളിച്ചു.

മറുപടിയുണ്ടായില്ല.

സുവോക്ക് വിളക്ക് അടുപ്പിച്ചു പിടിച്ചു. ആ സത്വത്തിന്റെ പല്ലുകൾ വെളിയിൽ കാണാമായിരുന്നു. അതിന്റെ കാഴ്ചയില്ലാത്ത കണ്ണുകൾ അവളേയും കടന്ന് വിദൂരതയിലേക്കു തുറിച്ചു നോക്കിക്കൊണ്ടിരുന്നു.

“പ്രൊസ്പേറൊ ! “ വിളക്കു താഴെയിട്ടു കൊണ്ട് സുവോക്ക് ഉറക്കെ നിലവിളിച്ച്. “അദ്ദേഹം മരിച്ചു ! അദ്ദേഹം മരിച്ചു ! ഹാ ! പ്രൊസ്പേറൊ ! “ അവൾ വിലപിച്ചു. വിളക്കു കെട്ടു.

നാലാം ഭാഗം

തോക്കുണ്ടാക്കുന്ന പ്രൊസ്പേറൊ

അദ്ധ്യായം പതിനൊന്ന്

കൊട്ടാരത്തിലെ അപ്പൂപ്പരയുടെ അവസാനം

മൃഗശാലയുടെ പടിക്കൽവച്ച് തന്റെ വിളക്കുമായി സുവോക്ക് കടന്നുകളയുന്നതിന്നല്പം മുമ്പ് ഉറങ്ങിപ്പോയ പാറാവുകാരൻ മൃഗങ്ങൾ പുറപ്പെടുവിച്ച ശബ്ദം കേട്ടുണർന്നു.

വന്യമൃഗങ്ങൾ മുരളുകയും അലറുകയും ഓരിയിടുകയും കൂട്ടിലെ ഇരുമ്പഴികളിൽ വാലിട്ടടിക്കുകയും ചെയ്തു. പക്ഷികൾ ചിറകടിച്ച് ശബ്ദമുണ്ടാക്കി.

പാറാവുകാരൻ വാ മലർക്കെത്തുറന്ന് കോട്ടുവായിട്ടു. കൈവിരൽ മുട്ടുകൾ വേലിയിൽ മുട്ടുമാറ് മൂരി നിവർത്തി. പെട്ടെന്ന് ശരിക്കുണർന്നു.

അയാൾ ചാടിയെഴുന്നേറ്റു. വിളക്കില്ല ! മുകളിൽ നക്ഷത്രങ്ങൾ മൃദുവായി മിന്നിക്കൊണ്ടിരുന്നു. മുല്ലച്ചെടികളിൽ നിന്ന് പരിമളം പരന്നു.

"ഹും !"

പാറാവുകാരൻ അപകട സൂചന നൽകി. ഒരു നിമിഷം കഴിഞ്ഞപ്പോൾ ആളുകൾ പന്തങ്ങളുമായി അയാളുടെ നേരെ ഓടിവന്നു. പന്തങ്ങൾ ചീറി. കാവൽക്കാർ പ്രാകി. ഒരുത്തൻ വാളിലുടക്കി നിലത്തു വീഴുകയും അതിനിടയിൽ മറ്റൊരു കാവൽക്കാരന്റെ കുതിമുള്ളിൽ മുട്ടി മൂക്കു മുറിയുകയും ചെയ്തു.

"ആരോ എന്റെ വിളക്ക് മോഷ്ടിച്ചു. !"

"ആരോ മൃഗശാലയിൽ കടന്നു!"

"കള്ളന്മാരാണ് !"

"കലാപകാരികളാണ് !"

മൂക്കിൽ നിന്നു ചോരയൊലിക്കുന്ന കാവൽക്കാരനും കുതിമുൾ പൊട്ടിപ്പോയ കാവൽക്കാരനും മറ്റെല്ലാ കാവൽക്കാരും അജ്ഞാതശത്രുവിനെ അന്വേഷിച്ച് ഇരുട്ടിനുള്ളിലേക്കു നീങ്ങി. അവരുടെ പന്തങ്ങൾ രാത്രിയെ ഭേദിച്ചു.

പക്ഷേ സംശയകരമായ എന്തെങ്കിലും മൃഗശാലയിൽ നടക്കുന്നതായി അവർ കണ്ടില്ല.

നാറുന്ന വാ മലർക്കെ തുറന്നു കൊണ്ട് കടുവകൾ ഗർജ്ജിച്ചു. സിംഹങ്ങൾ പരിഭ്രാന്തരായി കൂടുകളിൽ അങ്ങോട്ടുമിങ്ങോട്ടു നടന്നു. തത്തകൾ ചിലച്ചു കൊണ്ടിരുന്നു. കൂട് മനോഹരമായ ഒരു തൊട്ടിയാട്ടുകൂടാരമാണെന്നു തോന്നിക്കുമാറ് അവ തത്തിതത്തി നടക്കുകയും ചിറകടിച്ചു പറന്നു നടക്കുകയും ചെയ്തു. കുരങ്ങന്മാർ ഊഞ്ഞാലുകളിൽ ആടി. കരടികൾ ആഴമുള്ള ശബ്ദത്തിൽ മുരണ്ടു.

വെളിച്ചവും വിളികളും മൃഗങ്ങളെ കൂടുതൽ പരിഭ്രാന്തരാക്കി.

കാവൽക്കാർ ഓരോ കൂട്ടും പരിശോധിച്ചു.

കുഴപ്പമൊന്നുമില്ല.

സുവോക്ക് താഴെയിട്ട വിളക്കുപോലും അവർ കണ്ടില്ല.

പെട്ടെന്ന്, മൂക്കിൽ നിന്നു ചോരയൊലിക്കുന്ന കാവൽക്കാരൻ പറഞ്ഞു.

"നോക്കിൻ !" അയാൾ പന്തം ഉയർത്തിപ്പിടിച്ചു.

എല്ലാവരും മുകളിലേക്കു നോക്കി. മരത്തിന്റെ പച്ചത്തലപ്പ് ആകാശത്തിനെതിരെ കറുത്ത നിറത്തിലിരുന്നു. ഇലകൾ അനങ്ങിയില്ല. വളരെ നിശ്ചലമായ ഒരു രാത്രിയായിരുന്നു അത്.

"കണ്ടോ അത് ?" കാവൽക്കാരൻ ഉറക്കെ ചോദിച്ചു. അയാൾ

പന്തം ഇളക്കി.

"കണ്ടു. ഇളം ചുവപ്പ് നിറത്തിലെന്തോ ഉണ്ട്."

"ചെറുതാണത്."

"അത് അവിടെ ഇരിക്കുകയാണല്ലൊ."

"വിഡ്ഢികൾ ! അതെന്താണെന്നു നിങ്ങൾക്ക് അറിഞ്ഞുകൂടേ? അതൊരു തത്തയാണ്. കൂട്ടിൽ നിന്ന് പറന്ന് മരത്തിൽ വന്നിരിക്കുകയാണ്."

അപകട സൂചന നൽകിയ പാറാവുകാരൻ കുഴങ്ങി.

"നമുക്കതിനെ താഴെയിറക്കണം. അത് എല്ലാ മൃഗങ്ങളേയും ക്ഷോഭിപ്പിച്ചു."

"ശരിയാണ് . വൃറം, മുകളിൽ കയറി അതിനെ പിടിച്ചിറക്ക്. തനിക്കാണ് കൂട്ടത്തിൽ ഏറ്റവും ചെറുപ്പം."

വൃറം എന്ന് അവർ സംബോധന ചെയ്തയാൾ മരത്തിനടുത്തേക്കു ചെന്നു. എന്തു ചെയ്യണമെന്ന് അയാൾക്കു നിശ്ചയമില്ലായിരുന്നു.

"മുകളിൽ കയറി അതിന്റെ താടിക്കു പിടിച്ചയ്ക്ക്."

തത്ത അനങ്ങിയില്ല. ഇരുണ്ട ഇലപ്പടർപ്പുകൾക്കിടയിൽ അതിന്റെ തൂവലുകൾ ഇളം ചുവപ്പുനിറത്തിൽ തിളങ്ങിക്കൊണ്ടിരുന്നു.

വൃറം തന്റെ തൊപ്പി മൂക്കിനു നേരെ തള്ളിക്കൊണ്ട് തലയുടെ പിൻവശം ചൊറിഞ്ഞു.

"എനിക്കു പേടിയാണ്. തത്തകൾ എങ്ങിനെ കടിക്കുമെന്നറിയാമോ?"

"വേഗം ചെല്ല്, വിഡ്ഢി ! മുകളിൽ കയറ് !"

വൃറം അവസാനം മരത്തിൽ കയറിത്തുടങ്ങി. പക്ഷേ പകുതി വഴി ചെന്നപ്പോൾ അയാൾ നിന്നു. ഒരു നിമിഷത്തേക്ക് തൂങ്ങിക്കിടന്ന ശേഷം വീണ്ടും താഴോട്ട് ഊർന്നിറങ്ങി.

"എന്നെക്കൊണ്ടു പറ്റില്ല. എന്നെക്കൊണ്ട് ഇതു ചെയ്യിക്കാൻ നിങ്ങൾക്കു സാധിക്കുകയുമില്ല. തത്തകളുമായി മല്ലിടലല്ല എന്റെ ജോലി."

ആ നിമിഷത്തിൽ അവർ ഒരു കുപിതശബ്ദം കേട്ടു. ചരലിൽ ചവിട്ടി കൊണ്ട് ആരോ അവരുടെ നേരെ ഇരുട്ടിൽ ധൃതിപ്പെട്ടു വരുന്നുണ്ട്.

"തൊടരുത് !" അയാൾ വിളിച്ചു പറഞ്ഞു. "ശല്യപ്പെടുത്തരുത് !"

മൃഗശാലയിലെ പ്രധാന മൃഗസൂക്ഷിപ്പുകാരൻ അടുത്തു തന്നെയാണു

താമസിച്ചിരുന്നത്. ധൃതി കൊണ്ട് ഉറക്കത്തൊപ്പി ഊരാൻ അയാൾ മറന്നുപോയി.

അയാൾ വളരെ ക്ഷോഭിച്ചിരുന്നു. കാരണം, വശംകെട്ട ഒരു കൂട്ടം പട്ടാളക്കാർ തന്റെ മൃഗശാലയിൽ വന്നു കയറാൻ ധൈര്യപ്പെട്ടിരിക്കുന്നു. പോരെങ്കിൽ ഇപ്പോഴിതാ തന്റെ തത്തയുടെ താടിക്കു പിടിക്കാനാണ് ഒരു വിഡ്ഢിയുടെ മോഹം.

കാവൽക്കാർ അയാളെ കടത്തിവിട്ടു.

മൃഗസൂക്ഷിപ്പുകാരൻ തല പുറകോട്ടാക്കി മുകളിലേക്കു നോക്കി. ഇലകൾക്കിടയിൽ ഇളം ചുവപ്പു നിറത്തിൽ എന്തോ ഉണ്ട്, തീർച്ച.

"അതെ" അയാൾ പറഞ്ഞു. "അതൊരു തത്തയാണ്. എന്റെ ഏറ്റവും നല്ല തത്ത വലിയ കോപക്കാരിയാണത്. കൂട്ടിലിരിക്കാൻ ഇഷ്ടമേയില്ല. ലൗറയെന്നാണ് പേര്. ലൗറ ! ലൗറ ! അയാൾ ശബ്ദമുയർത്തി വിളിച്ചു. "അവളോട് സൗമ്യമായി വേണം പെരുമാറാൻ. ലൗറ ! ലൗറ ! വാ, വാ !"

കാവൽക്കാരൻ പൊട്ടിച്ചിരിച്ചു. കൂറ്റൻ കാവൽക്കാരുടേയും ജ്വലിക്കുന്ന പന്തങ്ങളുടേയും അലമുറയിടുന്ന മൃഗങ്ങളുടേയും നടുവിൽ നിറമുള്ള കുളിവസ്ത്രവും ചെരിപ്പുമിട്ട് ഉറക്കത്തൊപ്പിയിലെ തൊങ്ങൽ തറയിലേക്കു തൂങ്ങിക്കിടക്കുമാറ് തല പുറകോട്ടു പിടിച്ചു കൊണ്ടുള്ള ആ ചെറിയ വൃദ്ധന്റെ നിൽപ്പ് കൗതുകമുളവാക്കുന്നതായിരുന്നു.

പക്ഷേ ഏറ്റവും കൗതുകകരമായത് വരാനിരുന്നതേയുള്ളൂ. മൃഗസൂക്ഷിപ്പുകാരൻ മരത്തിൽ കയറാൻ തുടങ്ങി. അയാൾ സാമാന്യം നല്ലവണ്ണം കയറുകയും ചെയ്തു. ഇതാദ്യമല്ല ഇങ്ങനെ കയറുന്നതെന്ന് അവർക്കു മനസിലായി. ഒന്ന്, രണ്ട്, മൂന്ന് ! അയാളുടെ കാലുകൾ ഇലപ്പടർപ്പുകൾക്കിടയിലൂടെ തെളിഞ്ഞുമറഞ്ഞു. അവസാനം അയാൾ ചെറുതെങ്കിലും അപകടകരമായ തന്റെ യാത്രയുടെ അന്ത്യത്തിലെത്തി.

"ലൗറ!" അയാൾ നീട്ടി വിളിച്ചു.

പെട്ടെന്ന് അയാളുടെ പരിഭ്രാന്തമായി നിലവിളി വായുവിനെ ഭേദിച്ചു. പാർക്കിലാകെയും ഒരു മൈൽ ചുറ്റുമുള്ള പ്രദേശത്തു മുഴുവനും അതു കേൾക്കാമായിരുന്നു.

"പിശാചാണത് ! " അയാൾ നിലവിളിച്ചു.

തത്തയല്ല, ഏതോ ഒരു രാക്ഷസജന്തുവാണത്രെ മരത്തിലിരിക്കുന്നത്.

കാവൽക്കാർ പുറകോട്ടു ചാടി. മൃഗസൂക്ഷിപ്പുകാരൻ താഴോട്ടു വീണു.

ഭാഗ്യവശാൽ, ചെറുതെങ്കിലും ബലമുള്ള ഒരു കമ്പ് അയാളുടെ വീഴ്ച തടഞ്ഞു. അതിൽ ഉറക്കക്കുപ്പായം ഉടക്കി അയാൾ തൂങ്ങിക്കിടന്നു.

ഹാ ! മറ്റു ശാസ്ത്രജ്ഞന്മാർ തങ്ങളുടെ വൃദ്ധസ്നേഹിതനെ ഇപ്പോൾ കണ്ടിരുന്നെങ്കിൽ ! എന്തൊരു കാഴ്ചയായിരുന്നു അത് ! അയാളുടെ വികാരങ്ങളെ മാനിച്ചു കൊണ്ട് അവർ തീർച്ചയായും തല തിരിച്ചേനെ. അത്രമാത്രം അല്പനും അന്തസില്ലാത്തവനുമായ ഒരാളെ പോലെയാണ് അയാൾ വായുവിൽ തൂങ്ങിക്കിടന്നത്.

കാവൽക്കാർ ഓടി. അവരുടെ പന്തങ്ങളുടെ ജ്വാലകൾ കാറ്റു തട്ടി കീറുകൾ പോലായി. കറുത്ത കുതിരകൾ ജ്വലിക്കുന്ന കുഞ്ചി രോമങ്ങളുമായി തെരുവിലൂടെ കുതിച്ചു പായുകയാണെന്ന് ഇരുട്ടിൽ തോന്നിയത്.

മൃഗങ്ങൾ അവസാനം അടങ്ങി. മൃഗസൂക്ഷിപ്പുകാരൻ ശാന്തനായ മരക്കൊമ്പിൽ തൂങ്ങിക്കിടന്നു. പക്ഷേ കൊട്ടാരത്തിൽ ആകെ വലിയ ബഹളം നടക്കുകയായിരുന്നു.

വിചിത്രമായ തത്തയെ മരത്തിൽ കാണുന്നതിന് പതിനഞ്ചു മിനിട്ടോളം മുമ്പ് മൂന്ന് തടിയന്മാർക്ക് വളരെ അസുഖകരമായ ഒരു വാർത്ത ലഭിക്കുകയുണ്ടായി. മന്ത്രിമാർ മൂന്നു തടിയന്മാരെ അറിയിച്ചതിതാണ്.

“പട്ടണത്തിൽ കുഴപ്പമാണ്. തൊഴിലാളികളുടെ പക്കൽ കൈത്തോക്കുകളും തോക്കുകളുമുണ്ട്. അവർ കാവൽഭടന്മാരുടെ നേരെ വെടിവയ്ക്കുകയും എല്ലാ തടിയന്മാരേയും ആറ്റിലേക്കെറിയുകയുമാണ്.

“അഭ്യാസിയായ തിബൂൽ സ്വതന്ത്രനാണ്. അയാൾ ചുറ്റുപാടുമുള്ള ആളുകളെ ചേർത്ത് പട്ടാളം രൂപീകരിക്കുകയാണ്.

“കാവൽഭടന്മാരിൽ പലരും തൊഴിലാളികളുടെ പാർപ്പിടങ്ങളിലേക്കു പോയിരിക്കുന്നു. കാരണം മേലിൽ മൂന്നു തടിയന്മാരെ സേവിക്കാൻ അവർക്ക് ഇഷ്ടമില്ല.”

“ഫാക്ടറികളുടെ പുകക്കുഴലുകളിൽ നിന്നു പുക വമിക്കുന്നില്ല. യന്ത്രങ്ങളെല്ലാം പ്രവർത്തിക്കാതെ കിടക്കുന്നു. പണക്കാർക്കു വേണ്ടി കൽക്കരി കുഴിച്ചെടുക്കുന്നതിന് ഖനികളിലേക്കിറങ്ങാൻ ഖനിത്തൊഴിലാളികൾ കൂട്ടാക്കുന്നില്ല.

“കൃഷിക്കാർ ഭൂവുടമകൾക്കെതിരായി പൊരുതുകയാണ്.”

അതെ ഇതാണ് മന്ത്രിമാർ മൂന്നു തടിയന്മാരെ അറിയിച്ചത്.

പതിവുപോലെ, ചിന്തിക്കാനുള്ള ശ്രമത്തിൽ മൂന്നു തടിയന്മാർക്കു തടി കൂടി വന്നു. അവിടെ വച്ചു തന്നെ, സ്റ്റേറ്റ് കൗൺസിലിന്റെ മുഴുവൻ

സാന്നിദ്ധ്യത്തിൽ, അവർക്കോരോരുത്തർക്കും ഓരോ റാത്തൽ തൂക്കം കൂടി.

"ഇതു ഭയങ്കരം തന്നെ ! " ഒന്നാമത്തെ തടിയൻ പറഞ്ഞു. "എനിക്കിതു താങ്ങാൻ വയ്യ. ഹൊ ! എന്റെ ഷർട്ടിനു വല്ലാത്ത മുറുക്കം!"

അത്രയുമായപ്പോൾ അയാളുടെ കോളർ വിണ്ടു കീറി.

"എനിക്കു വണ്ണം കൂടി വരികയാണ്. !" രണ്ടാമത്തെ തടിയൻ മുറവിളി കൂട്ടി. "സഹായിക്കണേ !"

മൂന്നാമത്തെ തടിയൻ വിഷണ്ണനായി തന്റെ വയർ നോക്കിക്കൊണ്ടിരുന്നു.

സ്റ്റേറ്റ് കൗൺസിൽ എന്തെങ്കിലും ചെയ്യാൻ തീരുമാനിച്ചേ തീരൂ എന്ന സ്ഥിതിയായി. ആദ്യമായി മൂന്നു തടിയന്മാർക്കു തടി കൂടാതിരിക്കാൻ എന്തെങ്കിലും ചെയ്യേണ്ടിയിരിക്കുന്നു. അടുത്തതായി പട്ടണത്തിലെ കലാപം അടിച്ചമർത്തേണ്ടിയിരിക്കുന്നു.

മൂന്നു തടിയന്മാരുടെ തൂക്കം കൂടാതിരിക്കാൻ അവർ തീരുമാനിച്ചതിതാണ്.:

"നൃത്തം !"

"അതേ , നിശ്ചയമായും അതുതന്നെയാണ് പോംവഴി. നൃത്തമാണ് ഏറ്റവും നല്ല വ്യായാമം."

"ഒരു നൃത്താദ്ധ്യാപകനെ ഉടൻ കണ്ടുപിടിക്കേണ്ടിയിരിക്കുന്നു. അയാൾ മൂന്നു തടിയന്മാർക്ക് ബാലേ നൃത്തപരിശീലനം നൽകുന്നതാണ്."

"അതെ, അതുതന്നെ, " ഒന്നാമത്തെ തടിയൻ പറഞ്ഞു. "പക്ഷേ...."

ആ നിമിഷത്തിലാണ്, തനിക്കിഷ്ടപ്പെട്ട ലൗറ എന്ന തത്തയ്ക്കു പകരം മരത്തിലൊരു പിശാചിനെ കണ്ട വൃദ്ധനായ മൃഗസൂക്ഷിപ്പുകാരന്റെ നിലവിളി അവർ കേട്ടത്.

മന്ത്രിമാർ മൃഗശാലയുടെ നേർക്കോടി.

കിതയ്ക്കുന്ന ശബ്ദമാണ് എവിടെയും കേൾക്കുന്നത്.

തവിട്ടും ഓറഞ്ചും നിറത്തിൽ ഏറ്റവും ഭംഗിയുള്ള മുപ്പതു പൂമ്പാറ്റക്കൂട്ടങ്ങൾ ഭയന്ന് പാർക്കിൽ നിന്നു പറന്നുപോയി.

പന്തങ്ങളുടെ ഒരു പ്രളയമായി. കത്തിജ്വലിക്കുകയും പുകഞ്ഞെരിയുകയും ചെയ്യുന്ന ഒരു കാടാകെ ഇരുട്ടിലൂടെ മുന്നോട്ടു പായുകയാണ്.

ഓടിക്കൊണ്ടിരുന്ന സകലരും മൃഗശാലയ്ക്കു പത്തുവാരയകലെ

വച്ച്, എന്തോ തങ്ങളുടെ വഴി മുടക്കിയ പോലെ പെട്ടെന്ന് നിന്നു. പിന്നീട് അവരെല്ലാവരും നിലവിളിച്ചു കൊണ്ട് തിരിഞ്ഞോടി. ഭയം കൊണ്ട് അവർ പരസ്പരം കെട്ടിമറിഞ്ഞു വീഴുകയും നാലുപാടും പായുകയും ചെയ്തു. പന്തങ്ങൾ നിലത്തു വീണു. തീജ്വാലകൾ പടർന്നു പിടിച്ചു. കറുത്ത പുകപടലങ്ങൾ മേലോട്ടുയർന്നു.

"ഓ !"

"ആ !"

"സഹായിക്കണേ !"

വിളികൾ പാർക്കിൽ മാറ്റൊലി കൊണ്ടു. ഓട്ടത്തിന്റേയും ബഹളത്തിന്റേയും രംഗത്ത് അരുണപ്രഭ പരത്തി കൊണ്ട് തീജ്വാലകൾ മേലോട്ടുയർന്നു.

മൃഗശാലയ്ക്കു ചുറ്റുമുള്ള ഇരുമ്പുവേലിയുടെ പിന്നിൽ നിന്ന് ആജാനുബാഹു പ്രത്യക്ഷപ്പെട്ടു. അക്ഷോഭ്യനായി, ഉറച്ച ചുവടുകൾ നീട്ടിവച്ചു കൊണ്ടാണ് അയാൾ നടന്നത്.

ജ്വലിക്കുന്ന കണ്ണുകളോടുകൂടിയ ആ ചുവന്ന മുടിക്കാരൻ തീയുടെ വെളിച്ചത്തിൽ ഒരു ഭയങ്കര പേടിസ്വപ്നം പോലാണ് നടന്നു വന്നത്. ഒരു കയ്യിൽ ഒരു ചങ്ങല പിടിച്ചിട്ടുണ്ട്. അതിന്റെ മറ്റേ അറ്റത്തുള്ള ഒരു വേങ്ങപ്പുലിയാണ്. ആ മെയ്‌വഴക്കമുള്ള കരിം പൂച്ച ചാടുകയും ചീറുകയും ഒരു യോദ്ധാവിന്റെ അടയാളക്കൊടിയിലെ സിംഹത്തെ പോലെ അതിന്റെ കഴുത്തിലുള്ള ഭയങ്കരമായ പട്ടയിൽ നിന്നു കുതറിയിറങ്ങാൻ ശ്രമിക്കുകയും ചെയ്തുകൊണ്ടിരുന്നു. നീണ്ട ചുവന്ന നാക്ക് അത് വായുടെ പുറത്തേക്കു നീട്ടുകയും അകത്തേക്കു വലിക്കുകയും ചെയ്തുകൊണ്ടിരുന്നു.

ആ മനുഷ്യൻ മറ്റേ കയ്യിൽ ഇളം ചുവപ്പു നിറത്തിൽ തിളങ്ങുന്ന ഉടുപ്പിട്ട ഒരു ബാലികയെ എടുത്തിട്ടുണ്ടെന്ന് പുറകോട്ടു തിരിഞ്ഞു നോക്കാൻ ധൈര്യപ്പെട്ടവർ കണ്ടു. ആ കുട്ടി ചീറുന്ന വേങ്ങപ്പുലിയെ വളരെയേറെ ഭയന്നിരുന്നതു പോലെ തോന്നി. അവൾ തന്റെ പനിനീർപ്പൂക്കൾ പിടിപ്പിച്ച ചെരിപ്പുകൾ പൊക്കിപ്പിടിക്കുകയും തന്റെ സുഹൃത്തിന്റെ തോളോടു ചേർന്നിരിക്കുകയും ചെയ്തു.

പ്രൊസ്പേറൊയാണത് ! കൊട്ടാര സേവകർ ഓടുന്നതിനിടയിൽ വിളിച്ചു പറഞ്ഞു.

"പ്രൊസ്പേറൊ !" പ്രൊസ്പേറൊയാണത് !

"സഹായിക്കണേ !"

"ആ പാവയാണത് !"

"പാവ !"

ആ സമയത്ത് പ്രൊസ്പേറൊ വേങ്ങപ്പുലിയെ അഴിച്ചു വിട്ടു. അത് വാൽ ചുഴറ്റിക്കൊണ്ട് ഓടുന്നവരുടെ പുറകെ അതിവേഗം കുതിച്ചു പാഞ്ഞു.

സുവോക്ക് പ്രൊസ്പോറൊയുടെ കയ്യിൽ നിന്നു ചാടിയിറങ്ങി. ഓടുന്നവർ ഇട്ടേച്ചു പോയ പല കൈത്തോക്കുകളും അവിടവിടെ കിടപ്പുണ്ടായിരുന്നു. സുവോക്ക് അവയിൽ മൂന്നെണ്ണമെടുത്തു. രണ്ടെണ്ണം പ്രൊസ്പേറൊയ്ക്കു കൊടുത്തു ഒന്നു കയ്യിൽ വച്ചു. അവളുടെ പകുതിയോളമുണ്ടായിരുന്നു അതിന്റെ വലിപ്പം, എങ്കിലും ആ തിളങ്ങുന്ന കറുത്ത സാധനം ഉപയോഗിക്കാൻ അവൾക്കറിയാമായിരുന്നു. സർക്കസിലായിരുന്നപ്പോൾ വെടിവയ്ക്കാൻ പഠിച്ചതാണ്.

"വാ !" പ്രൊസ്പേറൊ പറഞ്ഞു.

പാർക്കിൽ നടക്കുന്നതിനെപ്പറ്റിയോ ചീറുന്ന വേങ്ങപ്പുലിയെപ്പറ്റിയോ ആലോചിക്കാൻ അവർക്കു സമയമില്ലായിരുന്നു.

അവർക്ക് ഭൂമിക്കടിയിലുള്ള തുരങ്കം കണ്ടുപിടിക്കേണ്ടിയിരുന്നു. അവർക്കു രക്ഷപ്പെടണം.

തിബൂൽ പറഞ്ഞ കൂടം എവിടെയാണ്? ബലൂൺകാരൻ രക്ഷപ്പെട്ട ആ നിഗൂഢമായ കൂടമെവിടെ ?

"നമുക്ക് അടുക്കളയിൽ പോകാം !" കൈത്തോക്കു വീശിക്കൊണ്ട് ഓടുന്ന വഴി സുവോക്ക് വിളിച്ചു പറഞ്ഞു.

കുറ്റിച്ചെടികൾ തട്ടിമാറ്റിക്കൊണ്ടും ഉറങ്ങുന്ന പക്ഷികളെ ഭയപ്പെടുത്തിക്കൊണ്ടും പരിപൂർണ്ണമായ ഇരുട്ടിലൂടെ അവരോടി. ഹാ ! സുവോക്കിന്റെ ഭംഗിയുള്ള വസ്ത്രം ഇപ്പോൾ ഏതു പോലിരിക്കുന്നു !

"നല്ല വാസന വരുന്നു" പെട്ടെന്ന്, വെളിച്ചമുള്ള ഒരു ജനലിന്റെ ചുവട്ടിൽ നിന്നു കൊണ്ട് അവൾ പറഞ്ഞു.

ജാഗ്രതയായിരിക്കാൻ വേണ്ടി ആളുകൾ സാധാരണ ചുണ്ടത്തു വിരൽ വയ്ക്കാറുണ്ടല്ലോ. അതിനുപകരം തന്റെ കറുത്ത കൈത്തോക്കുയർത്തുകയാണ് സുവോക്ക് ചെയ്തത്.

കാവൽക്കാർ ഓടിവന്നപ്പോഴേക്ക് അവർ മരത്തിന്റെ മുകളിലെത്തി. ഒരു നിമിഷത്തിനകം അവർ കൊമ്പുകൾ വഴി പ്രധാന ജനാലയിലെത്തി.

തലേ ദിവസം ഇതേ ജനാലയിലൂടെയാണ് ബലൂൺകാരൻ പറന്നു വന്നത്.

കൊട്ടാരത്തിലെ അപ്പപ്പുരയായിരുന്നു അത്.

നേരം വളരെ വൈകിയിരുന്നിട്ടും അപകടസൂചനയുണ്ടായിട്ടും ഇവിടെ പണി തകൃതിയായി നടന്നുകൊണ്ടിരുന്നു. പാചകക്കാരും വെള്ളത്തൊപ്പിയിട്ട അടുക്കളപ്പയ്യന്മാരും അങ്ങോട്ടുമിങ്ങോട്ടും തിരക്കിട്ടു നടന്നു: തുത്തിയുടെ പാവയുടെ തിരിച്ചുവരവ് ആഘോഷിക്കാനായി പിറ്റേന്നത്തെ ഉച്ചഭക്ഷണത്തിന് വളരെ വിശേഷമായ ഒരു പഴപ്പലഹാരം തയ്യാറാക്കുകയായിരുന്നു അവർ. ഇത്തവണ കേക്കു വേണ്ടെന്ന് അവർ തീരുമാനിച്ചു. മറ്റൊരു അതിഥി പറന്നു വന്ന് ഫ്രഞ്ചു ക്രീമും അനന്യത്യന്തം രുചികരമായ പഞ്ചസാരയിൽ പൊതിഞ്ഞ പഴങ്ങളും ഉപയോഗശൂന്യമാക്കുകയില്ലെന്ന് ആരറിഞ്ഞു?

അപ്പപ്പുരയുടെ നടുവിൽ വലിയൊരു കുടത്തിൽ വെള്ളം തിളച്ചു കൊണ്ടിരിപ്പുണ്ട്. അതിൽ നിന്നു വമിക്കുന്ന വെളുത്ത ആവി മുറി മുഴുവൻ തങ്ങിനില്ക്കുന്നു. ആവി പൊതിഞ്ഞ അടുക്കളയിൽ പഴങ്ങൾ നുറുക്കി രസിക്കുകയാണ് അടുക്കളപ്പയ്യന്മാർ. അപ്പോഴാണ്, ആവി യ്ക്കിടയിലൂടെ പാചകക്കാരും പലഹാരമുണ്ടാക്കുന്നവരും ഒരു ഭയങ്കരകാഴ്ച കണ്ടത്.

ജനാലയുടെ പുറത്തുള്ള മരക്കൊമ്പുകൾ താഴുകയും ഇലകൾ കൊടുങ്കാറ്റിലകപ്പെട്ട പോലെ ശക്തിയായി ഉലയുകയും രണ്ടാളുകൾ ജനൽപ്പടിയിൽ പ്രത്യക്ഷപ്പെടുകയും ചെയ്തു. ചുവന്ന മുടിയുള്ള ഒരു ഭീമനും ഒരു കൊച്ചു ബാലികയും.

"കൈ പൊക്കിൻ !" പ്രൊസ്പേറൊ പറഞ്ഞു. അയാൾ ഓരോ കയ്യിലും ഓരോ കൈതോക്കു പിടിച്ചിരുന്നു.

"അനങ്ങിപ്പോകരുത്!" കൈത്തോക്ക് ഉയർത്തിക്കൊണ്ട് സുവോക്ക് വിളിച്ചു പറഞ്ഞു.

അപരിചിതർ ആജ്ഞകളാവർത്തിക്കാൻ കാത്തുനിൽക്കാതെ രണ്ടു ഡസൻ വെളുത്ത കുപ്പായക്കൈകൾ മേലോട്ടുയർന്നു.

പിന്നീട് കുടങ്ങൾ പറന്നു തുടങ്ങി.!

തിളങ്ങുന്ന കണ്ണാടിച്ചില്ലിന്റേതും ചെമ്പിന്റേതുമായ, ആവി പറക്കുന്ന, സുമധുരവും സുരഭിലവുമായ കൊട്ടാരത്തിലെ അപ്പപ്പുരയുടെ അവസാനമായിരുന്നു അത്.

തോക്കുണ്ടാക്കുന്ന പ്രൊസ്പേറൊ പ്രധാന കുടത്തിനുവേണ്ടി തിരയുകയായിരുന്നു. തന്റേയും തന്നെ രക്ഷപ്പെടുത്തിയ കൊച്ചു ചങ്ങാതിയുടേയും ഏകരക്ഷാമാർഗം അതാണ്.

അവർ കുടങ്ങൾ കമഴ്ത്തിയിട്ടു. അപ്പക്കരണ്ടികളും, പാത്രങ്ങളും പ്ലേറ്റുകളും തട്ടി മാറ്റി. ചില്ലുകൾ നിലത്ത് വീണ് ചിതറി. നിലത്തുതൂകിയ ഗോതമ്പുമാവ് സഹാറയിലെ മണൽക്കാറ്റുപോലെ വെളുത്ത

പടലങ്ങളായി മേലോട്ടുയർന്നു. ബദാമും മുന്തിരിങ്ങയും പഞ്ചസാര യിൽ പൊതിഞ്ഞ ചെറിപ്പഴങ്ങളും തറയിലാകെ ചിതറിക്കിടന്നിരു ന്നു. ഉയർന്ന തട്ടുകളിൽ നിന്ന് പഞ്ചസാര വെള്ളച്ചാട്ടം പോലെ ഒഴുകി. മധുരക്കുഴമ്പ് ഒഴുകിയൊലിച്ച് തറയിൽ ഒരിടപ്പൊക്കത്തിലായി. വെള്ളം നാലുപാടും ചിതറി. പഴങ്ങൾ ഓടി നടന്നു. അടുക്കിവച്ചിരു ന്ന ചെമ്പു കുടങ്ങൾ അടുക്കളയിലൂടെ ഉരുണ്ടു. സർവ്വതും കീഴ്മേൽ മറിഞ്ഞിരുന്നു. നാം ചിലപ്പോൾ ഇതുപോലുള്ള സ്വപ്നം കാണാറുണ്ട്. പക്ഷേ നമുക്കറിയാം അതു സ്വപ്നമാണെന്ന്. അതുകൊണ്ട് തോന്നി യതെന്തും ചെയ്യാം.

"നോക്കൂ," സുവോക്ക് വിളിച്ചു പറഞ്ഞു. "ഇതാ ഇവിടുണ്ട്. !"

അന്വേഷിച്ചത് അവർ കണ്ടെത്തി. കുടത്തിന്റെ മൂടി കൂട്ടത്തിലേക്ക് വലിച്ചെറിയപ്പെട്ടു. ചുവപ്പും പച്ചയും മഞ്ഞയും നിറം കലർന്ന ഒട്ടുന്ന കുഴമ്പിന്റെ കുളത്തിൽ അതു ചെന്നു വീണു. കുടത്തിന് അടിയില്ലെന്ന് പ്രൊസ്പേറൊ കണ്ടു.

"വേഗം !" സുവോക്ക് പറഞ്ഞു. "ഞാൻ പുറകെ വന്നോളാം."

പ്രൊസ്പേറൊ കുടത്തിനുള്ളിലേക്ക് ചാടിക്കയറി. അയാൾ തുര ങ്കത്തിലേക്കു മറഞ്ഞപ്പോൾ മുകളിൽ അപ്പപ്പുരയിൽ നിന്നു വിളികൾ കേട്ടു.

സുവോക്കിന് കുടത്തിൽ കയറാൻ സമയം കിട്ടിയില്ല. പാർക്കിലും കൊട്ടാരത്തിലും ആളുകളെ ഭയചകിതരാക്കിയശേഷം വേങ്ങപ്പുലി അപ്പപ്പുരയിലേക്കു കയറി. കാവൽഭടന്മാർ ഏല്പിച്ച മുറിവുകൾ കാരണം അതിന്റെ ദേഹത്ത് അവിടവിടെ ചോര ഒഴുകുന്നുണ്ടായി രുന്നു.

പാചകക്കാരും അടുക്കളപ്പയ്യന്മാരും ദൂരെയുള്ള ഒരു കോണിലേക്ക് ഓടി മാറി. സുവോക്ക് കൈത്തോക്കുള്ള കാര്യം മറന്ന് പുലിയുടെ നേരെ ഒരു പീർപ്പഴമെറിഞ്ഞു.

ആ ജന്തു പ്രൊസ്പേറൊയുടെ പിന്നാലെ ചാടി. അത് ആദ്യം തല കുടത്തിനകത്തിട്ടു കൊണ്ട് ഇരുണ്ട് ഇടുങ്ങിയ തുരങ്കത്തിലൂടെ നുഴഞ്ഞിറങ്ങി. അതിന്റെ നീണ്ട കറുത്ത വാൽ കുടത്തിനു വെളിയിൽ പൊങ്ങിനിന്നു. പിന്നീട് വാലും മറഞ്ഞു.

സുവോക്ക് കൈ രണ്ടു കൊണ്ട് കണ്ണു പൊത്തി.

"പ്രൊസ്പേറൊ ! ഓ, പ്രൊസ്പേറൊ !" അവൾ വിലപിച്ചു.

പാചകക്കാർ ദുഷ്ടബുദ്ധിയോടെ ആർത്തു ചിരിച്ചു. ആ നിമിഷം കൊട്ടാരം കാവൽക്കാർ അപ്പപ്പുരയിലേക്ക് ഓടിക്കയറി വന്നു. അവരുടെ യൂണിഫോറങ്ങൾ കീറിപ്പറിഞ്ഞു മുഖങ്ങൾ ചോര പുരണ്ടും

ഇരുന്നിരുന്നു. അവരുടെ കൈത്തോക്കുകൾ അപ്പോഴും പുകയുന്നു ണ്ടായിരുന്നു. അവർ വേങ്ങപ്പുലിയുമായി പൊരുതുകയായിരുന്നു.

"പുലി പ്രൊസ്പേറൊയെ കടിച്ചു കീറും ! ഇനി എനിക്കൊന്നിലും താല്പര്യമില്ല. നിങ്ങൾക്ക് എന്നെ അറസ്റ്റു ചെയ്യാം." തികച്ചും അക്ഷോഭ്യയായിട്ടാണ് സുവോക്ക് സംസാരിച്ചത്. വലിയ കൈത്തോക്കു പിടിച്ചിരുന്ന കൊച്ചു കൈ തളർന്നു തൂങ്ങിക്കിടന്നിരുന്നു.

ഒരു വെടി പൊട്ടി. തുരങ്കത്തിൽ നിന്നാണതു കേട്ടത്. പ്രൊസ്പേറൊ വേങ്ങപ്പുലിയെ വെടിവെച്ച ശബ്ദമായിരുന്നു അത്.

കാവൽഭടന്മാർ മുട്ടറ്റം പഞ്ചസാരക്കുഴമ്പിൽ നിന്നുകൊണ്ട് കൂടത്തിനു ചുറ്റും കൂടി.

ഒരാൾ കൂടത്തിനകത്തേക്കു നോക്കി. പിന്നീടയാൾ അതിനുള്ളിൽ കയ്യിട്ട് എന്തോ പിടിച്ചു വലിച്ചു. മറ്റു രണ്ടു കാവൽക്കാർ സഹായിച്ചു. ഒരു ഞരക്കത്തോടെ അവർ ചത്ത പുലിയെ വാലിനു പിടിച്ചു പുറത്തിട്ടു.

"അതു ചത്തു," നെറ്റി തുടച്ചു കൊണ്ട് കാവൽക്കാരിലൊരാൾ പറഞ്ഞു.

"അദ്ദേഹം ജീവിക്കുന്നു ! അദ്ദേഹം ജീവിക്കുന്നു ! ഞാനാണ് അദ്ദേഹത്തെ രക്ഷിച്ചത് ! ജനങ്ങളുടെ സുഹൃത്തിനെ രക്ഷിച്ചതു ഞാനാണ് !" സുവോക്ക് ആഹ്ലാദപൂർവ്വം വിളിച്ചു പറഞ്ഞു. പാവം സുവോക്ക് ! അവളുടെ വസ്ത്രം കീറിയിരുന്നു. മുടിയിലും ചെരിപ്പുകളിലുമുണ്ടായിരുന്ന സുവർണ്ണനിറത്തിലുള്ള പനിനീർപ്പൂക്കൾ ചുളുങ്ങിപ്പോയിരുന്നു.

ആനന്ദത്താൽ അവളുടെ മുഖം ഇളംചുവപ്പുനിറമായി.

അവൾ തന്റെ സ്നേഹിതനായ തിബൂൽ എന്ന അഭ്യാസി പറഞ്ഞ കാര്യം ചെയ്തു. തോക്കുണ്ടാക്കുന്ന പ്രൊസ്പേറൊയെ രക്ഷപ്പെടുത്തി.

"ശരി !" സുവോക്കിന്റെ കൈയ്യു പിടിച്ചു കൊണ്ട് കാവൽക്കാരിലൊരാൾ പറഞ്ഞു. "പേരുകേട്ട പാവേ, നീയിനി എന്താണു ചെയ്യാൻ പോകുന്നതെന്നു കാണട്ടെ."

"അവളെ മൂന്നു തടിയന്മാരുടെ അടുത്തേക്കു കൊണ്ടു പോകൂ."

"അവർ നിന്നെ വധശിക്ഷയ്ക്കു വിധിക്കും."

"വിഡ്ഢി," തന്റെ വസ്ത്രത്തിലെ ഇളം ചുവപ്പു ലേസിൽ പറ്റിപ്പിടിച്ചിരുന്ന മധുരക്കുഴമ്പ് നക്കിക്കൊണ്ട് സുവോക്ക് കൂസലില്ലാതെ പറഞ്ഞു.

അദ്ധ്യായം പന്ത്രണ്ട്

നൃത്താദ്ധ്യാപകനായ വൺ-ടു-ത്രി

പാവയ്ക്കെന്തു പറ്റിയെന്ന നമുക്കറിഞ്ഞു കൂടാ. അമ്പരപ്പിക്കുന്ന മറ്റു പലതും - ഉദാഹരണത്തിന് , ഏതു തരത്തിലുള്ള തത്തയാണ് മരത്തിലിരുന്നിരുന്നത്, ഒരു പക്ഷേ ഇപ്പോൾപ്പോലും അഴയിൽ തോരയിട്ട കുപ്പായം പോലെ മരത്തിൽ നിന്നു തൂങ്ങിക്കിടക്കുന്ന വൃദ്ധനായ മൃഗസൂക്ഷിപ്പുകാരനെ ഇത്രയേറെ ഭയപ്പെടുത്തിയതെന്താണ്, തോക്കുണ്ടാക്കുന്ന പ്രൊസ്പേറൊ കൂട്ടിൽ നിന്നു രക്ഷപ്പെട്ടതെങ്ങിനെ, വേങ്ങപ്പുലി എവിടുന്നു വന്നു. സുവോക്ക് പ്രൊസ്പേറൊയുടെ തോളത്തു വന്നതെങ്ങിനെ, മനുഷ്യശബ്ദത്തിൽ സുവോക്കിനോട് സംസാരിച്ച രാക്ഷസനേത്, ഇത്തരം പലകയാണ് ആ രാക്ഷസൻ സുവോക്കിന് നൽകിയത്, അതെന്തു കൊണ്ടു മരിച്ചു തുടങ്ങി പലതും - വിശദീകരിക്കാൻ ഇനിയും സമയമായിട്ടില്ല.

ഈ ചോദ്യങ്ങളിലോരോന്നിനും യഥാസമയം മറുപടി പറയുന്നതാണ്. അത്ഭുതങ്ങളൊന്നും തന്നെ ഉണ്ടായില്ലെന്നും നടന്നതിനോരോന്നിനും തക്കതായ കാരണമുണ്ടായിരുന്നെന്നും മാത്രമേ ഞാൻ

പറയുന്നുള്ളൂ.

ഇപ്പോൾ പ്രഭാതമാണ്. പ്രകൃതിയിൽ അത്ഭുതകരമായ ഒരു മാറ്റമുണ്ടായിരിക്കുന്നു. നിർമ്മലമായ വായു. ആടിന്റെ മുഖച്ഛായയുള്ള ഒരു നിർഗ്ഗുണയായ കിളവി പോലും അതിന്റെ സ്വാധീനത്തിൽ മുറുമുറുപ്പു നിർത്തി. മരങ്ങൾ പുറപ്പെടുവിപ്പിക്കുന്നതു കേവലം മർമ്മരശബ്ദമല്ല. കുട്ടികളുടെ സന്തോഷഭരിതമായ ശബ്ദങ്ങളെ അവ അനുകരിക്കുകയാണോ എന്നു തോന്നി.

ഇതുപോലുള്ള ഒരു പ്രഭാതത്തിൽ എല്ലാവർക്കും നൃത്തം ചെയ്യാൻ തോന്നും. അതുകൊണ്ട് നൃത്താദ്ധ്യാപകനായ വൺ-ടു-ത്രി യുടെ നൃത്തശാലയിൽ ആൾത്തിരക്കുണ്ടായിരുന്നതിൽ അത്ഭുതപ്പെടാനില്ല.

വിശക്കുമ്പോൾ നൃത്തം ചെയ്യാനാവില്ല. ദുഃഖിച്ചിരിക്കുമ്പോഴും അതു സാദ്ധ്യമല്ല. പക്ഷേ മൂന്നു തടിയന്മാരുടെ കൊട്ടാരത്തെ വീണ്ടും ആക്രമിക്കാനായി തൊഴിലാളികളുടെ പാർപ്പിടങ്ങളിൽ അന്നു രാവിലെ ഒത്തു കൂടിക്കൊണ്ടിരുന്നവർക്കു മാത്രമേ വിശപ്പും ദുഃഖവുമുണ്ടായിരുന്നുള്ളൂ. മേനിക്കണ്ടപ്പന്മാരും മാന്യമഹതികളും കുടവയറന്മാരുടേയും പണക്കാരുടേയും മക്കളും വലിയ ഉത്സാഹത്തിലായിരുന്നു. അഭ്യാസിയായ തിബൂൽ പാവപ്പെട്ടവരേയും പട്ടിണിക്കാരേയും ചേർത്ത് പട്ടാളമുണ്ടാക്കുന്ന വിവരം അവർക്കറിഞ്ഞു കൂടായിരുന്നു. ജനങ്ങൾക്ക് വളരെയേറെ ആവശ്യമായിരുന്ന, തോക്കുണ്ടാക്കുന്ന പ്രൊസ്പേറൊയെ കൊച്ചു സർക്കസ് നർത്തകിയായ സുവോക്ക് മോചിപ്പിച്ച വിവരം അവർക്കറിഞ്ഞുകൂടായിരുന്നു. പട്ടണത്തിൽ നടക്കുന്ന ബഹളത്തെ അവർ കാര്യമാക്കിയില്ല.

“അസംബന്ധം!” നൃത്തപാദുകങ്ങൾ അണിയുന്നതിനിടയിൽ മൂക്കുകൂർത്ത ഒരു യുവതി പറഞ്ഞു. “അവർ വീണ്ടും കൊട്ടാരം ആക്രമിക്കാൻ മുതിരുകയാണെങ്കിൽ കാവൽഭടന്മാർ മുമ്പു ചെയ്തു പോലെ അവരെ ഭസ്മമാക്കും.”

“തീർച്ചയായും!” ഒരു ആപ്പിൾ കടിച്ചു കൊണ്ട് തന്റെ ഫ്രോക്ക് കോട്ട് പരിശോധിച്ചു കൊണ്ടിരുന്ന ഒരു മേനിക്കണ്ടപ്പൻ ഒത്തു പറഞ്ഞു. “ആ ഖനിപ്പണിക്കാർക്കും വൃത്തികെട്ട തൊഴിലാളികൾക്കും തോക്കും കൈത്തോക്കും വാളുമൊന്നുമില്ല. കാവൽപ്പട്ടാളക്കാർക്കാണെങ്കിൽ പീരങ്കിയുണ്ട്.”

അല്ലലിത്താത്ത സുഖിമാന്മാരായ ആ സ്ത്രീ പുരുഷന്മാർ ജോടി ജോടിയായി വൺ-ടു-ത്രി യുടെ വീട്ടിൽ വന്നു. കതകിന്മേലുള്ള ബോർഡിൽ ഇങ്ങനെ എഴുതിയിരുന്നു.

മി : വൺ-ടു-ത്രി
നൃത്താദ്ധ്യാപകൻ
നൃത്തത്തിനു പുറമെ ശിഷ്ടാചാരത്വവും
വിലാസവും ചുണയും
സൽപ്പെരുമാറ്റവും കാവ്യാത്മകമായ
ജീവിതവീക്ഷണവും
ഞാൻ പഠിപ്പിക്കുന്നു
പത്തു പാഠങ്ങൾക്കുള്ള ഫീസ്
മുൻകൂറടയ്ക്കണം

അകത്ത്, വൃത്താകൃതിയിലുള്ള നൃത്തശാലയുടെ തേൻനിറത്തിലുള്ള മെഴുകിട്ട തറയിൽ വൺ-ടു-ത്രി നൃത്തം പഠിപ്പിക്കുകയായിരുന്നു.

അയാൾ ഒരു കറുത്ത പുല്ലാങ്കുഴൽ വായിച്ചു കൊണ്ടിരുന്നു. ഏതോ ഇന്ദ്രജാലത്താൽ അത് അയാളുടെ ചുണ്ടുകളോടു ചേർന്നിരിക്കുന്നതുപോലെ തോന്നി. കാരണം, ലസു പിടിപ്പിച്ച കഫുകളും വെളുത്തു നേർത്ത ഉറകളും അണിഞ്ഞിരുന്ന കൈകൾ അയാൾ സദാസമയം ആട്ടിക്കൊണ്ടിരുന്നു. അയാൾ തല കുനിക്കുകയും വട്ടത്തിൽ കറങ്ങുകയും കണ്ണുരുട്ടുകയും സംഗീതത്തിന്റെ താളത്തിനൊപ്പം ഷൂസുകൊണ്ട് തറയിൽ തട്ടുകയും ചെയ്തു. താൻ എത്ര കണ്ടു സുന്ദരനാണെന്നു കാണാനും തന്റെ പല ബോകളും യഥാസ്ഥാനങ്ങളിലുണ്ടോ എന്നു പരിശോധിക്കാനും സുഗന്ധതൈലം പുരട്ടി തലമുടി വേണ്ടത്ര തിളങ്ങുന്നുണ്ടോ എന്നു നോക്കാനും അയാൾ കൂടെ കൂടെ വലിയൊരു കണ്ണാടിയുടെ മുമ്പിലേക്കോടും.

സ്ത്രീപുരുഷന്മാർ ജോഡിയായി വട്ടത്തിൽ കറങ്ങിക്കൊണ്ടിരുന്നു. അവർ വളരെപ്പേരുണ്ടായിരുന്നു. ഈ ആൾപ്പെരുപ്പവും അവരുടെ ദേഹത്തു നിന്നു സമൃദ്ധമായി ഒഴുകിക്കൊണ്ടിരുന്ന വിയർപ്പും ആ സഭയ്ക്കാകെ വർണ്ണശബളമെങ്കിലും അങ്ങേയറ്റം ദുസ്വാദുള്ള ഒരു സൂപ്പിന്റെ പ്രതീതിയാണു നൽകിയത്.

ആ ബഹളത്തിൽ അവിടവിടെ ചുറ്റിക്കൊണ്ടിരുന്ന ഒരാണിനെയോ പെണ്ണിനെയോ കണ്ടാൽ ഒരു പിഞ്ഞാണിയിലെ സൂപ്പിൽ പൊങ്ങിക്കിടക്കുന്ന തർക്കാരിക്കിഴങ്ങോ, മുട്ടക്കുസിലയോ, കാണാൻ ഇമ്പവും കൗതുകവുമുള്ള അതിലും വിചിത്രമായ മറ്റെന്തെങ്കിലും സാധനമോ ആണെന്നു തോന്നും.

സൂപ്പിലെ സ്പൂണാണ് വൺ - ടൂ- ത്രി. അയാളെ കണ്ടാലും അങ്ങിനെ തോന്നും. കാരണം, നീണ്ടു മെലിഞ്ഞ ദേഹമായിരുന്നു അയാളുടേത്.

സുവോക്ക് ഈ നൃത്തമെല്ലാം കണ്ടിരുന്നെങ്കിൽ അവൾ എത്ര മാത്രം ചിരിച്ചേനെ ! "വിഡ്ഢിയായ രാജാവ്" എന്ന നൃത്തനാടകത്തിൽ സ്വർണ്ണമുട്ടക്കുസ്സിന്റെ ഭാഗം അഭിനയിച്ചപ്പോൾ പോലും അവൾ ഇതിലും തന്മയത്വത്തോടെയാണ് നൃത്തം ചെയ്തത്. !

ഈ നൃത്തത്തിനിടയിൽ പരുപരുത്ത തുകൽക്കയ്യുറകളിട്ട മൂന്നു വലിയ മുഷ്ടികൾ നൃത്താദ്ധ്യാപകനായ വൺ-ടു-ത്രീ കതകിൽ ആഞ്ഞിടിച്ചു.

"സൂപ്പിന്റെ" ഇളക്കം പെട്ടെന്നു നിന്നു.

അഞ്ചു മിനിട്ടു കഴിഞ്ഞപ്പോൾ വൺ-ടു-ത്രി യെ മൂന്നു തടിയന്മാരുടെ കൊട്ടാരത്തിലേക്കു കൊണ്ടു പോവുകയായിരുന്നു.

മൂന്നു കൊട്ടാരം കാവൽക്കാരാണ് അയാളെ കൊണ്ടു പോകാൻ വന്നത്. അവരിലൊരാൾ അയാളെ കുതിരപ്പുറത്ത് പുറകോട്ടു തിരിച്ചു ഇരുത്തി. അയാളുടെ വലിയ കാർഡ് ബോർഡ് പെട്ടി മറ്റൊരു കാവൽക്കാരൻ പിടിച്ചു. അതു വളരെ വലുതായിരുന്നു.

"എനിക്ക് എന്റെ പുല്ലാങ്കുഴലും കുറെ സൂട്ടുകളും വിഗ്ഗുകളും സ്വരക്കുറിപ്പുകളും ഏറ്റവുമിഷ്ടപ്പെട്ട പാട്ടുകളും എടുക്കണം." കാവൽക്കാരോടൊപ്പം പുറപ്പെടാനൊരുങ്ങുമ്പോൾ വൺ-ടു-ത്രി പറയുകയുണ്ടായി. "എത്രനാൾ കൊട്ടാരത്തിൽ പാർക്കേണ്ടി വരുമെന്ന് എനിക്കറിഞ്ഞുകൂടാ. ഞാൻ സുന്ദരവസ്തുക്കൾ ഉപയോഗിച്ചു ശീലിച്ചു പോയി. അതുകൊണ്ടാണ് കൂടെ കൂടെ വസ്ത്രം മാറാൻ ആഗ്രഹിക്കുന്നത്."

അയാൾക്ക് മൂന്നു തടിയന്മാരെ ഇഷ്ടമായിരുന്നു. തടിയന്മാരായ എല്ലാ പണക്കാരുടെയും മക്കൾക്കത് അവരോട് ഇഷ്ടമായിരുന്നുവെന്നതു തന്നെ കാരണം. ഒരു പണക്കാരന് പണം കൂടും തോറും വൺ - ടു ത്രിക്ക് അയാളോടുള്ള ഇഷ്ടവും കൂടി വന്നു.

"വാസ്തവത്തിൽ പാവപ്പെട്ടവരെക്കൊണ്ട് എനിക്കെന്തു മെച്ചമാണുള്ളത്.?" അയാൾ തന്നാൻ പറയും. "അവർ നൃത്തം പഠിക്കാൻ വരാറുണ്ടോ? അവരെപ്പോഴും ജോലിയിൽ മുഴുകിയിരിക്കുയാണ്. കയ്യിൽ പണവുമില്ല. എന്നാൽ ധനികരായ വ്യാപാരികളേയും മേനിക്കണ്ടപ്പന്മാരേയും മാന്യമഹതികളേയും എടുത്തു നോക്കൂ. എപ്പോഴും അവരുടെ പോക്കറ്റു നിറയെ പണമാണ്. അവരൊരിക്കലും ജോലിയിൽ മുഴുകിയിരിക്കാറില്ല."

അയാളുടെ ചിന്താഗതി വച്ചുനോക്കിയാൽ വൺ - ടു ത്രി ഒരു മടയനായിരുന്നില്ലെന്നു കാണാം. പക്ഷേ നമ്മുടെ ചിന്താഗതി വച്ചു നോക്കിയാൽ അയാൾ തീർച്ചയായും മഠയനായിരുന്നു.

"ആ സുവോക്ക് വാസ്തവത്തിലൊരു മഠയിയാണ്." അയാൾ

സ്വയം പറയും. "ഭിക്ഷക്കാർക്കും പട്ടാളക്കാർക്കും തൊഴിലാളികൾക്കും അലവലാതികൾക്കും വേണ്ടി നൃത്തം ചെയ്യാൻ എന്തിനവൾ പാടുപെടുന്നു.? കുറെ ചെമ്പുതുട്ടുകളിൽ കവിഞ്ഞൊന്നും അവരവൾക്ക കൊടുക്കുകയില്ല."

ആ ഭിക്ഷക്കാരുടേയും തൊഴിലാളികളുടെയും അലവലാതികളുടെയും നേതാവായ, തോക്കുണ്ടാക്കുന്ന പ്രൊസ്പേറൊയെ രക്ഷപ്പെടുത്താൻ ആ കൊച്ചു നർത്തകി തന്റെ ജീവൻ പോലും അപകടപ്പെടുത്തിയെന്ന് അറിഞ്ഞിരുന്നെങ്കിൽ മഠയനായ വൺ-ടു-ത്രി ഒരു പക്ഷേ അതിലേറെ ആശ്ചര്യപ്പെടുമായിരുന്നു.

സവാരിക്കാർ കൊട്ടാരത്തിന്റെ നേരെ കുതിരയോടിച്ചു പോയി.

വഴിക്ക് അവർ വിചിത്രമായ പലതും കണ്ടു. അകലെ തുടർച്ചയായി വെടി പൊട്ടുന്ന ശബ്ദം കേൾക്കാം. ഓരോ വാതുക്കലും ആളുകൾ ഉദ്വേഗത്തോടെ കൂടി നിൽപ്പുണ്ട്. ഇടയ്ക്കിടെ കൈത്തോക്കുകൾ ധരിച്ച ചെറിയ തൊഴിലാളി സംഘങ്ങൾ തെരുവിലൂടെ പാഞ്ഞോടുന്നതു കാണാം. കച്ചവടത്തിനു പറ്റിയ ദിവസമായിരുന്നു ഇന്നെന്നു തോന്നി. പക്ഷേ കച്ചവടക്കാർ കടകളടയ്ക്കുകയാണ്. എന്തു നടക്കുന്നുവെന്നറിയാൻ അവർ പലകകളുടെ പിന്നിൽ നിന്നും തങ്ങളുടെ തടിച്ചു മിനുമിനുത്ത മുഖങ്ങൾ വെളിയിലേക്കിട്ടിരിക്കുന്നു. ഈ സന്ദേശം തെരുവുതോറും മാറ്റൊലിക്കൊണ്ടു:

"പ്രൊസ്പോറൊ!"

"പ്രൊസ്പേറൊ !"

"നമ്മോടൊപ്പമുണ്ട് !"

"നമ്മോടൊപ്പം !"

വായിൽ നിന്നു നുരയും പതയും വീഴുന്ന കുതിരയുടെ പുറത്ത് ഒരു കാവൽഭടൻ പാഞ്ഞു പോകുന്നത് കൂടെക്കൂടെ കാണാം. ചിലപ്പോൾ ഒരു തടിയൻ കിതച്ചു കിതച്ച് ഒരു ഇടവഴിയിലേക്കു തിരിയുന്നുണ്ടാവും. ചുവന്ന മുടിക്കാരായ ഭൃത്യന്മാർ യജമാനന്റെ രക്ഷയ്ക്കായി വടികളും പിടിച്ച് ചുറ്റുമുണ്ട്.

ഒരു തിരിവിൽ വച്ച് ഭൃത്യന്മാർ തങ്ങളുടെ തടിച്ച യജമാനനെ രക്ഷിക്കുന്നതിനു പകരം അയാളെ തല്ലാൻ തുടങ്ങി. അവർ ഭയങ്കര ഒച്ചപ്പാടാണുണ്ടാക്കിയത്.

അവർ ഒരു പഴയ ചാരുകസേരയിൽ നിന്നു പൊടി തട്ടിക്കളയുകയാണെന്നാണ് വൺ-ടു-ത്രി ആദ്യം ധരിച്ചത്.

തങ്ങളുടെ തടിച്ച യജമാനന് ഒരു മൂന്നു ഡസൻ അടി കൊടുത്ത ശേഷം ഭൃത്യന്മാരോരുത്തരും അയാളെ തൊഴിച്ചു. പിന്നീട് കൈ

കോർത്തു പിടിച്ചു കൊണ്ടും വടി വീശിക്കൊണ്ടും ഇങ്ങനെ വിളിച്ചു പറഞ്ഞു കൊണ്ട് അവർ ഓടിപ്പോയി:

"മൂന്നു തടിയന്മാർ തുലയട്ടെ ! ഞങ്ങൾ പണക്കാർക്കു വേണ്ടി പണിയെടുക്കുകയില്ല ! ജനങ്ങൾ നീണാൾ വാഴട്ടെ !"

ഈ സമയത്ത് തെരുവിലൂടെ പ്രൊസ്പേറൊ !" പ്രൊസ്പേറൊ!" എന്ന വിളി ആവർത്തിച്ചു കേട്ടു കൊണ്ടിരുന്നു.

വായുവിൽ വെടിമരുന്നിന്റെ മണം തങ്ങി നിന്നു.

അവസാനം ഒരു ഭയങ്കര സംഭവം നടന്നു.

മൂന്നു കാവൽഭടന്മാർ വൺ-ടു-ത്രി യെയും കൊണ്ട് കുതിരയോടിച്ചു പോകുമ്പോൾ വേറെ പത്തു കാവൽഭടന്മാർ വഴി തടഞ്ഞു. അവർ റോഡിൽ നിൽക്കുകയായിരുന്നു.

"നിൽക്ക് !" "പത്തുപേരിൽ ഒരാൾ ആജ്ഞാപിച്ചു. അയാളുടെ നീല കണ്ണുകൾ കോപം കൊണ്ടു ജ്വലിച്ചു. "നിങ്ങളാര്?"

"കാണാൻ പാടില്ലേ ?" വൺ-ടു-ത്രി - യെ പുറകോട്ടു തിരിച്ച് കുതിരപ്പുറത്തിരുത്തിയിരുന്ന കാവൽക്കാരൻ അത്ര തന്നെ കോപത്തോടെ തിരിച്ചു ചോദിച്ചു.

കുതിച്ചു പാഞ്ഞു കൊണ്ടുള്ള വരവിൽ പെട്ടെന്നു കടിഞ്ഞാണിട്ട കുതിരകൾ മുൻകാലുകൾ പൊക്കി നിന്നു. അവയുടെ കടിഞ്ഞാൻ കിലുങ്ങി. വൺ-ടു-ത്രി പേടിച്ചു വിറച്ചു. അയാളാണോ കടിഞ്ഞാണുക ളാണോ കൂടുതൽ വിറ കൊണ്ടതെന്നു പറയാൻ പ്രയാസമായിരുന്നു.

"മൂന്നു തടിയന്മാരുടെ കൊട്ടാരം കാവൽക്കാരാണു ഞങ്ങൾ !"

"ഞങ്ങൾ കൊട്ടാരത്തിലേക്കു പായുകയാണ്. ഞങ്ങൾക്ക് വഴി തരൂ !"

ബെൽട്ടിൽ നിന്നു കൈത്തോക്ക് ഊരി കൊണ്ട് നീലക്കണ്ണുള്ള കാവൽഭടൻ പറഞ്ഞു:

"അങ്ങിനെയാണെങ്കിൽ നിങ്ങളുടെ കൈത്തോക്കുകളും വാളുകളും തരിൻ ! ഒരു പട്ടാളക്കാരന്റെ ആയുധങ്ങൾ സേവിക്കേണ്ടത് ജനങ്ങ ളെയാണ്, മൂന്നു തടിയന്മാരെയല്ല !"

മറ്റ് ഒമ്പതു കാവൽക്കാരും കൈത്തോക്കുകളൂരി കൊണ്ട് സവാ രിക്കാരെ വളഞ്ഞു.

സവാരിക്കാർ തോക്കെടുത്തു. വൺ-ടു-ത്രി മോഹാലസ്യപ്പെട്ടു ഏതായാലും സവാരിക്കാരും കലാപകാരികളായ കാവൽക്കാരും തമ്മിലുള്ള ഏറ്റുമുട്ടൽ കഴിഞ്ഞാണ് അയാൾ ഉണർന്നത്. കലാപ കാരികൾ ജയിച്ചെന്നു വ്യക്തമായിരുന്നു. കാരണം തന്നെ പുറകോട്ടു

തിരിച്ച കുതിരപ്പുറത്തു കയറ്റിയ കാവൽക്കാരനെ അയാൾ കണ്ടു. ആ കാവൽക്കാരൻ മരിച്ചു കഴിഞ്ഞിരുന്നു.

"ഹാ ! കഷ്ടം ! ചോര !" കണ്ണടച്ചു കൊണ്ട് വൺ-ടൂ-ത്രീ പിറുപിറുത്തു.

പക്ഷേ ഒരു നിമിഷം കഴിഞ്ഞ് കണ്ട കാഴ്ച അയാളുടെ തല ചുറ്റിച്ചു.

തന്റെ വലിയ കാർഡ് ബോർഡ് പെട്ടി തകർന്നു കിടന്നിരുന്നു. തന്റെ വിലപിടിച്ച സർവ്വതും പുറത്തു വീണു കിടക്കുന്നു. മോടിയുള്ള സൂട്ടും സ്വരക്കുറിപ്പുകളും വിഗ്ഗുകളുമെല്ലാം ആ പൊടി പുരണ്ട റോഡിൽ ചിന്നിച്ചിതറി കിടക്കുകയാണ്.

"ഹാ ! കഷ്ടം !"

പോരാട്ടം മുറുകി വന്നപ്പോൾ പെട്ടി കാത്തു സൂക്ഷിക്കാൻ ചുമതലപ്പെട്ട കാവൽക്കാരൻ അതു താഴെയിട്ടു. നിരത്തിൽ പാകിയിരുന്ന വലിയ കല്ലുകളിൽ തട്ടി അതു തകർന്നു പോയി.

"ഹോ ! ഭയങ്കരം !"

വൺ-ടൂ-ത്രീ തന്റെ സാധനങ്ങളുടെ അടുത്തേക്ക് ഓടിച്ചെന്നു. ബനിയനുകളും ഫ്രോക്ക് കോട്ടുകളും സ്റ്റോക്കിംഗുകളും വില കുറഞ്ഞ തിളങ്ങുന്ന ബക്കിളുകളോടു കൂടിയ ഷൂസുമെല്ലാം അയാൾ പരിശോധിച്ചു. അയാളുടെ ദുഃഖത്തിന് അതിരില്ലായിരുന്നു. അയാളുടെ എല്ലാ സാധനങ്ങളും, എല്ലാ വസ്തുങ്ങളും, അവിടുണ്ട്. പക്ഷേ ഏറ്റവും പ്രധാനപ്പെട്ടതും മാത്രമില്ല. തന്റെ കൊച്ചു മുഷ്ടികൾ ആകാശത്തിന്റെ നേരെ ചുരുട്ടി കൊണ്ട് വൺ-ടൂ-ത്രീ നടുറോഡിൽ നിൽക്കുമ്പോൾ മൂന്നുപ്പേർ മൂന്നു തടിയന്മാരുടെ കൊട്ടാരത്തിന്റെ നേരെ കുതിരയോടിച്ചു പോവുകയായിരുന്നു.

ഏറ്റുമുട്ടലിനു മുമ്പ് അവരുടെ കുതിരകൾ നൃത്താദ്ധ്യാപകനായ വൺ-ടൂ-ത്രീ യെ അനുഗമിച്ച കാവൽക്കാരുടെ വകയായിരുന്നു. ഏറ്റുമുട്ടലിൽ അവരിലൊരാൾ കൊല്ലപ്പെടുകയും മറ്റു രണ്ടുപേർ കീഴടങ്ങി ജനങ്ങളുടെ ഭാഗത്തു ചേരുകയും ചെയ്തു. അതിനു ശേഷം, ഏറ്റുമുട്ടലിൽ ജയിച്ചവർ നൃത്താദ്ധ്യാപകന്റെ തകർക്കപ്പെട്ട കാർഡ്ബോർഡ് പെട്ടിയിൽ ഇളം ചുവപ്പുനിറത്തിൽ എന്തോ ഒന്ന് വലത്തുണിയിൽ പൊതിഞ്ഞു വച്ചിരിക്കുന്നതു കണ്ടു. അതേത്തുടർന്ന് അവരിൽ മൂന്നുപേർ തങ്ങൾ പിടിച്ചെടുത്ത കുതിരകളെ ഓടിച്ചു പോയി.

മുമ്പിൽ പോയ, നീലകണ്ണുകളോടു കൂടിയ കാവൽഭടൻ വലത്തുണിയിൽ പൊതിഞ്ഞ ഇളം ചുവപ്പുനിറത്തിലുള്ള ഒരു കെട്ട് തന്റെ മാറോടു ചേർത്തു പിടിച്ചിട്ടുണ്ട്.

റോഡിൽ നിന്നു സർവ്വരും ഓടി മാറി. ആ കാവൽഭടന്റെ

തൊപ്പിയിൽ ഒരു ചുവന്ന റിബൺ കെട്ടിയിരുന്നു. അയാൾ ജനങ്ങളുടെ ഭാഗത്തു ചേർന്നുവെന്നായിരുന്നു അതിനർത്ഥം. കുതിരയോടിച്ചു പോകുമ്പോൾ വഴിയിലുള്ളവർ (സ്വഭാവികമായും തടിയന്മാരോ കുടവയറന്മാരോ ഒഴിച്ചുള്ളവർ) അയാളുടെ നേരെ ഹർഷാരവം മുഴക്കി. എങ്കിലും സൂക്ഷിച്ചു നോക്കിയ ചിലർ അത്ഭുതത്തോടെ കണ്ണുമിഴിച്ചു : കാരണം, ആ കാവൽഭടൻ മാറോടു ചേർത്തു പിടിച്ചിരുന്ന ഭാണ്ഡത്തിൽ നിന്നും പനിനീർപ്പൂക്കൾപ്പോലുള്ള സ്വർണ്ണ ബക്കിളുകളോടു കൂടി ഇളം ചുവപ്പുനിറത്തിലുള്ള ചെരിപ്പുകളണിഞ്ഞ ഒരു കൊച്ചു ബാലികയുടെ കാലുകൾ തൂങ്ങിക്കിടന്നിരുന്നു.

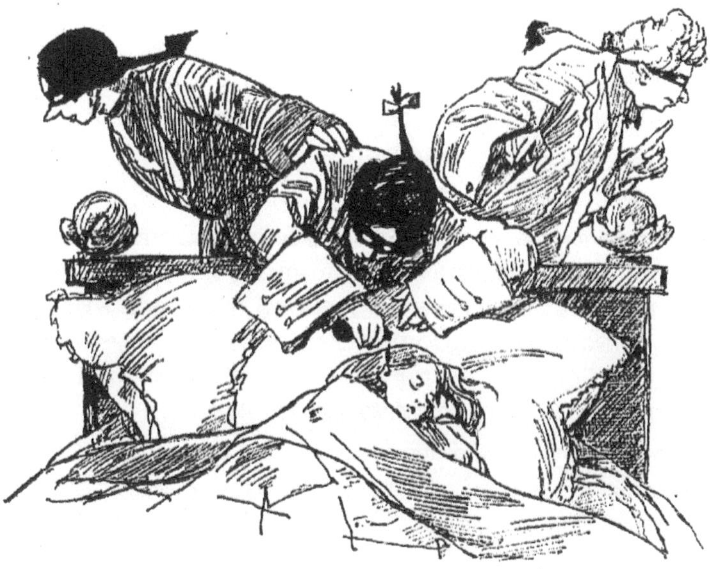

അദ്ധ്യായം പതിമൂന്ന്

വിജയം

അന്നു രാവിലെ നടന്ന അസാധാരണ സംഭവങ്ങളെക്കുറിച്ചാണ് ഇതേവരെ പറഞ്ഞത്. ഇനി അല്പം പുറകോട്ടു പോയി തലേന്നു രാത്രി നടന്നതെന്താണെന്നു പറയാം. അതും തികച്ചും അസാധാരണമായിരുന്നെന്ന് നിങ്ങൾക്ക് അറിയാമല്ലോ.

ആ രാത്രി തോക്കുണ്ടാക്കുന്ന പ്രൊസ്പേറൊ മൂന്നു തടിയന്മാരുടെ കൊട്ടാരത്തിൽ നിന്നു രക്ഷപ്പെട്ടു.

ആ രാത്രി സുവോക്കിനെ പിടിച്ചു.

ആ രാത്രി അനന്തരാവകാശിയായ ത്തുത്തിയുടെ കിടപ്പുമുറിയിൽ മൂന്നുപേർ മറച്ചു പിടിച്ച വിളക്കുകളുമായി പ്രവേശിച്ചു.

തോക്കുണ്ടാക്കുന്ന പ്രൊസ്പേറൊ കൊട്ടാരത്തിലെ അപ്പപ്പുര തകർക്കുകയും കാവൽഭടന്മാർ അടി കാണാത്ത കൂടത്തിനടുത്ത് വച്ച് സുവോക്കിനെ പിടികൂടുകയും ചെയ്തതിന് ഏതാണ്ടൊരു മണിക്കൂർ ശേഷമാണിതു നടന്നത്.

കിടപ്പുമുറിയിൽ ഇരുട്ടായിരുന്നു.

ഉയരമുള്ള ജനാലകൾ നിറയെ നക്ഷത്രങ്ങൾ മിന്നിക്കൊണ്ടിരുന്നു.

കുട്ടി ക്രമത്തിൽ ശ്വാസം വിട്ടു കൊണ്ട് ഗാഢനിദ്രയിലായിരുന്നു.

മൂന്നുപേരും തങ്ങളുടെ വിളക്കുകളുടെ വെളിച്ചം മറച്ചു പിടിക്കാൻ കഴിവതു ശ്രമിച്ചു.

അവരെന്താണു ഭാവിച്ചിരിക്കുന്നതെന്നു പറയാൻ സാദ്ധ്യമല്ലായിരുന്നു. എങ്കിലും അടക്കിപ്പിടിച്ച സംസാരം മുറിയിൽ കേൾക്കാം. കിടപ്പുമുറിയുടെ കതകിനു പുറത്തു കാവൽ നിൽക്കുന്ന പാറാവുകാരനെ കണ്ടാൽ അസാധാരണമായ എന്തെങ്കിലും നടക്കുന്നതായി തോന്നുകയില്ല. അതുകൊണ്ട് കിടപ്പുമുറിയിൽ കണ്ട മൂന്നുപേർക്കും അവിടെ വരാൻ അധികാരമുണ്ടായിരുന്നിരിക്കണം.

അനന്തരാവകാശിയായ ബാലന്റെ അദ്ധ്യാപകന്മാർ വലിയ ധൈര്യശാലികളല്ലെന്ന് ഇതിനകം അറിയാമല്ലോ. കൊട്ടാരത്തിന്റെ പാർക്കിൽ വച്ച് കാവൽഭടന്മാർ പാവയുടെ ദേഹത്ത് വാൾ കുത്തിയിറക്കിയപ്പോൾ ഇവരിലൊരാൾ എത്രമാത്രം പേടിച്ചു പോയെന്ന് ഓർക്കുന്നില്ലേ ? അക്കാര്യം മൂന്നു തടിയന്മാരോടു പറയാൻ അയാൾക്കെന്തു ഭയമായിരുന്നു !

ഇത്തവണയും അവിടുണ്ടായിരുന്ന അദ്ധ്യാപകൻ മറ്റവരെപ്പോലെ തന്നെ ഭീരുവായിരുന്നു.

വിളക്കുകൾ മറച്ചു പിടിച്ചു കൊണ്ട് മൂന്ന് അപരിചിതർ പ്രവേശിച്ചപ്പോൾ അയാൾ കിടപ്പുമുറിയിൽ ഉണ്ടായിരുന്നു. അനന്തരാവകാശിയായ ടുത്തിയുടെ നിദ്രയ്ക്കു കാവലായി അയാൾ ജനാലയ്ക്കരികിൽ ഇരിക്കുകയായിരുന്നു. ഉണർന്നിരിക്കാൻ വേണ്ടി ജ്യോതിശാസ്ത്ര പരിജ്ഞാനം പുതുക്കി കൊണ്ട് അയാൾ നക്ഷത്രമെണ്ണി കൊണ്ടിരുന്നു.

അപ്പോഴാണ് കതക് കറകറ ശബ്ദം പുറപ്പെടുവിച്ചത്. പെട്ടെന്നൊരു വെളിച്ചം കണ്ടു. മൂന്നു നിഗൂഢനിഴലുകൾ കടന്നു പോയി. അദ്ധ്യാപകൻ വലിയ ചാരുകസേരയിൽ ചുരുണ്ടു കൂടിയിരുന്നു. തന്റെ നീണ്ട മൂക്ക് തന്റെ സാന്നിദ്ധ്യം വെളിപ്പെടുത്തുമെന്ന് അയാൾ വളരെയേറെ ഭയന്നു. വാസ്തവത്തിൽ, നക്ഷത്രങ്ങൾ നിറഞ്ഞ ജനാലയ്ക്കെതിരെ അതിന്റെ രൂപം വ്യക്തമായി കാണാമായിരുന്നു.

പക്ഷേ കൊത്തിയ കസേരക്കൈയുടെ ഭാഗമോ എതിർവശത്തെ കെട്ടിടത്തിന്റെ മേൽക്കൂരയുടെ ഭാഗമോ ആണതെന്ന് അവർ ധരിച്ചു കൊള്ളുമെന്ന് അയാൾ ആശിച്ചു.

മൂന്നുപേരും തുത്തിയുടെ മെത്തയ്ക്കരികിലേക്കു നടന്നു. അവരുടെ വിളക്കുകളിൽ നിന്നു വന്ന അരണ്ട വെളിച്ചത്തിൽ അവരെ കഷ്ടിച്ച് മാത്രമേ കാണാമായിരുന്നുള്ളൂ.

"ശരി," അവരിലൊരാൾ മന്ത്രിച്ചു.

"ഉറങ്ങുകയാണ് !" മറ്റൊരാൾ പ്രതിവചിച്ചു.

"ശ് ശ് ശ് !"

"സാരമില്ല. നല്ല ഉറക്കമാണ്."

"എന്നാൽ നമുക്കു പണി തുടങ്ങാം."

എന്തോ കിലുങ്ങി.

അദ്ധ്യാപകന്റെ മുഖത്ത് വിയർപ്പു പൊടിഞ്ഞു. പേടികൊണ്ട് തന്റെ മൂക്കു നീണ്ടു വരുന്നുണ്ടെന്ന് അയാൾക്കു തീർച്ചയുണ്ടായിരുന്നു.

"തയ്യാറായി," ഒരു നിഴൽ മന്ത്രിച്ചു.

"ഇവിടെ കൊണ്ടു വരൂ."

വീണ്ടും എന്തോ കിലുങ്ങി. ദ്രാവകമൊഴിക്കുന്ന ഗളഗളശബ്ദം കേട്ടു. വീണ്ടുമെല്ലാം നിശബ്ദമായി.

"എവിടെയാണൊഴിക്കേണ്ടത്?"

"ചെവിയിൽ"

"തല തലയിണയിൽ ഒരു വശത്തേക്കു ചരിഞ്ഞാണിരിക്കുന്നത്. അതുകൊണ്ട് കൂടുതൽ എളുപ്പമായി ചെവിയിലൊഴിക്കു."

"സൂക്ഷിച്ച് . ഓരോ തുള്ളി വീതം."

"പത്തു തുള്ളി മതി. ആദ്യത്തെ തുള്ളിക്ക് വല്ലാത്ത തണുപ്പാണെന്നു തോന്നും. പക്ഷേ അതിപ്പോൾത്തന്നെ ഫലിച്ചു തുടങ്ങും. അതുകൊണ്ട് രണ്ടാമത്തെ തുള്ളി ഒഴിച്ചതായി അറിയുകയില്ല. ഒന്നാമത്തെ തുള്ളി കഴിഞ്ഞ് യാതൊന്നും അറിയുകയില്ല."

"വേഗം വേഗം ഒഴിക്കാൻ നോക്കണം. രണ്ടാമത്തെ തുള്ളി ആദ്യത്തേതിന്റെ പുറകേ തന്നെ അകത്തു ചെല്ലണം."

"അല്ലെങ്കിൽ ഭയങ്കര തണുപ്പു തട്ടി ഉണരും."

"ശ് ശ് ശ് ! ഇതാ ഒഴിക്കുന്നു. ഒന്ന് ! രണ്ട് !"

മുറിയിൽ ലില്ലിപ്പൂവിന്റെ ശക്തിയായ ഗന്ധം പരന്നു.

"മൂന്ന് , നാല് അഞ്ച്, ആറ്......" ആരോ തിടുക്കത്തിൽ അടക്കിയ സ്വരത്തിൽ എണ്ണുന്നുണ്ട്. "മതി," പത്തു വരെ എണ്ണിയപ്പോൾ ആ ശബ്ദം പറഞ്ഞു.

“മൂന്ന ദിവസത്തേക്ക് തടി പോലെ ഉറങ്ങിക്കോളും. പാവയ്ക്കെ ന്തു പറ്റിയെന്ന് അറിയുകയേയില്ല.”

“ഉണരുമ്പോഴേക്ക് എല്ലാം കഴിഞ്ഞിരിക്കും.”

“നാമിതു ചെയ്തില്ലായിരുന്നെങ്കിൽ ഇവിടെ കിടന്ന് കരച്ചിലും കാലിട്ടടിക്കലുമായേനെ. അപ്പോൾ മൂന്ന തടിയന്മാർ പാവപ്പെണ്ണിനു മാപ്പു കൊടുക്കുകയും അവളെ ജീവിക്കാൻ അനുവദിക്കുകയും ചെയ്യും.”

മൂന്ന് അപരിചിതർ അപ്രത്യക്ഷരായി. പേടിച്ചു വിറച്ചു കൊണ്ടിരു ന്ന അദ്ധ്യാപകൻ ചാരുകസേരയിൽ നിന്ന് ഇഴഞ്ഞിറങ്ങി. ചെറിയ മുട്ടവിളക്കു കത്തിച്ചുകൊണ്ട് ഓറഞ്ചു നിറത്തിൽ ഇളകിക്കൊണ്ടിരു ന്ന അതിന്റെ വെളിച്ചത്തിൽ മെത്തയുടെ അടുത്തേക്ക് പെരുവിരൽ നീങ്ങി.

ലേസു പിടിച്ച പട്ടുവസ്ത്രം ധരിച്ചു കൊണ്ട് വലിയ പ്രാധാന്യ ഭാവത്തിൽ തുത്തി കിടന്നുറങ്ങുന്നുണ്ട്. അവന്റെ തല അലങ്കോലപ്പട്ട മുടിയുമായി വലിയ തലയിണകളിൽ അമർന്നിരിക്കുകയാണ്.

അദ്ധ്യാപകൻ കിടക്കയുടെ നേരെ കുനിഞ്ഞ് വിളക്ക് കുട്ടിയുടെ വിളറിയ മുഖത്തോട് അടുപ്പിച്ചു പിടിച്ചു. മുത്തുച്ചിപ്പിക്കകത്തെ മുത്തി നെപ്പോലെ ഒരു തുള്ളി ദ്രാവകം അവന്റെ ചെവിയ്ക്കുള്ളിൽ തിളങ്ങി. അതിന് ഒരേ സമയത്ത് സ്വർണ്ണനിറവും പച്ചനിറവും ഉള്ളതായി തോന്നി.

അദ്ധ്യാപകൻ ആ തുള്ളി തൊട്ടു. ആ നിമിഷം തന്നെ അത് അപ്രത്യക്ഷമായി. പക്ഷേ അയാളുടെ കൈ ആകെ ഐസു പോലെ തണുത്തു.

കുട്ടി തീരെ പ്രജ്ഞയറ്റു കിടക്കുന്നതുപോലെ തോന്നി.

ഏതാനും മണിക്കൂറുകൾക്കുശേഷം മുൻപ് വിവരിച്ച സുന്ദരമായ പ്രഭാതം പുലർന്നു.

ആ പ്രഭാതത്തിൽ നൃത്താദ്ധ്യാപകനായ വൺ-ടു-ത്രി ക്കു സംഭവി ച്ചതെന്താണെന്നു നമുക്കറിയാം. പക്ഷേ സുവോക്കിനെന്തു പറ്റിയെന്ന് അറിയുന്നതായിരിക്കും കൂടുതൽ രസം. വല്ലാത്തൊരു കുടുക്കിൽ പെട്ടിരിക്കുമ്പോഴാണല്ലോ നാം അവളെ വിട്ടു പിരിഞ്ഞത്.

അവളെ ഒരു ഇരുട്ടറയിലിടാനാണ് ആദ്യം തീരുമാനിച്ചത്.

“വേണ്ട, കുഴപ്പം വളരെ കൂടുതലാണ്,” സ്റ്റേറ്റ് കൗൺസിൽ പറഞ്ഞു. “അവളെ പെട്ടെന്നു വധശിക്ഷയ്ക്കു വിധിക്കുന്നതാണ് കൂടുതൽ നല്ലത്.”

“അവളെ കുറിച്ച് ഇത്രയേറെ ചർച്ച ചെയ്യാനെന്തിരിക്കുന്നു ?” മൂന്ന

തടിയന്മാർ പറഞ്ഞു.

മൂന്നു തടിയന്മാർക്ക് വേങ്ങപ്പുലിയിൽ നിന്ന് ഓടിയതിന്റെ സംഭ്രമം ഇനിയും മാറിയിരുന്നില്ലെന്ന് ഓർക്കണം. നീണ്ടൊരു വിശ്രമം അവർക്കാവശ്യമായിരുന്നു. അവർ പറഞ്ഞതിതാണ്:

"ആദ്യം ഞങ്ങൾ ഒന്നുറങ്ങട്ടെ. അതിനുശേഷം രാവിലെ സഭ കൂടാം"

ഇത്രയും പറഞ്ഞ് അവർ അവരുടെ കിടപ്പുമുറികളിലേക്കു പോയി.

കോടതി പാവപ്പെണ്ണിനെ വധിക്കുമെന്നതിനെപ്പറ്റി സ്റ്റേറ്റ് കൗൺസിലർക്കു യാതൊരു സംശയവുമില്ലായിരുന്നു. അയാളാണ് അനന്തരാവകാശിയായ തുത്തിക്കു മയക്കു മരുന്നു കൊടുക്കാൻ ആജ്ഞാപിച്ചത്. തുത്തി ദീർഘനിദ്രയിൽ ലയിച്ചാൽ അവന്റെ കണ്ണീരു കണ്ട് മൂന്നു തടിയന്മാർ തങ്ങളുടെ ഭയങ്കര ശിക്ഷയിൽ മാറ്റം വരുത്തുകയില്ലല്ലൊ.

വിളക്കുമായി വന്ന മൂന്നാളുകൾ സ്റ്റേറ്റ് കൗൺസിലറുടെ കല്പന നിറവേറ്റി.

അനന്തരാവകാശിയായി തുത്തി ദീർഘനിദ്രയിലാണ്ടു.

സുവോക്ക് കാവൽഭടന്മാരുടെ മുറിയിലായിരുന്നു. അവളുടെ ചുറ്റും കാവൽഭടന്മാരുണ്ടായിരുന്നു. ഒരു അപരിചിതൻ അവിടെ കയറിച്ചെല്ലുകയാണെങ്കിൽ മനോഹരമായ ഇളം ചുവപ്പുടുപ്പിട്ട് ഈ കൊച്ചു സുന്ദരി വിഷാദം പൂണ്ട് ഈ കാവൽക്കാരുടെയിടയിൽ എന്തു ചെയ്യുന്നുവെന്ന് അത്ഭുതപ്പെട്ടും. ജീനികളുടേയും തോക്കുകളുടേയും ബിയർ കോപ്പകളുടേയുമിടയിൽ അവൾ തികച്ചും അസ്ഥാനത്താണെന്നു തോന്നി.

കാവൽക്കാർ ചീട്ടു കളിച്ചുകൊണ്ടിരുന്നു. അവരുടെ പൈപ്പുകളിൽ നിന്ന് നീലനിറത്തിലുള്ള ദുസഹമായ പുകവമിച്ചുകൊണ്ടിരുന്നു. അവർ പരസ്പരം കലഹിക്കുകയും ഒച്ചയിടുകയും ചെയ്തു. മൂന്നു തടിയന്മാരോട് ഇപ്പോഴും കൂറു പുലർത്തുന്ന കാവൽക്കാരായിരുന്നു ഇവർ. അവർ സുവോക്കിന്റെ നേരെ തങ്ങളുടെ വലിയ മുഷ്ടികൾ ചുരുട്ടി കാണിക്കുകയും കാൽ നിലത്ത് ആഞ്ഞു ചവിട്ടുകയും അവളുടെ മുഖത്തു നോക്കി കൊഞ്ഞനം കാട്ടുകയും ചെയ്തു.

സുവോക്ക് അവരുടെ കട്ടായങ്ങൾ ശ്രദ്ധിച്ചതേയില്ല. അവളും തിരിച്ചു നാക്ക് നീട്ടിക്കാണിച്ചു. അവരുടെ മുഴുവൻ നേരെ അരമണിക്കൂറോളം നാക്കു നീട്ടി ഇരുന്നു. ഒരു വീപ്പയുടെ മുകളിലുള്ള ആ ഇരുപ്പ് ഒട്ടും അസുഖകരമായി അവൾക്കു തോന്നിയില്ല. അവളുടെ വസ്ത്രം ഉടയുന്നുണ്ടെന്നതു ശരി തന്നെ. പക്ഷേ ഏതായാലും അതിന്റെ

ഭംഗിയെല്ലാം പോയി. അത് മരക്കൊമ്പുകളിൽ ഉടക്കി കീറുകയും പന്തങ്ങൾ കൊണ്ട് കരിയുകയും അതിൽ പഞ്ചസാരക്കുഴമ്പ് തെറിച്ചു വീഴുകയും ചെയ്തിരുന്നു.

സുവോക്കിനു യാതൊരു അങ്കലാപ്പും തോന്നിയില്ല. അവളുടെ പ്രായത്തിലുള്ള ബാലികമാർ യഥാർത്ഥത്തിലുള്ള അപകടത്തെ ഭയപ്പെടാറില്ല. ഒരു കൈത്തോക്ക് വാരിയെല്ലുകളോടു ചേർത്തി പിടിച്ചാൽ പോലും അവർ പേടിക്കാറില്ല. എന്നാൽ ഒറ്റയ്ക്ക് ഒരു ഇരുട്ടുമുറിയിൽ പോകാൻ അവർക്ക് ഒരു പക്ഷേ ഭയമായിരിക്കും.

സുവോക്കിന്റെ ആലോചന പോയതിങ്ങനെയാണ് :

"തോക്കുണ്ടാക്കുന്ന പ്രൊസ്പേറൊ രക്ഷപ്പെട്ടു. ഇനി അദ്ദേഹവും തിബൂലും ജനങ്ങളെ നയിച്ചു കൊണ്ട് കൊട്ടാരം ആക്രമിക്കും. അവരെന്നെ രക്ഷപ്പെടുത്തുകയും ചെയ്യും."

സുവോക്ക് വീപ്പയുടെ മുകളിൽ ഇരിക്കുമ്പോൾ മൂന്നു കാവൽഭടന്മാർ കൊട്ടാരത്തിന്റെ നേരെ കുതിരയോടിച്ചു വന്നു. കഴിഞ്ഞ അദ്ധ്യായത്തിൽ നമ്മൾ കണ്ട അതേ കാവൽഭടന്മാരായിരുന്നു അവർ. അവരിൽ നീലക്കണ്ണുകളുള്ളയാളിന്റെ കൈവശം അസാധാരണമായി ഒരു ഭാണ്ഡമുണ്ടായിരുന്നത് ഓർക്കുന്നുണ്ടല്ലോ. പനിനീർപ്പൂവുപോലുള്ള ബക്കിളുകളോടു കൂടിയ ഇളം ചുവപ്പു നിറത്തിലുള്ള ചെരിപ്പുകളണിഞ്ഞ രണ്ടു കാലുകൾ അതിലിൽ നിന്നു പുറത്തേക്കു തൂങ്ങിക്കിടന്നിരുന്നു.

കൊട്ടാരം പാറാവുകാർ കാവൽ നിന്നിരുന്ന പാലത്തിനടുത്തെത്തിയപ്പോൾ ഈ മൂന്നു സവാരിക്കാരും തങ്ങളുടെ തോപ്പികളിൽ നിന്ന് ചുവപ്പ് റിബൺ എടുത്തുമാറ്റി.

അവരങ്ങിനെ ചെയ്തില്ലായിരുന്നെങ്കിൽ പാറാവുകാർ അവരെ കടത്തിവിടുമായിരുന്നില്ല. അവരുടെ നേരെ വെടിവയ്ക്കുമായിരുന്നു. കാരണം, അവർ ജനങ്ങളുടെ ഭാഗത്തു ചേർന്നുവെന്നായിരുന്നു ആ ചുവപ്പു റിബണിന്റെ അർത്ഥം.

പാറാവുകാരേയും കടന്ന് അവർ അതിവേഗം കുതിരയോടിച്ചു പോയി. കാവൽക്കാരുടെ ക്യാപ്റ്റനെ അവർ ഉരുട്ടിയിട്ടില്ലെന്നേയുള്ളൂ.

"വളരെ പ്രധാനപ്പെട്ട ഒരു സന്ദേശമായിരിക്കണം." നിലത്തു നിന്നു തൊപ്പിയെടുത്ത് യൂണിഫോറത്തിൽ നിന്ന് പൊടി തട്ടിക്കളഞ്ഞു കൊണ്ട് അയാൾ പറഞ്ഞു.

സുവോക്കിന്റെ മരണമണിയടിച്ചു. സ്റ്റേറ്റ് കൗൺസിലർ കാവൽഭടന്മാരുടെ മുറിയിൽ പ്രവേശിച്ചു.

കാവൽഭടന്മാരെല്ലാം ചാടിയെഴുന്നേറ്റു വടി പോലെ നിന്നു.

"പെണ്ണെവിടെ ?" തന്റെ കണ്ണട പൊക്കിക്കൊണ്ട് കൗൺസിലർ ചോദിച്ചു.

"വാ ഇവിടെ !" കാവൽക്കാരുടെ തലവൻ വിളിച്ചു പറഞ്ഞു.

സൂവോക്ക് വീപ്പയുടെ പുറത്ത് നിന്ന് ഊർന്നിറങ്ങി.

കാവൽക്കാർ അവളുടെ ഉടുപ്പിന്റെ അരപ്പട്ടയിൽ ബലമായിപ്പിടിച്ച് അവളെ മുകളിലേക്ക് പൊക്കി.

"മൂന്നു തടിയന്മാർ സഭാമണ്ഡലത്തിൽ കാത്തിരിക്കുകയാണ്. " കണ്ണട ശരിക്കു വച്ചിട്ട് കൗൺസിൽ പറഞ്ഞു. "ഇവളെ എന്റെ പുറകെ കൊണ്ടു വരൂ."

ഇത്രയും പറഞ്ഞു കൊണ്ട് അയാൾ മുറിയിൽ നിന്നിറങ്ങി. കാവൽഭടൻ അയാളെ അനുഗമിച്ചു. അയാളുടെ നീട്ടിപ്പിടിച്ച കയ്യിൽ സുവോക്ക് തൂങ്ങിക്കിടന്നു.

ഹാ ! ഭംഗിയുള്ള സുവർണ്ണ പനിനീർപ്പൂക്കൾ ! ഹാ ! സുന്ദരമായ ഇളം ചുവപ്പുപട്ട് ! ആ ക്രൂരമായ കയ്യുകളിൽ എല്ലാം ഞെരിഞ്ഞു തകരുകയായിരുന്നു.

കാവൽക്കാരന്റെ ഭയങ്കമായ കയ്യിൽ നിന്ന് വായുവിൽ ഇങ്ങനെ തൂങ്ങിക്കിടക്കുന്നത് വളരെയേറെ അസുഖകരവും വേദനാജനകവുമായിരുന്നു. അതുകൊണ്ട് സർവ്വശക്തിയുമെടുത്ത് സുവോക്ക് അയാളെ നുള്ളി. കാവൽക്കാരൻ കട്ടിയുള്ള ഒരു ജാക്കറ്റ് ധരിച്ചിരുന്നെങ്കിലും നല്ലൊരു നുള്ളായിരുന്നു അത്.

"നാശം!" എന്നു പറഞ്ഞു കൊണ്ട് കാവൽക്കാരൻ അവളെ താഴെയിട്ടു.

"എന്ത് ?" എന്നു ചോദിച്ചു കൊണ്ട് കൗൺസിലർ തിരിഞ്ഞു.

ആ നിമിഷം കൗൺസിൽ അപ്രതീക്ഷിതമായ ഒരടി കിട്ടി തകിടം മറിഞ്ഞു വീണു.

അടുത്ത നിമിഷം സുവോക്കിനെ തൂക്കിപ്പിടിച്ചിരുന്ന കാവൽക്കാരനും അയാളോടൊപ്പം തറപറ്റി.

അയാൾക്കും ചെകിട്ടത്തൊരു അടി കിട്ടി. ഇത്ര കൂറ്റനും ഭയങ്കരനുമായ ഒരു കാവൽക്കാരനെ തറ പറ്റിക്കണമെങ്കിൽ എന്തൊരു അടിയായിരുന്നിരിക്കണം അത്.

സുവോക്കിനു തിരിഞ്ഞു നോക്കാൻ കഴിയുന്നതിനുമുമ്പ് ആരോ അവളെ എടുത്തുകൊണ്ടു പോയി.

മയമില്ലാത്ത, ശക്തിയുള്ള കൈകളായിരുന്നു അവയും. പക്ഷേ അവ കൂടുതൽ ദയയുള്ള കൈകളാണെന്നു തോന്നി. മിനുങ്ങുന്ന

തറയിൽ ഇപ്പോൾ ബോധം കെട്ടു കിടക്കുന്ന കാവൽക്കാരൻ അവളെ കൊണ്ടു പോകുമ്പോഴെന്ന പോലെ സുവോക്ക് വായുവിൽ തൂങ്ങിക്കിടക്കുകയായിരുന്നില്ല.

"പേടിക്കണ്ട !" ആരോ മന്ത്രിച്ചു.

മൂന്നു തടിയന്മാർ സഭാമണ്ഡലത്തിൽ അക്ഷമരായി കാത്തിരിക്കുകയാണ്. ബുദ്ധിമതിയായ പാവപ്പെണ്ണിനെ നേരിട്ടു വിസ്തരിക്കണമെന്നാണ് അവരുടെ ആഗ്രഹം.

കോടതി ഉദ്യോഗസ്ഥന്മാരും കൗൺസിർമാരും ന്യായാധിപന്മാരും സെക്രട്ടറിമാരും മുറി നിറച്ചുണ്ട്. ചുവപ്പും ഇളംനീലയും സ്വർണ്ണനിറവും പച്ചയും ഓറഞ്ചും വെള്ളയും നിറങ്ങളോടുകൂടിയ അവരുടെ വിഗ്ഗുകൾ വെയിൽ തട്ടി തിളങ്ങി. എന്നാൽ ഉല്ലാസപ്രദമായ സൂര്യപ്രകാശത്തിനു പോലും ആ വിഗ്ഗുകളുടെ കീഴിലുള്ള കോപിച്ചിരുണ്ട മുഖങ്ങളെ പ്രസന്നമാക്കാൻ കഴിഞ്ഞില്ല.

ചൂടുകൊണ്ട് മൂന്ന് തടിയന്മാരും വിമ്മിഷ്ടപ്പെട്ടു ശ്വാസം വിടുകയും കിതയ്ക്കുകയും ചെയ്തു കൊണ്ടിരുന്നു. അവരുടെ മുഖത്തു നിന്നു വിയർപ്പൊഴുകി മേശപ്പുറത്തു വീണ് മുമ്പിലിരുന്ന കടലാസുകൾ നനച്ചു. സെക്രട്ടറിമാർ നനഞ്ഞു കുതിർന്ന കടലാസുതാളുകൾ മാറ്റിക്കൊണ്ടിരുന്നു.

"കൗൺസിലർ വരാൻ വൈകുന്നു." വിരലിലെ ഞൊട്ടയൊടിച്ചുകൊണ്ട് ഒന്നാമത്തെ തടിയൻ പറഞ്ഞു.

അവസാനം കതകു തുറന്നു.

മൂന്നു കാവൽഭടന്മാർ മുറിയിൽ പ്രവേശിച്ചു. അവരിലൊരാൾ പാവപ്പെണ്ണിനെ എടുത്തിട്ടുണ്ട്. ! ഹാ ! എത്ര വിഷാദഭരിതമായിരുന്നു അവളുടെ മുഖം !

ഇന്നലെവരെ ചിത്രവേലകളോടും ലേസുകളോടു കൂടി മനോഹരമായിരുന്ന അവളുടെ ഇളം ചുവപ്പുടുപ്പ് കീറിപ്പറിഞ്ഞിരുന്നു. സുവർണ്ണ പനിനീർപ്പൂക്കൾ വാടിപ്പോയി. കസവെല്ലാം വീണു പോയി. പട്ടെല്ലാം ഉലഞ്ഞു കീറിയിരിക്കുന്നു. പെണ്ണിന്റെ തല കാവൽഭടന്റെ ചുമലിലേക്കു ചരിഞ്ഞു കിടക്കുകയാണ്. അവൾ വിളറിവെളുത്തിരിക്കുന്നു. അവളുടെ കുസൃതിയുള്ള ചാരക്കണ്ണുകൾ നിർജ്ജീവമാണ്.

വർണ്ണശബളമായ ആൾക്കൂട്ടം തല പൊക്കി നോക്കി.

മൂന്നു തടിയന്മാർ ആഹ്ലാദത്തോടെ കൈതിരുമ്മി.

സെക്രട്ടറിമാർ നീണ്ട ചെവികൾക്കിടയിൽ നിന്നു നീണ്ട തൂവൽപ്പേനകൾ പുറത്തെടുത്തു.

"ആഹാ !" ~ഒന്നാമത്തെ തടിയൻ പറഞ്ഞു. "സ്റ്റേറ്റ് കൗൺസിലർ എവിടെ ?"

പാവപ്പെണ്ണിനെ എടുത്തിരുന്ന കാവൽക്കാരൻ മുന്നോട്ടു വന്ന് അറിയിച്ചു.

സ്റ്റേറ്റ് കൗൺസിലർ അവർകൾക്ക് വഴിക്ക് വയറുവേദന പിടിച്ചു. "ഇതു പറയുമ്പോൾ അയാളുടെ നീലക്കണ്ണുകളിൽ കൗതുകകരമായ ഒരു തിളക്കം കാണാമായിരുന്നു.

ഈ വിശദീകരണം എല്ലാവരേയും തൃപ്തിപ്പെടുത്തിയതുപോലെ തോന്നി.

കോടതി നടപടികളാരംഭിച്ചു.

കാവൽക്കാരൻ ആ പാവപ്പെട്ട കുട്ടിയെ ന്യായാധിപമേശയ്ക്കു മുമ്പിലുള്ള ഒരു പരുപരുത്ത ബെഞ്ചിൽ ഇരുത്തി. തല താഴോട്ടു തൂക്കിയിട്ടു കൊണ്ട് അവൾ അവിടെ ഇരുന്നു. ഒന്നാമത്തെ തടിയൻ ചോദ്യമാരംഭിച്ചു.

പക്ഷേ തങ്ങൾ അപ്രതീക്ഷിതമായ ഒരു പ്രതിബന്ധത്തെ നേരിട്ടിരിക്കുന്നതായി അവർക്കു മനസിലായി. ഒരൊറ്റ ചോദ്യത്തിനുപോലും സുവോക്ക് മറുപടി പറയുകയില്ല.

"അവളാരെന്നാണ് അവളുടെ വിചാരം ?"രണ്ടാമത്തെ തടിയൻ ഗർജ്ജിച്ചു. "എന്നാൽ ശരി ! അവൾ ഖേദിക്കേണ്ടി വരും. ഉത്തരം പറയാൻ വിസമ്മതിച്ചാൽ അതിനുള്ള മുഴുവൻ ഉത്തരവാദിത്വവും അവൾക്കു തന്നെ. അവൾക്കുവേണ്ടി നല്ലൊരു ദണ്ഡമുറ ഞങ്ങൾ ആലോചിക്കുന്നതാണ്. !"

സുവോക്ക് അനങ്ങുക പോലും ചെയ്തില്ല.

മൂന്നു കാവൽക്കാരും അവളുടെ ഒരു വശത്ത് പ്രതിമകൾ പോലെ നിന്നു.

ഒരു സാക്ഷിയേ ഉണ്ടായിരുന്നുള്ളൂ. അയാളെ കൊണ്ടു വന്നു. കൊട്ടാരം വക മൃഗശാല സൂക്ഷിച്ചിരുന്ന വൃദ്ധനായ ജന്തുശാസ്ത്രജ്ഞനായിരുന്നു അത്.

രാത്രി മുഴുവൻ അയാൾ ഒരു മരക്കൊമ്പിൽ നിന്ന് തന്റെ ഉറക്കക്കുപ്പായം ഉടക്കി തൂക്കിക്കിടക്കുകയായിരുന്നു. ഇപ്പോൾ താഴേയിറക്കിയതേയുള്ളൂ. അതേപടിയാണ് അയാൾ കൊട്ടാരത്തിൽ പ്രത്യക്ഷപ്പെട്ടതും: വരയിട്ട കളിവസ്ത്രവും ഉറക്കക്കുപ്പായവും ഉറക്കത്തൊപ്പിയും ധരിച്ചു കൊണ്ട്. തൊപ്പിയുടെ തൊങ്ങൽ ഒരു പാമ്പിനെപ്പോലെ അയാളുടെ പിന്നിൽ ഇഴഞ്ഞു നിങ്ങി.

സുവോക്ക് ബഞ്ചിലിരിക്കുന്നതു കണ്ട് വൃദ്ധൻ പേടിച്ച് വിറയ്ക്കാൻ തുടങ്ങി. കോടതി ശിപായികൾ അയാളെ താങ്ങിപ്പിടിച്ചു.

"എന്തു സംഭവിച്ചെന്നു സൂക്ഷ്മമായി പറയൂ."

മൃഗസൂക്ഷിപ്പുകാരൻ തന്റെ കഥ പറഞ്ഞു തുടങ്ങി. താൻ മരത്തിൽ കയറുമ്പോൾ അനന്തരാവകാശിയായ തുത്തിയുടെ പാവ മുകളിൽ കൊമ്പുകൾക്കിടയിൽ ഇരിക്കുന്നതു കണ്ടെന്ന് അയാൾ പറഞ്ഞു. ജീവനുള്ള പാവയെ മുമ്പൊരിക്കലും കണ്ടിട്ടില്ലാത്തതു കൊണ്ടും പാവകൾ പാതിരാത്രിയിൽ മരം കയറുമെന്ന് തീരെ പ്രതീക്ഷിക്കാത്തതുകൊണ്ടും അയാൾ പേടിച്ച് ബോധം കെട്ടുപോയി.

"പാവ തോക്കുണ്ടാക്കുന്ന പ്രൊസ്പേറൊയെ മോചിപ്പിച്ചതെങ്ങിനെയാണ്.?"

"എനിക്കറിഞ്ഞു കൂടാ. ഞാൻ യാതൊന്നും കണ്ടതുമില്ല, കേട്ടതുമില്ല. എനിക്കപ്പോൾ ബോധമില്ലായിരുന്നു."

"തോക്കുണ്ടാക്കുന്ന പ്രൊസ്പേറൊ കൂട്ടിനകത്തു നിന്നു രക്ഷപ്പെട്ടത് എങ്ങിനെയെന്നു പറയാമോ?"

സുവോക്ക് ഒന്നും പറഞ്ഞില്ല.

"അവളെ പിടിച്ചൊന്നു കുലുക്ക്."

"നല്ല ശക്തിയായി !" മൂന്നു ഭടന്മാർ പറഞ്ഞു.

നീലക്കണ്ണുകളുള്ള കാവൽഭടൻ അവളെ പിടിച്ചു കുലുക്കി. പോരെങ്കിൽ ചെവിക്കു പിടിക്കുകയും ചെയ്തു.

സുവോക്ക് ഒന്നും മിണ്ടിയില്ല.

മൂന്നു തടിയന്മാർ കോപം കൊണ്ടു ചീറാൻ തുടങ്ങി. മുറിയിലെ ബഹുവർണ്ണങ്ങളിലുള്ള വിഗ്ഗുകൾ ശാസനാപൂരത്തിൽ തലയാട്ടി.

"ഇങ്ങനെ നമ്മൾ ഒരിടത്തുമെത്തുകയില്ല." ഒന്നാമത്തെ തടിയൻ പറഞ്ഞു.

ഇതു പറഞ്ഞയുടനെ മൃഗസൂക്ഷിപ്പുകാരൻ തന്റെ നെറ്റിയിലടിച്ചു.

"എന്തു ചെയ്യണമെന്ന് എനിക്കറിയാം!" അയാൾ വിളിച്ചു പറഞ്ഞു.

എല്ലാവരും സീറ്റുകളിൽ നിവർന്നിരുന്നു.

"മൃഗശാലയിൽ തത്തകളുടെ ഒരു കൂട്ടുണ്ട്. വളരെ ദുർലഭമായ തത്തകൾ അതിലുണ്ട്. തത്തകൾക്ക് മനുഷ്യർ പറയുന്ന വാക്കുകൾ ഓർമ്മ വച്ച് ഉരുവിടാൻ കഴിയുമെന്നു നിങ്ങൾക്കറിയാമല്ലോ. അവയിൽ പലതിനും നല്ല ഓർമ്മശക്തിയും നല്ല ശ്രവണശക്തിയുമുണ്ട്. ഇവിടെയിരിക്കുന്ന ഈ വികൃഷ്ടയും തോക്കുണ്ടാക്കുന്ന

പ്രൊസ്പേറൊയും രാത്രി മൃഗശാലയിൽ വച്ച പറഞ്ഞ സർവ്വതും അവ ഓർക്കുന്നുണ്ടാവുമെന്ന് എനിക്ക് തീർച്ചയുണ്ട്. അതുകൊണ്ടാണ് അനേകം ഒന്നാതരം തത്തകൾ എനിക്കുള്ളതിൽ ഒന്നിനെ സാക്ഷിയായി വിളിക്കണമെന്ന് ഞാൻ നിർദ്ദേശിക്കുന്നത്."

ഹാളിൽ അനുകൂലാർത്ഥത്തിലുള്ള മർമ്മര ശബ്ദം കേട്ടു.

മൃഗസൂക്ഷിപ്പുകാരൻ മൃഗശാലയിലേക്കു പോയി താമസിക്കാതെ മടങ്ങി. അയാളുടെ കൈവിരലിൽ നീണ്ടു ചുവന്ന താടിയുള്ള വലിയൊരു വയസൻ തത്ത ഇരിപ്പുണ്ടായിരുന്നു.

ആ രാത്രിയിൽ മൃഗശാലയിലൂടെ ചുറ്റി നടന്നപ്പോൾ തത്തകളിലൊരെണ്ണം സൂത്രശാലിയാണെന്ന് സുവോക്കിന് തോന്നിയത് ഓർക്കുന്നുണ്ടോ? അത് അവളെ സൂക്ഷിക്കുകയായിരുന്നു. പക്ഷേ ഉറക്കം നടിച്ചുകൊണ്ട് അതിന്റെ നീണ്ടു ചുവന്ന താടിയുടെ മറവിൽ ചിരിയൊതുക്കുകയാണു ചെയ്തത്.

കൂട്ടിനകത്തെ വെള്ളിക്കമ്പിയിലെന്ന പോലെ തന്നെ സുഖകരമായി അതിപ്പോൾ വൃദ്ധന്റെ വിരൽത്തുമ്പിൽ ഇരിക്കുകയാണ്.

സുവോക്കിനെ ഒറ്റുകൊടുക്കാമല്ലൊ എന്നോർത്ത് ആ തത്ത ഇപ്പോൾ സന്തോഷത്തോടെ പരസ്യമായി ഇളിച്ചു കൊണ്ടിരുന്നു.

മൃഗസൂക്ഷിപ്പുകാരൻ അതിനോട് ജർമ്മൻ ഭാഷയിലാണ സംസാരിച്ചത്. അയാൾ തത്തയെ കുട്ടിയുടെ അടുത്തേക്കു കൊണ്ടു വന്നു.

അത് ചിറകിട്ടടിച്ചു കൊണ്ടു വിളിച്ചു കൂവി:

“സുവോക്ക്! സുവോക്ക്!

തുരുമ്പിച്ച ഒരു പഴയ പടിവാതിൽ കാറ്റടിച്ച് വിജാഗിരിയിൽ നിന്ന് ഇളകിപ്പോകുമ്പോൾ കേൾക്കുന്ന ഞരക്കം പോലായിരുന്നു അതിന്റെ ശബ്ദം.

മുറി നിശബ്ദമായിരുന്നു.

മൃഗസൂക്ഷിപ്പുകാരന് വലിയ സന്തോഷമായി.

ഈ സമയമെല്ലാം തത്ത അതിന്റെ ഒറ്റ കൊട്ടുക്കൽ തുടർന്നു കൊണ്ടിരുന്നു. അന്നു രാത്രി കേട്ട സർവ്വതും അത് ആവർത്തിച്ചു. തോക്കുണ്ടാക്കുന്ന പ്രൊസ്പേറൊയെ മോചിപ്പിച്ചതെങ്ങിനെ എന്നറിയണമെങ്കിൽ തത്ത വിളിച്ചു കൂവിയതെന്താണെന്നു കേട്ടോളൂ.

വാസ്തവത്തിൽ വളരെ അപൂർവ്വമായ ഒരു പക്ഷിയായിരുന്നു അത്. മനുഷ്യൻ പറയുന്ന എന്തും ആവർത്തിക്കാൻ അതിനു കഴിയുമായിരുന്നു. സർവ്വോപരി അതിന്റെ നീണ്ടു ചുവന്ന താടി മറ്റെല്ലാ തത്തകളുടെയും അസൂയക്കു പാത്രമായിരുന്നു.

“നീയാരാണ് ?” അത് പുരുഷശബ്ദത്തിൽ ഒച്ചയിട്ടു.

“ഞാൻ സുവോക്കാണ് ,” നേർത്ത ശബ്ദത്തിൽ അതു പറഞ്ഞു.

“സുവോക്ക് !”

“തിബൂലാണ് എന്നെ അയച്ചത്. ഞാൻ പാവയല്ല. ജീവനുള്ള ഒരു പെണ്ണാണ്. നിങ്ങളെ മോചിപ്പിക്കാൻ വന്നതാണ്. ഞാൻ മൃഗശാലയിൽ കടന്നുവരുന്നതു കണ്ടില്ലേ?”

“ഇല്ല, ഞാൻ ഉറങ്ങുകയായിരുന്നിരിക്കണം. ഈ രാത്രിയാണ് എനിക്ക് ആദ്യമായി ഉറങ്ങാൻ കഴിഞ്ഞത്.”

“ഞാൻ നിങ്ങളെ മൃഗശാലയിൽ മുഴുവൻ തിരക്കി. മനുഷ്യശബ്ദത്തിൽ സംസാരിക്കുന്ന ഒരു രാക്ഷസനെ ഞാൻ കണ്ടു. അതു നിങ്ങളാണെന്നാണ ഞാൻ വിചാരിച്ചത്. പക്ഷേ ആ രാക്ഷസൻ മരിച്ചുപോയി.”

“അതു തുബായിരുന്നു. അയാൾ മരിച്ചോ?”

“ഉവ്വ്. ഞാൻ വല്ലാതെ ഭയന്നു നിലവിളിച്ചു. അപ്പോൾ കാവൽക്കാർ ഓടി വന്നു. എനിക്കൊരു മരത്തിൽ ഒളിക്കേണ്ടിവന്നു. നിങ്ങൾ ജീവിച്ചിരിക്കുന്നതിൽ എനിക്ക് വളരെ സന്തോഷമുണ്ട്. നിങ്ങളെ മോചിപ്പിക്കാനാണ് ഞാൻ വന്നത്.”

“പക്ഷേ എന്റെ കൂട് പൂടിയിരിക്കുകയാണ്.”

“എന്റെ കയ്യിൽ താക്കോലുണ്ട്.”

തത്ത ഈ വാക്കുകൾ ഉച്ചരിച്ചപ്പോൾ ഹാളിലുള്ള സകലപേരും ക്ഷോഭിച്ചു.

“നികൃഷ്ട” മൂന്നു തടിയന്മാർ ഗർജ്ജിച്ചു. “എന്തു സംഭവിച്ചെന്ന് ഇപ്പോൽ ഞങ്ങൾക്കറിയാം. നീ അനന്തരാവകാശിയാ തുത്തിയുടെ അടുക്കൽ നിന്നു താക്കോൽ മോഷ്ടിച്ച് പ്രൊസ്പേറൊയെ തുറന്നുവിട്ടു. അയാൾ ചങ്ങല പൊട്ടിച്ച് വേങ്ങപ്പുലിയുടെ കൂട് പൊളിച്ചു കടന്ന്, കൊട്ടാരത്തിനകത്തു കയറാൻ അതിനേയും കൂടെ കൊണ്ടു വന്നു.”

“അതുതന്നെ !”

“അതുതന്നെ !”

‘അതുതന്നെ !” നാലുഭാഗത്തുനിന്നും വിളികളുയർന്നു.

എന്നിട്ടും സുവോക്ക് ഒന്നും മിണ്ടിയില്ല.

തത്ത തലയാട്ടി മൂന്നു തവണ ചിറകടിച്ചു.

വിചാരണ തീർന്നു.

ഇതായിരുന്നു ശിക്ഷ:

“കള്ളിയായ പാവപ്പെണ്ണ് അനന്തരാവകാശിയായ തുത്തിയെ കബളിപ്പിച്ചു. അവൾ ഏറ്റവും നികൃഷ്ടനായ കലാപകാരിയും മൂന്നു തടിയന്മാരുടെ ശത്രുവായ തോക്കുണ്ടാക്കുന്ന പ്രൊസ്പേറൊയെ തുറന്നു വിട്ടു. അവൾ കാരണം മൃഗശാലയിലെ വേങ്ങപ്പുലി കൊല്ലപ്പെട്ടു. കള്ളിയായ പാവപെണ്ണിനെ വധശിക്ഷയ്ക്ക് വിധികേണ്ടതു അക്കാരണത്താൽ ആണ്. അവളെ ഹിംസ്രജന്തുക്കൾ വിഴുങ്ങുന്നതാണ്.”

ഈ ഭയങ്കരശിക്ഷ വായിച്ചപ്പോഴും സുവോക്കിന്റെ ഒരു മാംസപേശി പോലും അനങ്ങിയില്ല.,

എല്ലാവരും കൊട്ടാരം വക മൃഗശാലയിലേക്കു തിരിച്ചു. മൃഗങ്ങളുടേയും പക്ഷികളുടേയും ഗർജ്ജനങ്ങളും ഓരിയിടലുകളും കൂക്കിവിളികളും അവരെ സ്വാഗതം ചെയ്തു. മൃഗസൂക്ഷിപ്പുകാരൻ വളരെ സംഭ്രമിച്ചു കാണപ്പെട്ടു. കാരണം അവിടത്തെ ചുമതല അയാൾക്കാണല്ലൊ.

മൂന്നു തടിയന്മാരും കൗൺസിലർമാരും കോടതി ഉദ്യോഗസ്ഥന്മാരും രാജസേവകമാരും സ്റ്റാൻഡുകളിൽ ഇരിപ്പുറപ്പിച്ചു. ഇരുമ്പുവലയ്ക്കുമപ്പുറത്താണ് അവർ ഇരുന്നിരുന്നത്.

ഹാ ! എത്ര സൗമ്യമായാണ് സൂര്യൻ പ്രകാശിച്ചത് ! കട്ടവകൾ ക്ഷോഭിച്ച് ഉലാത്തിക്കൊണ്ടിരുന്ന വൃത്തിക്കെട്ട കൂടുകളുടെ നേരെ ഭയചകിതരായ കണ്ണുകളോടെ നോക്കുകയായിരുന്നിരിക്കാം.

അവൾ. കോപിച്ച കടന്നലുകൾ പോലായിരുന്നു അവ. ചുരുങ്ങിയ പക്ഷം അവയ്ക്ക് അതേ നിറവും അതേ മഞ്ഞയും തവിട്ടും വരകളുമാണുണ്ടായിരുന്നത്.

അവ തങ്ങളുടെ രോമനിബിഡമായ പുരികങ്ങൾക്കടിയിൽ നിന്നും ആളുകളെ തുറിച്ചു നോക്കി. ഇടയ്ക്ക് അതിലൊരെണ്ണം പച്ചമാംസം നാറുന്ന, ചോര പോലെ ചുവന്ന വായ് മലർക്കെ തുറക്കും.

പാവം സുവോക്ക്!

പ്രിയപ്പെട്ട സർക്കസ്സേ! പ്രിയപ്പെട്ട പട്ടണമൈതാനങ്ങളേ! പ്രിയപ്പെട്ട ആഗസ്റ്റേ! ഇണക്കുറുക്കാ! കുറ്റൻ ശരീരവും ധൈര്യവുമുള്ള പ്രിയപ്പെട്ട തിബൂൽ! ഞാൻ പോകുന്നു!

നീലക്കണ്ണുകളുള്ള കാവൽക്കാരൻ അവളെ മൃഗശാലയുടെ അങ്കണത്തിന്റെ നടുവിലേക്കെടുത്തുകൊണ്ടുപോയി ചുട്ടുപൊള്ളുന്ന തറയിൽ ഇരുത്തി.

"പക്ഷേ അനന്തരാവകാശിയായ തുത്തിയുടെ കാര്യമോ" കൗൺസിലർമാരിലൊരാൾ ചോദിച്ചു. "തന്റെ പാവയെ കടുവകൾ കടിച്ചു കീറിയെന്നറിഞ്ഞാൽ കരഞ്ഞു കരഞ്ഞു മരിക്കും."

"ശ് ശ് ശ്!" അടുത്തിരുന്നയാൾ മന്ത്രിച്ചു. "ശ് ശ് ശ്!" തുത്തിക്ക് വലിയൊരു ഡോസ് മയക്കമരുന്നു കൊടുത്തിരിക്കുകയാണ്. മൂന്നു പകലും മൂന്നു രാത്രിയും ഒരു പക്ഷേ അതിൽ കൂടുതലും ഉറങ്ങും."

കൂട്ടുകളുടെ നടുവിൽ കിടന്നിരുന്ന ആ ഇളം ചുവപ്പുനിറത്തിലുള്ള ദയനീയമായ ചെറുഭാണ്ഡത്തിന്റെ നേരെ എല്ലാവരും നോക്കുകയായിരുന്നു.

അപ്പോൾ ആ അങ്കണത്തിൽ ചാട്ടയടിച്ചു കൊണ്ട്, സിംഹങ്ങളെ മെരുക്കുന്ന ഒരാൾ വന്നു. അയാളുടെ അരയിൽ വലിയൊരു കൈത്തോക്ക് തിളങ്ങുന്നുണ്ട്. കൊട്ടാരം ബാൻഡ് ഒരു മാർച്ചിംഗ് ട്യൂൺ മുഴക്കി. കാണികളുടെ മുമ്പിൽ സുവോക്ക് അവസാനമായി പ്രത്യക്ഷപ്പെടുകയാണ്.

"ആല്ലെസ്!" സിംഹത്തെ മെരുക്കുന്നയാൾ ഗർജ്ജിച്ചു.

കൂടിന്റെ ഇരുമ്പു വാതിൽ തുറന്നു. കടുവകൾ മാർദ്ദവമുള്ള കനത്ത കാൽപ്പത്തികൾ ചവിട്ടി പുറത്തേക്കോടി വന്നു.

മൂന്നു തടിയന്മാർ ചിരിക്കാൻ തുടങ്ങി. കൗൺസിലർ അടക്കി ചിരിക്കുകയും വിഗ്ഗുകളാട്ടുകയും ചെയ്തു. സിംഹങ്ങളെ മെരുക്കുന്നയാൾ വീണ്ടും ചാട്ടയടിച്ചു. മൂന്നു കടുവകൾ സുവോക്കിന്റെ നേരെ ചെന്നു.

അവൾ അവിടെ അനങ്ങാതെ കിടപ്പുണ്ട്. ചാരനിറത്തിലുള്ള

വലിയ കണ്ണുകൾ ആകാശത്തേക്കു നോക്കുകയാണ്. കൂടുതൽ നന്നായി കാണാൻ വേണ്ടി എല്ലാവരും എഴുന്നേറ്റു നിന്നു. ജനങ്ങളുടെ ഈ കൊച്ചു സുഹൃത്തിനെ കടുവകൾ കടിച്ചു കീറുന്നതു കാണുമ്പോൾ ആഹ്ലാദിച്ചട്ടഹസിക്കാൻ അവരെല്ലാവരും തയ്യാറെടുത്തു നിൽക്കുകയായിരുന്നു.

പക്ഷേ....

കടുവകൾ അവളുടെയടുത്തു വന്നു. ഒരെണ്ണം ചുളി വീണ തലകുനിച്ച് മണത്തു നോക്കി. രണ്ടാമത്തേത് പൂച്ചയുടേതു പോലുള്ള കാൽപ്പത്തി കൊണ്ട് അവളെ തൊട്ടു നോക്കി. മൂന്നാമത്തേത്ത് അവളെ ശ്രദ്ധിച്ചതേയില്ല. അത് സാൻഡുകളുടെ നേരെ ഓടി വന്ന് മൂന്ന് തടിയന്മാരെ നോക്കി ഗർജ്ജിക്കാൻ തുടങ്ങി.

അതു ജീവനുള്ള പെണ്ണല്ലെന്നും കീറിപ്പറിഞ്ഞ് ഉപയോഗമില്ലാത്ത ഒരു പഴയ പാവയാണെന്നും അപ്പോഴാണ് എല്ലാവർക്കും മനസിലായത്.

ഒരു ഭയങ്കരവിളി ഉയർന്നു. മൃഗസൂക്ഷിപ്പുകാരൻ പരിഭ്രമത്തിനിടയിൽ നാക്കു കടിച്ചു. സിംഹങ്ങളെ മെരുക്കുന്നയാൾ കടുവകളെ തിരിച്ചു കൂട്ടിലേക്കോടിച്ചു. നിർജ്ജീവമായ പാവയെ അവജ്ഞതയോടെ തൊഴിച്ചു കൊണ്ട് അയാൾ തന്റെ കിന്നരി പിടിപ്പിച്ച തിളങ്ങുന്ന നീല യൂണിഫോമഴിച്ചു മാറ്റാൻ പോയി.

അഞ്ചുമിനിട്ടു നേരത്തേക്ക് പരിപൂർണ്ണ നിശബ്ദതയായിരുന്നു.

അപ്പോൾ കൊട്ടാരം വക മൃഗശാലയുടെ മുകളിൽ നീലാകാശത്തൊരു ബോംബു പൊട്ടി നിശബ്ദത ഭജ്ഞിച്ചു.

കാണികൾ മൂക്കു താഴോട്ടാക്കി സ്റ്റാൻഡുകളുടെ തറപ്പലകകളിന്മേൽ കമഴ്ന്നു കിടന്നു. മൃഗങ്ങൾ മുൻകാലുകൾ പൊക്കി നിന്നു. അടുത്ത നിമിഷം മറ്റൊരു ബോംബു പൊട്ടി. ആകാശം മുഴുവൻ വെളുത്ത പുക കൊണ്ടു മൂടി.

"എന്തുപറ്റി ?" എന്തായിരിക്കുമത്?" എല്ലാവരും വിളിച്ചു ചോദിച്ചു.

"ജനങ്ങൾ കൊട്ടാരം ആക്രമിക്കുകയാണ്. !"

"ജനങ്ങളുടെ കയ്യിൽ പീരങ്കികളുണ്ട് !"

'കാവൽഭടന്മാർ നമ്മെ വഞ്ചിച്ചു."

"ഓ !"

"ആ !"

"സഹായിക്കണേ !"

വിളികളുടേയും വെടിവയ്പിന്റെയും ശബ്ദം കൊട്ടാരത്തിന്റെ

പാർക്കിൽ മാറ്റൊലി കൊണ്ടു. കലാപകാരികൾ പാർക്കിലെത്തി യിരിക്കുന്നു. സംശയമില്ല !"

എല്ലാവരും ഗേറ്റിനെ ലക്ഷ്യമാക്കി ഓടി. മന്ത്രിമാർ വാളൂരി. മൂന്നു തടിയന്മാർ അലമുറയിട്ടു കൊണ്ടിരുന്നു.

കൊട്ടാരത്തിന്റെ പാർക്കിൽ അവർ കണ്ടതിതാണ്.

ജനങ്ങൾ എല്ലാ ഭാഗത്തു നിന്നും മുന്നേറി വരുന്നുണ്ട്. അവർ വളരെപ്പേരുണ്ട്. നഗ്നമായ ശിരസുകളും ചോര പുരണ്ട നെറ്റികളും കീറിയ ജാക്കറ്റുകളും എന്നാൽ ആനന്ദഭരിതമായ മുഖങ്ങളുമായി ട്ടാണവർ വരുന്നത്. അവർ പോരാട്ടത്തിൽ ജയിച്ചിരിക്കുന്നു. കാവ ൽഭടന്മാർ അവരുടെ കൂടെയാണ്. അവരെല്ലാവരും തൊപ്പികളിൽ ചുവന്ന നാട കെട്ടിയിട്ടുണ്ട്.തൊഴിലാളികളുടെ കയ്യിലും ആയുധമുണ്ട്. തവിട്ടു വസ്ത്രങ്ങളും മരച്ചെരിപ്പുകളുമണിഞ്ഞു കൊണ്ട് പാവപ്പെട്ടവർ അടുത്തടുത്തു വരികയാണ്. ഈ മുന്നേറുന്ന പട്ടാളത്തിന്റെ മുമ്പിൽ മരങ്ങൾ വളയുകയും കുറ്റിച്ചെടികൾ ഞെരിഞ്ഞൊടിയുകയും ചെയ്തു.

"ഞങ്ങൾ ജയിച്ചു !" അവർ വിളിച്ചു പറഞ്ഞു.

രക്ഷാമാർഗമില്ലെന്നു മൂന്നു തടിയന്മാർക്കു മനസിലായി.

"ഇല്ല ! അതു ശരിയല്ല!" അവരിലൊരാൾ വിളിച്ചു കൂവി. "കാവ ൽക്കാരെ, എല്ലാവരേയും വെടി വയ്ക്കിൻ !"

പക്ഷേ കാവൽഭടന്മാർ പാവപ്പെട്ടവരുടെ അണികളിലാണു നിന്നത്. അപ്പോൾ ആൾക്കൂട്ടത്തിന്റെ തലയ്ക്കു മീതേ കൂടി ഒരു ഇടിനാദം ഉയർന്നു. തോക്കുണ്ടാക്കുന്ന പ്രൊസ്പേറൊ ആയിരുന്നു അത്.

"കീഴടങ്ങൂ ! ജനങ്ങൾ ജയിച്ചു ! പണക്കാരുടെയും കുടവയറന്മാ രുടേയും ഭരണം അവസാനിച്ചു. ! ജനങ്ങൾ പട്ടണം മുഴുവൻ കൈവ ശപ്പെടുത്തി. എല്ലാ തടിയന്മാരേയും പിടികൂടി കഴിഞ്ഞു."

ക്ഷുഭിതരായ ജനക്കൂട്ടം മൂന്നു തടിയന്മാരുടെ ചുറ്റും കൂടി.

ആളുകൾ ചെങ്കൊടികളും വടികളും വാളുകളും വീശി. മുഷ്ടി ചുരു ട്ടിക്കാട്ടി. പിന്നീടവർ പാടാൻ തുടങ്ങി.

തിബൂൽ പ്രൊസ്പേറൊയുടെ സമീപം പച്ച കോട്ടുമിട്ട് നിൽക്കു ന്നുണ്ടായിരുന്നു.

ചോരയിൽ കുതിർന്ന ഒരു പഴന്തുണി കൊണ്ട് അയാളുടെ തലകെട്ടിയിട്ടുണ്ട്.

"ഇതെല്ലാം ഒരു ദുസ്വപ്നമാണ് !" കൈകൊണ്ട് കണ്ണു പൊത്തി ക്കൊണ്ട് മൂന്നു തടിയന്മാരിലൊരാൾ പിറുപിറുത്തു.

തിബൂല്യം പ്രൊസ്പേറൊയും പാടാൻ തുടങ്ങി. ആയിരമായിരം ശബ്ദങ്ങൾ കൂടെ പാടി. ആ കൊട്ടാരപ്പാർക്കിന്റെയാകെയും തോട്ടുകളുടെയും പാലങ്ങളുടേയും മീതെ ആ ഗാനം അലതല്ലി. നഗരകവാടങ്ങളിൽ നിന്ന് കൊട്ടാരത്തിനു നേരെ അപ്പോഴും മാർച്ച് ചെയ്തു വന്നിരുന്ന ജനങ്ങൾ ആ ഗാനം കേട്ടു. അവരും പാടിത്തുടങ്ങി. സമുദ്രത്തിലെ തിരമാല പോലെ ആ ഗാനം റോഡിലൂടെയും നഗരകവാടങ്ങളിലൂടെയും നഗരത്തിനകത്തേക്കും തൊഴിലാളികളും പാവപ്പെട്ടവരും മാർച്ച് ചെയ്ത് വന്നു കൊണ്ടിരുന്ന തെരുവുകളിലേക്കും അലയടിച്ചൊഴികി. നഗരമാകെ പാടുകയാണ്. മർദ്ദകരുടെ മേൽ വിജയം വരിച്ച ജനങ്ങളുടെ ഗാനമാണത്.

പാട്ടു കേട്ട് മൂന്നു തടിയന്മാരും അവരുടെ മന്ത്രിമാരും മാത്രമല്ല കരഞ്ഞു കൊണ്ടു നിൽക്കുന്ന ആട്ടിൻപറ്റത്തെ പോലെ തിങ്ങിക്കൂടി നിന്നത്. അല്ല, പട്ടണത്തിലെ കൊണ്ടു നിൽക്കുന്ന ആട്ടിൻപ്പറ്റത്തെപ്പോലെ തിങ്ങിക്കൂടി നിന്നത്. അല്ല പട്ടണത്തിലെ മേനിക്കണ്ടപ്പന്മാരെല്ലാം, തടിച്ച ഷാപ്പുടമസ്ഥന്മാരെല്ലാം, കുടവയറന്മാരും കച്ചവടക്കാരും മാന്യമഹതികളും കഷണ്ടിത്തലയുള്ള ജനറൽമാരുമെല്ലാം അതിന്റെ ശബ്ദം കേട്ട്, പാട്ടല്ല തീയും വെടിയുണ്ടയുമാണതെന്ന മട്ടിൽ , ഭയന്നു വിരണ്ടോടി.

അതിൽ നിന്നൊളിക്കാൻ അവരാഗ്രഹിച്ചു. അവർ കാതുകളിൽ വിരൽ തിരുകി. വില പിടിച്ച പട്ടുതലയിണകൾക്കിടയിൽ തല പൂഴ്ത്തി വച്ചു.

അവസാനം പണക്കാരുടെ വലിയൊരു കൂട്ടം തുറമുഖത്തേക്കോടി അവിടെ കിടന്നിരുന്ന കപ്പലുകളിൽ തിക്കിക്കയറി. തങ്ങൾ അധികാരവും പണവും അലസജീവിതവും നഷ്ടപ്പെട്ട ഈ നാട്ടിൽ നിന്ന് അവ തങ്ങളെ ബഹുദൂരം കൊണ്ടു പോകുമെന്ന് അവർ ആശിച്ചു. എന്നാൽ നാവികർ അവരെ വളഞ്ഞു. പണക്കാർ പിടിക്കപ്പെട്ടു. അവർ ക്ഷമ ചോദിച്ചു. അവർ പറഞ്ഞു.

“ഞങ്ങളെ ശിക്ഷിക്കരുത്. ഞങ്ങൾ മേലിൽ നിങ്ങളെക്കൊണ്ട് ഞങ്ങൾക്കുവേണ്ടി പണിയെടുപ്പിക്കില്ല !”

പക്ഷേ ജനങ്ങൾ അവരെ വിശ്വസിച്ചില്ല. മുമ്പു പല തവണ പണക്കാർ പാവപ്പെട്ടവരേയും തൊഴിലാളികളേയും കബളിപ്പിച്ചിട്ടുണ്ട്.

സൂര്യൻ പട്ടണത്തിന്റെ നേരെ മുകളിലായി. ആകാശം തികച്ചും നീലിമ പൂണ്ടു നിന്നു. പ്രകൃതിയാകെ വലിയൊരു ഉത്സവാഘോഷത്തിൽ പങ്കുകൊള്ളുകയാണെന്നു തോന്നി.

ഇപ്പോൾ വീടുകളും കപ്പലുകളും പണിശാലകളും കൊട്ടാരവും പണ്ടകശാലകളും കടകളും എല്ലാം ജനങ്ങളുടെ വകയാണ്. എവിടെയും ചുവന്ന നാടകൾ കെട്ടിയ തൊപ്പികളുമായി ഭടന്മാർ കാവൽ നിൽപ്പുണ്ട്.

തെരുവുകൾ ചേരുന്നിടങ്ങളിൽ രക്തപതാകകൾ പാറിക്കളിക്കുന്നു. അവയിൽ ഈ വാക്കുകൾ എഴുതിയിട്ടുണ്ട്.

പാവപ്പെട്ടവർ നിർമ്മിക്കുന്ന സർവ്വതും

പാവപ്പെട്ടവരുടെ വകയാണ് !

ജനങ്ങൾ നീണാൾ വാഴട്ടെ !

അലസന്മാരും കുടവയന്മാരും തുലയട്ടെ !

പക്ഷേ മൂന്നു തടിയന്മാർക്ക് എന്തു സംഭവിച്ചു?

ജനങ്ങൾക്കു കാണാൻ വേണ്ടി അവരെ കൊട്ടാരത്തിന്റെ പ്രധാന ഹാളിലേക്കു കൊണ്ടു പോയി. പച്ച കഫുകളോടുകൂടിയ ചാരനിറത്തിലുള്ള ജാക്കറ്റുകൾ ധരിച്ച തൊഴിലാളികൾ തോക്കുകളേന്തി കാവൽ നിന്നു. ഹാളിൽ ആയിരമായിരം ഇടങ്ങൾ വെയിൽ തട്ടി തിളങ്ങി. എന്തൊരു തിരക്കായിരുന്നു. ! എങ്കിലും ഇവിടുത്തെ ആൾക്കൂട്ടം എത്ര

വ്യത്യസ്തമായിരുന്നു !അന്തരാവകാശിയായ ത്തുത്തിയെ കണ്ട ദിവസം കൊച്ചു സുവോക്ക് നൃത്തം ചെയ്തത് ഇവർക്കു വേണ്ടിയായിരുന്നില്ല.

ചന്തമൈതാനങ്ങളിലും മേളകളിലും വച്ച് അവൾക്ക് കയ്യടിച്ചിരുന്ന ആളുകളാണ് അവിടെ കൂടിയിരുന്നത്. ഇപ്പോൾ അവരുടെ മുഖങ്ങൾ ആനന്ദഭരിതവും ഉന്മേഷപൂർണ്ണവുമായിരുന്നു. അവർ ഉന്തുകയും തള്ളുകയും പൊട്ടിച്ചിരിക്കുകയും തമാശ പറയുകയും ചെയ്തു. ചിലർ സന്തോഷം കൊണ്ട് കരയുക പോലും ചെയ്തു.

കൊട്ടാരത്തിന്റെ കൂറ്റൻ ഹാളുകൾ മുമ്പൊരിക്കലും ഇത്തരത്തിലുള്ള അതിഥികളെ കണ്ടിട്ടില്ല. മുമ്പൊരിക്കലും സൂര്യൻ കൊട്ടാരത്തിനകത്ത് ഇത്ര ഉജ്ജ്വലമായി ശോഭിച്ചിട്ടില്ല.

"ശ് ശ് ശ് !"

"മിണ്ടാതിരിക്കിൻ !"

"നിശബ്ദം !"

കോവണി മുകളിൽ തടവുകാർ പ്രത്യക്ഷപ്പെട്ടു. മൂന്നു തടിയന്മാർ ഒരിക്കൽപ്പോലും നിലത്തു നിന്നു കണ്ണെടുത്തില്ല. പ്രൊസ്പേറൊയും തിബുലുമാണ് അവരെ ആനയിച്ചു കൊണ്ടു വന്നത്.

വിളികൾ കൊണ്ട് മാർബിൾ തൂണുകൾ കുലുങ്ങി. ആളുകൾക്ക് നല്ലവണ്ണം കാണാനും ഭയങ്കരന്മാരായ തടിയന്മാരെ യഥാർത്ഥത്തിൽ പിടിച്ചു കഴിഞ്ഞെന്ന് അവർക്ക് ഉറപ്പു വരുത്താനു വേണ്ടി മൂന്നു തടിയന്മാരെ കോവണിപ്പടികളിലൂടെ താഴോട്ടിറക്കി.

"ഇതാ," ഒരു തൂണിന്റെ നേരെ നടന്നുകൊണ്ട് പ്രൊസ്പോറൊ പറഞ്ഞു. ആ കൂറ്റൻ തൂണിന്റെ പകുതിയോളം ഉയരം അയാൾക്കുണ്ടായിരുന്നു. സൂര്യപ്രകാശം തട്ടി അയാളുടെ ചുവന്ന തലമുടി തീനാമ്പുകൾ പോലെ ജ്വലിച്ചു. 'ഇതാ, " അയാൾ പറഞ്ഞു. "ഇതാ മൂന്നു തടിയന്മാർ. ഇവർ പാവപ്പെട്ടവരെ കൊള്ളയടിച്ചു. നമ്മുടെ ചോര വിയർപ്പാക്കുന്നതുവരെ നമ്മളെ ക്കൊണ്ടു പണിയെടുപ്പിച്ചു. നമ്മൾ ഉണ്ടാക്കിയതു മുഴുവൻ എടുത്തു കൊണ്ടുപോയി. എന്തൊരു തടിയാണവർക്കെന്നു നോക്കു. പക്ഷേ നാം ജയിച്ചിരിക്കുന്നു. ഇനി നാം നമുക്കു വേണ്ടി തന്നെ പണിയെടുക്കും. നാമെല്ലാവരും തുല്യനിലയിലാകും. പണക്കാരോ മടിയന്മാരോ കുടവയറന്മാരോ മേലിൽ ഉണ്ടാവില്ല. ഇനിമേൽ നാമെല്ലാവരും സുഖമായി ജീവിക്കും. നമുക്കെല്ലാവർക്കും വയർ നിറയെ ആഹാരം കഴിക്കാനൊക്കും. കാലം മോശമാണെങ്കിൽ, മറ്റുള്ളവർ വിശന്നു പൊരിയുമ്പോൾ ആരും കൊഴുത്തു തടിക്കുകയില്ലെന്ന് നമുക്ക് തീർച്ചയാക്കാം."

"ഹുറാ ! ഹുറാ !" ജനങ്ങൾ വിളിച്ചു പറഞ്ഞു.

മൂന്നു തടിയന്മാർ കിതയ്ക്കുകയും വിമ്മിഷ്ടപ്പെട്ടു ശ്വാസം വിടുകയും ചെയ്തു.

"നമ്മുടെ വിജയദിനമാണിന്ന്. എത്ര ഉജ്ജ്വലമായിട്ടാണു സൂര്യൻ പ്രകാശിക്കുന്നതെന്നു നോക്കു ! എത്ര സുന്ദരമായിട്ടാണു പക്ഷികൾ പാടുന്നതെന്നു കേൾക്കു ! മനോഹരപുഷ്പങ്ങളുടെ സൗരഭ്യം വരുന്നില്ലേ ? ഈ ദിവസവും ഈ മണിക്കൂറും ഓർമ്മിക്കുക !"

"മണിക്കൂർ " എന്നു പറഞ്ഞപ്പോൾ എല്ലാ തലകളും ഘടികാരത്തിന്റെ നേരെ തിരിഞ്ഞു.

അത് ചുമരിൽ രണ്ടു തൂണുകൾക്കിടയിലുള്ള സ്ഥലത്ത് തൂങ്ങിക്കിടക്കുകയായിരുന്നു. വളരെയേറെ കൊത്തുപണികളോടും പളുങ്കു പൂശിയ അലങ്കാരപ്പണികളോടും കൂടിയ വലിയൊരു ഓക്കുമരപ്പെട്ടിക്കകത്തായിരുന്നു അത്. നടുവിൽ ഘടികാരത്തിന്റെ ഇരുണ്ട വലിയ മുഖപ്പു കാണാം.

"എത്ര മണിയായി ?" കൊട്ടാരഹാളിലെ സകലപേരും ആ നിമിഷം ആലോചിച്ചു.

പെട്ടെന്ന്.....പെട്ടെന്ന് ഘടികാരത്തിന്റെ ഓക്കുവാതിൽ തുറന്നു. അകത്ത് ചക്രങ്ങളൊന്നുമില്ലെന്ന് എല്ലാവർക്കും കാണാമായിരുന്നു. വെറുമൊരു കാലിപ്പെട്ടിയായിരുന്നു അത്. പിച്ചള സ്പ്രിംഗുകൾക്കും ചക്രങ്ങൾക്കും പകരം ഇളം ചുവപ്പു വസ്ത്രങ്ങളിഞ്ഞ ഒരു ബാലിക പുഞ്ചിരിച്ചു കൊണ്ട് ഇരിപ്പുണ്ട്. സുവോക്കായിരുന്നു അത്.

"സുവോക്ക് !" അവരെല്ലാവരും അന്തിച്ചു പോയി.

"സുവോക്ക് !" കുട്ടികൾ വിളിച്ചു പറഞ്ഞു.

"സുവോക്ക് !" "സുവോക്ക് !""സുവോക്ക് !"

എല്ലാവരും കയ്യടിക്കാൻ തുടങ്ങി.

നീലക്കണ്ണുകളുള്ള കാവൽഭടൻ അവളെ പെട്ടിയിൽ നിന്ന് എടുത്തിറക്കി. അനന്തരാവകാശിയായ തുത്തിയുടെ പാവയെ എടുത്തുകൊണ്ടു പോയ അതേ നീലക്കണ്ണുകളുള്ള കാവൽഭടൻ തന്നെയായിരുന്നു അയാൾ. നൃത്താദ്ധ്യാപകനായ വൺ-ടൂ-ത്രീ യുടെ സാമാനങ്ങൾ സൂക്ഷിച്ചിരുന്ന കാർഡ് ബോർഡ് പെട്ടിക്കകത്തു നിന്നുമാണ് അയാൾ അതെടുത്തത്. അയാൾ അതുംകൊണ്ട് കൊട്ടാരത്തിൽ പോയി. സ്റ്റേറ്റ് കൗൺസിലറേയും ശരിക്കുള്ള, ജീവനുള്ള സുവോക്കിനെ തൂക്കിപ്പിടിച്ചു നടന്ന കാവൽക്കാരനേയും അടിച്ചു നിലത്തിട്ടു. ഒഴിഞ്ഞ ഘടികാരത്തിനുള്ളിൽ സുവോക്കിനെ ഒളിച്ചിരുത്തിയിട്ട് അവളുടെ സ്ഥാനത്ത് ജീവനില്ലാത്ത, കീറിപ്പറിഞ്ഞ പാവയെ മൂന്നു തടിയന്മരുടെ മുമ്പിൽ ഹാജരാക്കി . കോടതിയിൽ വച്ച് അയാൾ ആ പഞ്ഞിനിറച്ച പാവയെ പിടിച്ചു കുലുക്കുകയും ചെവി തിരുമ്മുകയും പിന്നീട് കടുവകളുടെ മുമ്പിൽ എറിഞ്ഞു കൊടുക്കുകയും ചെയ്തത് ഓർക്കുന്നില്ലേ?

സുവോക്കിനെ ആളുകളുടെ കൈകളിലേക്ക് കൊടുത്തു. ലോകത്തിൽ വച്ചേറ്റവും നല്ല നർത്തകിയാണവൾ എന്നു പറയുകയും അവൾ നൃത്തം ചെയ്യുമ്പോൾ തങ്ങളുടെ അവസാനത്തെ ചെമ്പുതുട്ടുകൾ അവൾക്ക് എറിഞ്ഞു കൊടുക്കുകയും ചെയ്തിരുന്നവർ ഇപ്പോൾ അവളെ മാറോടു ചേർത്ത് ആശ്ലേഷിക്കുകയും ചുംബിക്കുകയും ചെയ്തു. അവിടെ, പരുപരുത്തതും കീറിപ്പറിഞ്ഞതും കരിപുരണ്ടതുമായ അവരുടെ ജാക്കറ്റുകൾക്കിടയിൽ , ഒട്ടേറെ ക്ലേശമനുഭവിച്ചിട്ടുള്ളതും കരുണാർദ്രവുമായ ഹൃദയമുണ്ടായിരുന്നു.

അവൾ ചിരിച്ചു കൊണ്ട് അവരുടെ മുടിയിൽ തലോടുകയും മുഖത്തു നിന്നു ചോര തുടച്ചു കളയുകയും കുട്ടികളെ നോക്കി ഗോഷ്ടി കാണിക്കുകയും വാതോരാതെ ഓരോന്നു പറഞ്ഞുകൊണ്ടിരിക്കുകയും ചെയ്തു.

"അവളെ ഇവിടെ കൊണ്ടു വരു," തോക്കുണ്ടാക്കുന്ന പ്രൊസ്പേറൊ ഗദ്ഗദത്തോടെ പറഞ്ഞു. അയാളുടെ കണ്ണുകളിൽ കണ്ണുനീർ കാണാമായിരുന്നെന്നു പലർക്കും തോന്നി. "അവളാണ് എന്റെ ജീവൻ രക്ഷിച്ചത് !"

"ഇവിടെ ! ഇങ്ങോട്ട് !" തന്റെ പച്ച കോട്ട് ഒരു കൂറ്റൻ പച്ചില പോലെ വീശിക്കൊണ്ട് തിബൂൽ വിളിച്ചു പറഞ്ഞു. "അവൾ എന്റെ

കൊച്ചു ചങ്ങാതിയാണ്. വാ ഇവിടെ, സുവോക്ക്!"

ആൾക്കൂട്ടത്തിന്റെ വളരെ പിന്നിൽ നിന്ന് വൃദ്ധനായ ഡോക്ടർ ഗസ്പാർ പുഞ്ചിരിച്ചു കൊണ്ട് തിക്കിത്തിരക്കി മുന്നോട്ടു വരുന്നുണ്ടായിരുന്നു.

തോക്കുണ്ടാക്കുന്ന പ്രൊസ്പേറൊയെ മുമ്പിട്ടിരുന്ന അതേ കൂട്ടിൽ മൂന്നു തടിയന്മാരെ ഇട്ടു.

ഉപസംഹാരം

ഒരു വർഷത്തിനു ശേഷം ഉന്മേഷഭരിതമായ വലിയൊരു ആഘോഷം നടന്നു. മൂന്നു തടിയന്മാരുടെ ഭരണത്തിൽ നിന്ന് മോചനം ലഭിച്ചതിന്റെ ഒന്നാം വാർഷികം ജനങ്ങൾ കൊണ്ടാടുകയായിരുന്നു.

നക്ഷത്രക്കവലയിൽ കുട്ടികളുടെ ഒരു കലാപ്രകടനം നടക്കാൻ പോവുകയാണ്.

എല്ലായിടത്തും പോസ്റ്ററുകൾ അറിയിച്ചു:

സുവോക്ക്!

സുവോക്ക്!

സുവോക്ക്!

തങ്ങളുടെ പ്രിയപ്പെട്ട നടി രംഗത്തു വരുന്നതും കാത്ത് ആയിരക്കണക്കിനു കുട്ടികൾ നോക്കിയിരുന്നു. എന്നാൽ ആ വിശേഷദിവസം അവൾ ഒറ്റയ്ക്കല്ല വന്നത്. അവളുടെ തന്നെ ഛായയുള്ള, സ്വർണ്ണത്തലമുടിയോടു കൂടിയ ഒരു കൊച്ചു ബാലൻ അവളോടൊപ്പം സ്റ്റേജിൽ നിന്നിരുന്നു.

അത് അവളുടെ സഹോദരനായിരുന്നു. ഒരിക്കൽ അവൻ അനന്ത രാവകാശിയായ ത്തുത്തി ആയിരുന്നു.

നഗരമാകെ പാട്ടും ചിരിയും തന്നെ. എവിടെയും കൊടികൾ പാറി പ്പറക്കുന്നു. പൂക്കാരികളുടെ കിണ്ണങ്ങളിൽ നിന്ന് നനഞ്ഞ റോസാപ്പൂ ക്കൾ ഉതിർന്നു വീണു. ത്തുവലണിഞ്ഞ കുതിരകൾ ചാടിച്ചാടി നടന്നു. ആട്ടത്തൊട്ടികൾ വട്ടത്തിൽ കറങ്ങിക്കൊണ്ടിരുന്നു. നക്ഷത്രക്കവല യിൽ കുട്ടികൾ ബദ്ധശ്രദ്ധരായി കലാപ്രകടനം കണ്ടുകൊണ്ടിരുന്നു.

കലാപ്രകടനം കഴിഞ്ഞ് സുവോക്കിനെയും ത്തുത്തിയേയും പൂക്കൾ പൊതിഞ്ഞു. കുട്ടികൾ ചുറ്റും കൂടി.

സുവോക്ക് തന്റെ പുതിയ ഉടുപ്പിന്റെ പോക്കറ്റിൽ നിന്ന് ചെറിയൊരു പലകക്കഷണം പുറത്തെടുത്തു. അതിലെഴുതിയിരുന്നത് കുട്ടികളെ വായിച്ചു കേൾപ്പിച്ചു.

നിങ്ങൾക്ക് ആ പലകക്കഷണം തീർച്ചയായും ഓർമ്മയുണ്ടല്ലോ. ഒരു ഭയങ്കരരാത്രിയിൽ ചെന്നായപ്പോലെ തോന്നിച്ച ഒരു അപരിചി തൻ കൊട്ടാരം വക മൃഗശാലയിലെ കൂടിന്റെ അഴികൾക്കിടയിലൂടെ തന്റെ മരണസമയത്ത് സുവോക്കിനെ ഏല്പിച്ചതാണ്.

പലകയിൽ എഴുതിയത് ഇതായിരുന്നു:

"നിങ്ങൾ സഹോദരീസഹോദരന്മായി രണ്ടുപേരുണ്ടായിരുന്നു – സുവോക്കും ത്തുത്തിയും.

"നിങ്ങൾക്കു നാലു വയസായപ്പോൾ മൂന്നു തടിയന്മാരുടെ കാവ ൽഭടന്മാർ നിങ്ങളെ വീട്ടിൽ നിന്നു തട്ടിക്കൊണ്ടുപോയി.

"ഒരു ശാസ്ത്രജ്ഞനായ ത്തുബാണു ഞാൻ. എന്നെ കൊട്ടാരത്തി ലേക്കു കൊണ്ടു പോയി. കൊച്ചു സുവോക്കിനേയും ത്തുത്തിയേയും കാണിച്ചു തന്നു.

"മൂന്നു തടിയന്മാർ പറഞ്ഞു : 'ഈ കൊച്ചു പെണ്ണിനെ കണ്ടോ? അവളെപ്പോലെ തന്നെ ഇരിക്കുന്ന ഒരു പാവയെ ഉണ്ടാക്കണം.' അവർക്കത് എന്തിനാണെന്ന് എനിക്കു മനസിലായില്ല.

"ഞാൻ അതുകൊണ്ട് ഒരു പാവയെ ഉണ്ടാക്കി. വലിയൊരു ശാസ്ത്രജ്ഞനായിരുന്നു ഞാൻ. ജീവനുള്ള ഒരു കുട്ടിയെപ്പോലെ തന്നെ ആ പാവയും വളരണമായിരുന്നു. സുവോക്കിന് അഞ്ചുവയ സുള്ളപ്പോൾ പാവയ്ക്കും അഞ്ചു വയസാവണം. സുവോക്ക് സുന്ദരിയും വിഷാദഭരിതയുമായ ഒരു വലിയ പെണ്ണാകുമ്പോൾ പാവയും അതു പോലാകണം. ഞാൻ ആ പാവയെ ഉണ്ടാക്കി. പിന്നീട് നിങ്ങളെ വേർപ്പെടുത്തി. ത്തുത്തി പാവയോടൊപ്പം കൊട്ടാരത്തിൽ താമസിച്ചു. സുവോക്കിനെ നീണ്ടു ചുവന്ന താടിയുള്ള ദുർലഭമായ ആ തത്തക്കു

പകരമായി ഒരു സർക്കസ് സംഘത്തിനു കൊടുത്തു. പിന്നീട് മൂന്നു തടിയന്മാർ എന്നോടു പറഞ്ഞു : 'ബാലന്റെ ഹൃദയം എടുത്തു മാറ്റി പകരം ഒരു ഇരുമ്പു ഹൃദയം വയ്ക്കൂ.' പക്ഷേ ഞാൻ വിസമ്മതിച്ചു. ഒരു മനുഷ്യന് മനുഷ്യഹൃദയം നിഷേധിക്കാൻ പാടില്ലെന്നു ഞാൻ പറഞ്ഞു. ഒരാൾക്ക് അയാളുടെ യഥാർത്ഥത്തിലുള്ള മനുഷ്യഹൃദയ ത്തിനു പകരം നൽകാൻ സാദ്ധ്യമല്ലെന്നു ഞാൻ പറഞ്ഞു. എന്നെ ഒരു കൂട്ടിലടച്ചു. അന്നു മുതൽ അവർ ആ ബാലനോടു പറഞ്ഞു തുടങ്ങി. അവനൊരു ഇരുമ്പു ഹൃദയമാണുള്ളതെന്ന്. അവൻ അതു വിശ്വസി ക്കുകയും ക്രൂരനും അല്പനമായിത്തീരുകയും വേണമെന്നാണ് അവർ ആഗ്രഹിച്ചത്. നീണ്ട എട്ടു വർഷക്കാലം ഞാൻ ഒരു കൂട്ടിനകത്ത് വന്യമൃഗങ്ങൾക്കിടയിൽ താമസിച്ചു. പല്ലുകൾ മഞ്ഞനിറത്തിൽ നീണ്ടു വന്നു. എന്റെ ദേഹം രോമം കൊണ്ടു മൂടി. പക്ഷേ ഞാൻ നിന്നെ മറന്നിട്ടില്ല. നീ എനിക്കു മാപ്പു തരണം. മൂന്നു തടിയന്മാർ നമ്മെ എല്ലാവരേയും കൊള്ളയടിക്കുകയും കബളിപ്പിക്കുകയും ചെയ്തു. പണക്കാരും ആർത്തിപിടിച്ചവരുമായ കുടവയറന്മാരുടെ അടിമകളായിരുന്നു നമ്മൾ. പാവപ്പെട്ടവരുടെ ഭാഷയിൽ 'ഏകാന്തത' എന്നർത്ഥം വരുന്ന പേരോടുകൂടിയ തുത്തി, നീ എനിക്കു മാപ്പു തരിക. 'ജീവിതം തന്നെ' എന്നർത്ഥം വരുന്ന പേരോടു കൂടിയ സുവോക്ക്, എനിക്കു മാപ്പുതരിക."

www.ingramcontent.com/pod-product-compliance
Ingram Content Group UK Ltd.
Pitfield, Milton Keynes, MK11 3LW, UK
UKHW041624031026
15587UKWH00001B/37

9 789387 398504